Giai phẩm
CHÍNH VĂN

TIẾNG NÓI CỦA NGƯỜI VIỆT KHÔNG QUÊN GỐC

Chủ biên
HỒNG DƯƠNG

Biên tập
**TÔ-NGỌC, SƠN TÙNG
TRẦN KIÊM ĐOÀN
HÀ MAI LAN, VY TRẦN
HOÀNG DUY ANH
HOÀI LINH PHƯƠNG
NGUYỄN HỮU LÝ
AMY DƯƠNG
TRẦN QUÝ TRÂM
HOÀI HƯƠNG**

ĐPV Sacramento: **Philip Nguyễn**
ĐPV San Jose: **Lê Diễm**
ĐPV Dallas: **Như Phước, Henry Đăng**
Bảo trợ QC:
**Mỹ Tiên : 916-743-1447
TINA : 916-267-5680**

CHÍNH VĂN

GIAI PHẨM HẠ 2024
Kỷ niệm văn thi sĩ
TRẦN HOÀI THƯ

Thư từ và bài vở xin liên lạc
Giai phẩm CHÍNH VĂN
7005 Walter Ave.
SACRAMENTO, CA 95828
ĐT: (916) 509-4445, (916) 230-6172
e-mail: baochinhvan@gmail.com

Lá thư Tòa soạn

Kính thưa Quý đọc giả !

Giai phẩm Chính Văn kỳ này được hân hạnh tri ân kỷ niệm về văn thi sĩ Trần Hoài Thu. Một văn thi sĩ thời chiến và hậu chiến.

Kính mời quý vị cùng chia sẻ những nỗi niềm qua văn thơ với văn thi sĩ Trần Hoài Thu.

Giai phẩm Chính Văn xin chân thành chia buồn cùng gia đình.

Mong rằng những dòng văn thi của anh sẽ mãi mãi lưu lại hậu thế.

Trân trọng,
Thay mặt Ban biên tập Chính Văn

Hồng Dương

MINH XÁC

Giai phẩm CHÍNH VĂN do một nhóm văn thi hữu chủ trương, dù rộng mở đến tất cả các cây bút trong tình thân hữu nhưng không nhân danh hay đại diện cho tập thể nào.

Quan điểm của bài viết là của cá nhân tác giả, không hẳn phản ảnh chung của Ban biên tập hay nhóm chủ trương.

XIN LƯU Ý

Những thông tin về thảo dược đăng trên giai phẩm CHÍNH VĂN chỉ có tính cách thông tin phổ biến không mang tính cách trị liệu.

NGÀN THU
VĨNH BIỆT
EM TY BA

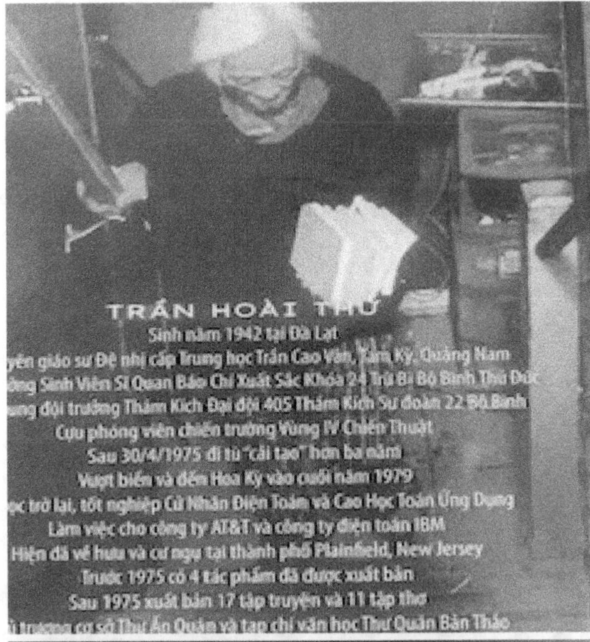

3 anh em: Từ trái qua phải : Trần quý Trâm (Ty Em) , Trần quý Sách : (Ty Ba), bút hiệu Trần hoài Thư , Trần quý Phiệt (Ty Anh).

Nhà có 2 người con đi quân đội

Em tôi đi thám kích biền biệt tăm hơi

Còn tôi đi Biệt Động mấy năm trời

Anh em gặp nhau mấy lần thôi

Nay em bỏ anh mà đi rồi

Để lại lòng anh buồn nhớ không nguôi !
Ty Em

2 -MẤT MÁT TUỔI THƠ

 Vì chiến tranh gia đình thất lạ mỗi ngườ một nơi , tôi xa emtôi lúc còn rất nhỏ ,em tôi sống cuộc đời lưu lạc cơ cực, phải đi học miễn phí ở một cô nhi viện ,lỗ tai chảy mủ vì bị đánh ,2 bàn tay chai sạn sần sùi vì bồng em , chao ơi em tôi đã đánh mất cả tuổi thơ vàng ngọc đẹp nhất trong đời :

Khai sinh tôi đây xa cha lạc mẹ

Tôi nói làm sao về một quê nhà

Tôi phả kể gì về một tuổi thơ

Buồn phải đọc một bài kinh cầu nguyện

Những trang giấy đầu tiên, những giờ cô nhi viện

Mây Bết lê Hem , sóng biển Hòn chồng

Nắng thì vàng thắm cả trường sân

Tôi ôm mặt làm con chim côi cút

Tôi đã có những vì sao thổn thức

Những con dế mèn gọi mãi đêm trăng..
THT

3 - - - GẶP LẠI CHA

Ty Ba ơi ! rốt cuộc sau bao năm ly loạn, không có mẹ , Ba và 2 anh về Huế và đem em về. Ba làm nghề thuốc Bắc, bữa đói bữa no , có là Ba ăn cám để cháo cho anh em mình ăn, chắt chiu từng bữa ăn , nuôi 3 anh em chúng mình và tất cả đều vô Đại học ! Ba chúng mình là người cha vĩ đại nhất Ty Ba ơi !

Tôi gặp lại cha tôi vào năm mười một tuổi

Hôm nào đây, sao cứ ngỡ hôm qua

Trời cũng mù sương phi đạo bơ vơ

Trưa chẳng nắng để mây buồn trong khói

Ba tôi đền : con là Ty " người hỏi

Chiếc áo lương đen, côi cút giữa trời

Tôi nghẹn ngào, rưng rưng một tiếng Ba

Rưng rức mãi , cho mỗi ngày mỗi lớn

Rưng rức mãi , bên lòng cha vạn đại

Bên dòng sông sương khói mịt mùng

Bên những cột đèn ủ rủ mùa đông…

4 - - MẸ

Thưa mẹ hôm nay con về

Sẽ nằm xuống để mẹ quất thêm những làn roi

Để nhìn lại mẹ xức muối vào vết bầm

Để thấy mẹ ôm con mà khóc

Con may mắn làm dân Nha Trang thời thơ ấu

Để con biết đời không phải mây xanh

Để con thương đời như mẹ thương con

Dù chỉ sau khi chửi con là thằng con không cha mất dạy

Con lạy mẹ , cứ tát vào mũi con thật mạnh

Con khóc òa , mẹ đã quá già nua

Mà con đâu có bao giờ cò được tuổi thơ

Để có dịp nằm chịu đòn mẹ đánh…   THT

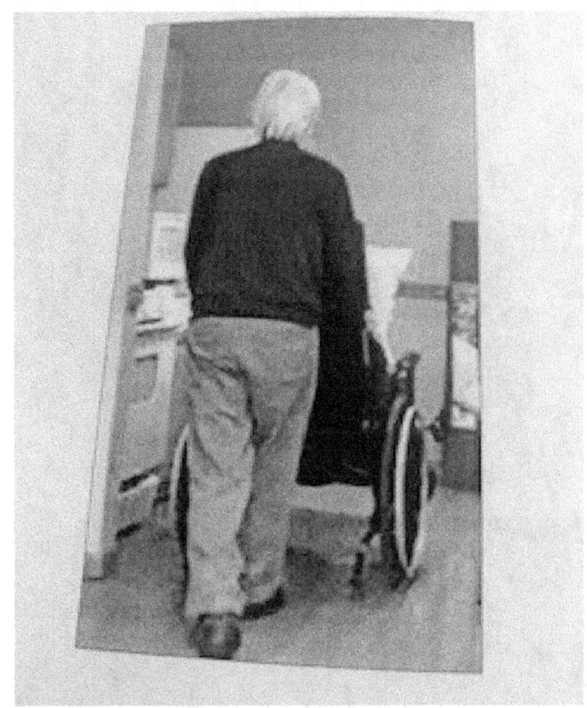

Hình từ trái qua phải:

Ty Ba và Ty Em Trần quý Thoại (con cuả Trần quý Sách) Anh chị Trâm , Trần quý Sách , Vợ chồng Hưng Hai con của Thoại

5 - 10 NĂM VẪN YÊU THƯƠNG MẶN NỒNG VỚI VỢ TRONG NURSING HOME

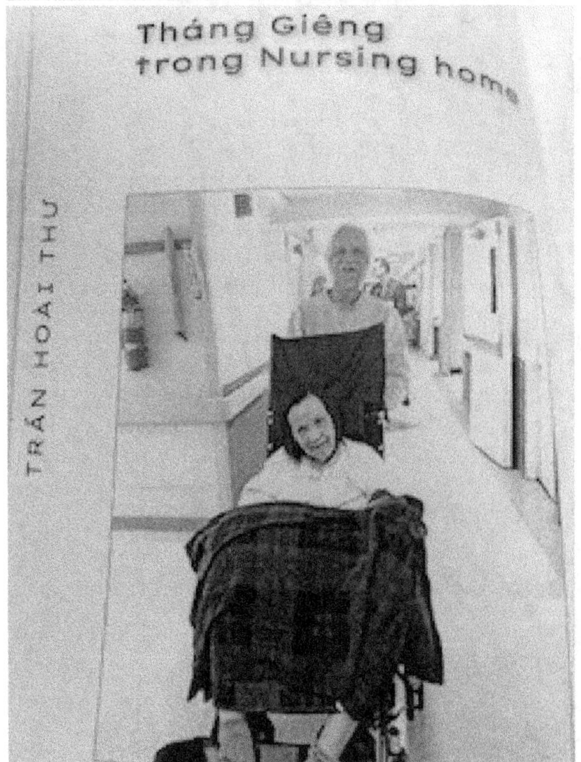

Trần quý Thoại và 2 con

Trong Nursing home (Hình vẽ của
Trần quý Thoại)

A DI ĐÀ PHẬT

Tranh vẻ của Trần quý Thoại (con của
Trần hoài Thư : BS, Hoạ Sĩ)

--

6 - YÊU VỢ THỦY CHUNG

Ngày 18 tháng 6 1971 cây viết trẻ Trần
hoài Thư kết duyên cùng Nguyễn ngọc
Yến ở Sài Gòn , vừa ra mắt tập truyện đầu
tay do cơ sở xuất bản Ý Thức phát hành
" Những vì sao vĩnh biệt " Rồi sau đó :

Theo em bỏ núi về châu thỗ

Bỏ mán về kinh làm rể xa

Ngác ngác ngơ ngơ đò máy nguôc

Hồ mênh mông khó cuộn sau hè

Xin cám ơn em đã phủ xuống đời anh bóng mát

Khi đời anh đã khô kiệt thanh xuân

Chỉ có chăng là một chiếc mủ trùm đầu

Lót thêm chiếc poncho giữa má gò ngút ngàn tử khí

Cám ơn em đã động lòng cảm lệ

Đã dọn chiếu làm giường

Chia sẽ một nữa vầng trăng

Soi lên phận đời người lính thú lênh đênh

Chấp nhận làm vợ người lính núi

Ngày hợp hôn chúng ta được tổ chức tại Sà Gòn

Gần An Đông ngã bảy

Sài Gòn giờ giới nghiêm có cơn mưa nhỏ

Không đèn hoa hôn lễ

Không chào bàn hai họ

Không râm rang nhạc cưới tưng bừng

Anh trong bộ đồ lính rộng

Ngực áo thêu hình con diều hâu vờ mồi vuốt sắc

Em trong chiếc áo dà mau hồng thắm

Cặp môi hồng và đôi mắt tô than

Theo em ra mắt bà con vợ

Cậu Bảy , Dì Hai , em thừ ba

Ngày xưa con gái xa cha mẹ

Ngày nay thanh niên làm rể xa… THT

7 – VĨNH BIỆT EM TY BA

 Thay lời anh cả Trần quý Phiệt , 2 anh khấn với Ba như thế nầy :

 " Lạy Ba, Ty Ba em con nay đã về với Ba. Xin Ba dạy dỗ em để nó chóng được siêu thoát " Sách ơi ! em đã thực hiện nhiều hoài bảo to lớn , được nhiều người cảm phục, yêu mến. Hảy thanh thản ra đi, trở về với Yến và Ba kính yêu của chúng ta "Khóc tiển người em tài hoa và bất hạnh của anh .

BS Trần quý Trâm 1/7/2024

Đôi mắt người Sơn Tây

Truyện thời chiến của Trần Hoài Thư

Nhạc Phạm Đình Chương. Thơ Quang Dũng. Ca sĩ: Trần Thái Hòa

Buổi chiều có một người sống trôi nổi dưới những cánh rừng tràm, gian khổ cơ cực với muỗi vắt sình lầy, đã trở về nói với tôi về huyền thoại của một con kinh, biên giới giữa hai xứ sở Miên Việt. Tôi mời y một điếu thuốc và một ly cà phê đen. Tôi hỏi về những ngày y ở ngoài Bắc, lặn lội trường chinh vượt Trường Sơn với những đoàn xâm nhập, chống chọi cùng bệnh tật, và bom đạn để rồi cuối cùng dừng quân bên kia bờ kinh Vĩnh Tế. Y vừa thả khói, vừa kể.

Và một câu nói cuối cùng của y đã làm tôi thật sự xúc động:

    – Anh có biết kinh Vĩnh Biệt không?

Tôi lắc đầu chịu thua. Y thêm:

    – Kinh Vĩnh Tế đấy.

Tôi hỏi:

    – Tại sao gọi là kinh Vĩnh Biệt?

    – Bởi vì, mỗi lần chúng tôi vượt qua con kinh này, chúng tôi đều nghĩ ngay đến cái tiếng buồn não nùng kia. Chúng tôi thấy rằng đó là lúc chúng tôi phải vĩnh biệt tất cả. Vĩnh biệt gia đình thân yêu, vĩnh biệt quê hương, vĩnh biệt những ngày thanh xuân…

Tôi đã lặng yên để nghe những lời thành thật của người lính Bắc. Đây là lần đầu tiên, tôi được nghe về một câu chuyện bi thảm dành riêng cho con kinh mà Thoại Ngọc Hầu đã đào cách đây gần hai thế kỷ. Và đây cũng là lần đầu tiên tôi thấy rằng vùng đất mà tôi đã trải qua, luân lạc, không phải một vùng đất quen thuộc. Nó cũng không phải là một nơi trầm lặng, không gợi cảm, cũng như làm phong phú thêm cuộc sống nội tâm của con người. Tôi đã tìm ra một điều là dưới từng vuông đất này, đều có cả một huyền thoại, ở từng con kinh, con rạch, từng bờ ruộng, bờ vườn đều có những chuyện não nùng. Ngày xưa vùng đất mới này, là cả một lịch sử kỳ diệu, được tạo dựng bởi năng lực con người. Nhưng bây giờ, cũng có những câu chuyện buồn bã thay thế vào đó. Chẳng hạn, từ một cái tên Vĩnh Tế, hôm nay, cũng có những người thay vào bằng tiếng Vĩnh Biệt.

Đối với người trẻ tuổi gốc Hà Nội này, tâm trạng y là một biển bùi ngùi. Còn tôi, tôi cũng buồn không kém. Tôi đứng dậy, và ra ngoài sân. Tuy xung quanh tôi là nhà cửa, dinh thự bao bọc san sát và những ánh đèn đầu tiên của thành phố báo hiệu một đêm bình an, nhưng rõ ràng trong đầu tôi, lại rực rỡ hiện lên một con kinh màu nước phù sa vàng đục, chảy ngang qua cánh đồng bao la, dưới ánh mặt trời chiều vàng vọt. Con kinh ấy như một giới hạn não nùng chảy vào tâm hồn tôi. Bằng một chuyện tình xa xôi. Bằng một kỷ niệm không bao giờ phai nhạt được. Tuy hai bờ cách xa nhau mười mấy thước nhưng rõ ràng, khoảng cách đã quá diệu vợi, ngăn cách trùng trùng. Và từ câu lạc bộ tiếng hát của Thái Thanh vẳng lại bài Đôi Mắt Người Sơn Tây. Tự dưng ma quỷ bắt đôi chân tôi bước lại quán, con tim tôi như nhòa lệ. *Đôi mắt người Sơn Tây. U uẩn chiều lưu lạc. Buồn viễn xứ khôn khuây. Buồn viễn xứ khôn khuây...* Trên bầu trời sẫm nhạt, in những cánh chim én. Những cánh chim én của mùa xuân ấy đang lượn vờn như một điệu luân vũ. Thì ra mùa xuân đã lại trở về. Thì ra kỷ niệm đã như những cánh én kia, xa vắng một năm, bỗng một chiều đột nhiên trở lại...

Trước ngày ngưng bắn, tôi là kẻ thường vượt qua giòng kinh Vĩnh Tế nhiều nhất. Bởi nghề tôi bấy giờ là phóng viên chiến trường, đặc biệt về chiến trường ngoại địa. Hơn nữa, tôi coi vùng này là một vùng đất cần phải khám phá, học hỏi, giúp cho cuộc sống tôi rất nhiều trong hoài bão mà tôi từ lâu ấp ủ: là viết văn. Tôi sẽ là một chứng nhân của một Đông Dương bất hạnh. Tôi sẽ mở rộng tầm mắt, chữ nghĩa, vượt ra ngoài cái thế giới nhỏ hẹp rêu phong của cuộc sống thường nhật. Tôi muốn tìm xem ở bên kia bờ kinh Vĩnh Tế, chiến tranh là gì, đau khổ là gì, bom đạn là gì, chủ nghĩa là gì. Cho dù, những thứ ấy như một bài học quen thuộc mà mỗi ngày tôi đã gặp phải, đã chứng kiến. Cho dù, tôi hiểu rằng trên mặt địa cầu này, chiến tranh quả là một chuyện thường tình, như một biến chuyển của lịch sử. Ấy vậy, bằng cõi lòng tham vọng vô bờ, tôi vẫn lên đường. Tay xách máy ảnh. Túi đựng cuốn sổ tay, và cây bút. Thế là tôi khởi hành. Khởi hành trong bất cứ thời gian không gian nào. Từ trực thăng, hay trong thiết vận xa hay theo một đoàn quân tiếp ứng lội bộ, tôi vượt qua biên giới. Nói là biên giới, nhưng thật ra, nó chỉ là con kinh nhỏ hẹp, như trăm ngàn con kinh ở miền đất tôi về mà thôi. Nó không phải hung vĩ, bí mật và phân định rõ ràng như rặng Trường Sơn, hay một ranh giới thiên nhiên nào khác. Và cũng vì lý do đó, khi xuống chiếc đò đưa qua bờ, lòng tôi cũng chẳng hề rung động là bao nhiêu. Ngoại cảnh như một bức tranh thường tình. Vẫn là đồng lúa xanh rì, vẫn là những khóm thốt nốt trơ trọi in bóng bên bờ ruộng. Vẫn một mặt trời rực rỡ giữa một từng không chói chang.

Nhưng rõ ràng, càng đi sâu vào nội địa xứ người, tôi lại càng gặp biết bao nhiêu câu chuyện đáng để ghi nhớ. Từ pháo tháp của một thiết vận xa, giữa một cánh đồng tháng chạp trong mùa nước lớn, tôi đã bấm máy ảnh lia lịa. Mỗi hình ảnh qua đi là một biểu tượng đẹp não nùng. Từ ngôi chùa mái ngói cong vút màu đỏ thắm ẩn hiện giữa những kẽ lá của hàng thốt nốt. Từ những sóc dưới chân núi đồi, như bao phủ bởi một bầu không khí của thần linh tôn giáo. Từ những ngôi chùa đầy ngập người tản cư… Đó là những hình ảnh mà tôi đã gặp phải trong toàn cõi Đông Dương. Chúng cũng xảy ra ở Lào, Việt Nam. Và chúng đã làm cho một kẻ bàng quan nhất cũng phải đặt câu hỏi: Chiến tranh và tôn giáo. Cái nào là sức mạnh? Tuy nhiên, theo tôi, vấn đề đã đặt ra quá lớn lao. Tôi còn phải học, học thật nhiều. Với tôi, tôi không phải là một kẻ tham dự. Mà là một chứng nhân.

Vào một ngày đầu tháng chạp, tôi mang đồ nghề theo chân một đoàn thiết vận xa về giải tỏa áp lực địch tại T., một thành phố nằm trên con đường số 1 nối từ Neak Loeung đến Thủ đô Nam Vang. Buổi tối có mưa sùi sụt, đám quân dừng đêm tại một đồng không mông quạnh và mênh mông nước, để sáng sớm tinh sương hôm sau mới tiến chiếm mục tiêu. Ngồi trên pháo tháp lạnh lẽo, bên cạnh người bạn mới quen, tôi kể lại những ngày ở thành phố, những buổi chiều của Bonard, Mai Hương và bạn thì kể lại những ngày dài ở xứ lạ quê người. Trời tối như mực, đến nỗi cảnh vật cách xa chừng 4, 5 thước, mắt người cũng chẳng nhận ra nổi. Thỉnh thoảng vài trái sáng được bắn

lên từ bên kia rặng núi, soi cả một thinh không trong giây phút, rồi tắt lịm.

Người bạn bỗng nói:

— Có bao giờ anh nghĩ rằng ở giữa vùng đất này lại có một người con gái như trong một bài thơ của Quang Dũng?

— Có phải là Đôi Mắt Người Sơn Tây?

— Vâng.

Rồi bạn vừa đốt thuốc vừa kéo cao cổ áo lạnh. Cơn mưa đã dứt, nhưng khí lạnh lại bốc tỏa đầy trời. Bạn lại giục tôi:

— Trước khi kể câu chuyện, mời anh uống một chút rượu cho ấm. Rượu mang từ quê nhà đấy…

Tôi nghe lời bạn. Hớp rượu nồng nàn cả châu thân, như những giọt hạnh phúc nho nhỏ của một đêm trên vùng binh lửa. Tuy nhiên, thú thật tôi đã bỏ quên những nỗi bất trắc, hiểm nguy ra ngoài. Với tôi, đêm như một cơn mộng, và một tình nhân. Tôi chẳng còn để ý đến những tràng súng nhỏ thỉnh thoảng cắt xé cả một lòng tĩnh mịch. Tôi cũng chẳng còn quan tâm đến những tin tức đang giục giã trong máy siêu tần số bên cạnh. Và lời bạn nồng nàn:

— Rồi ngày mai, tôi sẽ đưa anh đến một quán nghèo giữa quận K. Anh sẽ gặp một thiếu phụ trẻ. Hy vọng anh sẽ có nguồn cảm hứng để viết.

— Người thiếu phụ ấy có liên quan gì đến anh?

Người bạn lắc đầu:

— Không. Nhưng liên quan đến tất cả chúng ta. Nhất là anh?

— Tại sao vậy?

Người bạn thiết giáp cười thật bí mật:

— Anh là phóng viên, chắc anh đoán được.

— Bạn nói hơi quá. Phóng viên chỉ là một chứng nhân. Tôi đến để ghi nhận, khám phá. Tôi không phải là thầy tướng số.

— Ừ, xin lỗi. Nhưng, với một tâm hồn dễ xúc cảm của một nhà văn, chắc anh đã đoán được.

Tôi cười:

— Thôi tôi xin chịu thua. Anh kể tiếp về người thiếu phụ Miên đó đi.

— Không phải là người Miên, mà là người VN.

— …?

Bạn vất mẩu thuốc xuống ruộng nước, rồi tiếp tục hớp khẽ từng hớp rượu đắng. Đêm nặng và đầy sương. Một trái sáng lại bắn lên từ hướng Bắc. Giọng bạn ấm:

— Bởi thế tôi mới gọi là đôi mắt người Sơn Tây. Vâng, tôi không ngờ, hai mươi năm về sau, cũng có đôi mắt của một người Sơn Tây để mình bồi hồi nhớ lại mấy câu thơ tuyệt vời: *Em ở thành Sơn chạy giặc về, Tôi từ chinh chiến cũng ra đi* hay *Đôi mắt người Sơn Tây, U uẩn chiều lưu lạc. Buồn viễn xứ khôn khuây… Buồn viễn xứ khôn khuây…* Anh biết không, nàng chính là một người Việt. Một người Việt một trăm phần trăm. Khi đơn vị tôi đến quận K., bọn tôi nhào xuống chợ tìm mua một vài vật dụng cần thiết. Riêng tôi, tình cờ tìm đến một ngôi quán nhỏ bên đường. Và người bán hàng quả làm cho tôi ngạc nhiên hết sức. Da nàng trắng muốt, gương mặt thùy mị, tuy nỗi cam khổ đã thấy rõ ở những ngón tay, quần áo của nàng. Rõ ràng là một cánh hoa lạ. Trong khi dân tộc nàng, màu da vàng mặt, thì màu da của nàng lại trắng nuột… Tuy nhiên, thú thật với anh, điều này chẳng làm tôi để ý đến bao nhiêu.

Giọng nói của người bạn sũng buồn:

— Vâng. Thú thật tôi đã coi nàng như tất cả những phụ nữ Miên khác. Bởi cách ăn mặc, giọng nói của nàng. Bởi cung cách của nàng. Tôi đã bập bẹ vài tiếng Miên học lóm được, để diễn tả vài điều cần nói. Nhưng về sau, tôi bỗng nhiên nghe được một tiếng mẹ đẻ *Thưa Ông*. Điều mà tôi sửng sốt là giọng nói ấy là một thứ giọng Bắc. Một giọng Bắc chính cống. Rất dịu dàng. Rất dễ thương, nhất là người ấy là người con gái Bắc thì quả là một điều phi thường. Nhất là quê hương tôi là đất Bắc…

— Nàng nói gì không?

—   Nàng hỏi quê nhà mình dạo này ra sao? Bên mình hòa bình chưa? Nàng nhớ nhà quá. Còn tôi, tôi hỏi nàng gốc người ở đâu, tại sao lưu lạc ở mãi vùng đất này.

—   Nàng bảo sao?

—   Nàng nói nàng sinh tại Sơn Tây. Rồi nàng tấm tức khóc. Sau đó, có chồng nàng đến. Nàng chắc sợ một điều gì đó, nên đã giả vờ vui, rồi nói tiếng Miên huyện thuyên. Tôi muốn hỏi thêm, nhưng lệnh lại ban xuống là đơn vị phải di chuyển gấp. Thành ra tôi chẳng biết gì thêm về nguồn gốc và lịch sử một người thiếu phụ đáng ghi nhớ kia…

—   Quả chuyện của anh như một bài thơ.

—   Phải. Như một bài thơ của Quang Dũng.

Ngừng một lát, rồi người bạn nói tiếp:

—   Ngày trước thú thật, khi đọc bài Đôi Mắt Người Sơn Tây của Quang Dũng, tôi xúc động vì sự xuất thần của nhà thơ. Về câu chuyện tình tuyệt vời mà nhà thơ của chúng ta đã sáng tạo, về những nét gợi cảm của từng chữ nghĩa, cũng như cách gieo vần…

—   Hơn nữa là cốt cách tiểu tư sản dấn thân của chàng trai Hà Nội…

—   Vâng. Khi chúng ta đọc bài Màu Tím Hoa Sim hay Đôi Mắt Người Sơn Tây, chúng ta chỉ biết rung cảm cùng những nhân vật, khung cảnh, thời gian trong thơ. Nhưng bây giờ, thật sự tôi đã thấy rõ thật thấm thía một câu chuyện tình lồng trong bài thơ kháng chiến. Bởi hai ba mươi năm sau, lại có một người con gái Sơn Tây hiện đến với tôi. Anh nhớ những câu thơ này không: *Đôi mắt người Sơn Tây. U uẩn chiều lưu lạc. Buồn viễn xứ khôn khuây*. Rõ ràng từ khi gặp nàng, mỗi khi đọc lên những câu thơ đó, là lòng tôi lại vương lên một mối sầu. Chỉ có cái giọng nói dễ thương thốt lên trong giây phút. Chỉ có tiếng nói *Thưa Ông*. Chỉ có màu da trắng mượt lạc loài giữa một giống người lạ là có cả một câu chuyện lớn. Anh là nhà văn. Dĩ nhiên tâm hồn anh nhạy cảm hơn tôi. Dĩ nhiên, anh đang đi tìm đề tài. Tôi sẽ mang anh lại vào sáng mai. Đó là cả một đề tài lớn. Tôi tin vậy. Người bạn vất mẩu thuốc cháy dở. Một trái sáng lại òa vỡ, và mắt bạn trở nên lung linh xa vời. Anh lại nói:

—   Anh nên nhớ là tôi cũng thường xuyên theo dõi sách báo văn nghệ. Có một điều làm tôi ngạc nhiên là sự vay mượn câu chuyện, tình tiết của người ta nhiều quá. Từ chuyện tình đến chuyện chiến tranh. Tôi xin lấy ví dụ là các nhân vật trong Love Story, hay Roméo et Juliette, hay các tác phẩm của Remarque lại được thổi phồng, thi đua khai thác. Tôi thấy nước mình, hoàn cảnh của bọn mình, có hằng ngàn câu chuyện cảm động quyến rũ, tình tiết và thơ mộng hơn thế nữa.

—   Tôi ghi nhận ý của anh.

Và tôi cười:

–	Nội cái câu chuyện Đôi mắt người Sơn Tây của anh quả là một câu chuyện tình tuyệt vời rồi còn gì.

–	Anh là nhà văn, tôi xin nhường tất cả cho anh đó. Còn tôi, lưu lạc mãi sống cùng cái chết từng giây từng phút thì giờ đâu…

Vào sáng ngày mai, cả đơn vị lại lên đường. Tôi đi theo thiết vận xa của người bạn, mà cõi lòng nôn nao vô cớ. Không phải tôi sợ những quả đạn, pháo bất ngờ từ ngọn núi rơi xuống, hay một trận phục kích nào đó bất ngờ xảy ra. Những điều này chắc không bao giờ xảy ra. Bởi đơn vị tôi đi theo là một đơn vị thiện chiến. Họ đã chiến đấu giỏi và đã từng tham gia nhiều trận đánh khủng khiếp hơn thế nữa. Với lại, đoàn thiết vận xa đang ở giữa một đồng nước mông mênh khó lòng địch nhắm trúng mục tiêu. Nhưng tôi phải thú thật rằng, tôi đang bị hình ảnh người con gái chưa gặp gỡ, chưa quen biết kia đã đớp hồn tôi thật sự rồi. Tôi cũng chẳng hiểu tại sao nữa. Hay vì giòng máu văn nghệ của tôi. Hay vì tôi đã thấy được một đề tài đẹp và thơ mộng trong chuyện vượt biên này. Hay vì hình ảnh bài thơ tuyệt vời mà tôi đã ưa thích ngay từ khi cầm sách đến trường trung học. Chưa chi mà trí não tôi đã vẽ vời bao nhiêu tình tiết, xây dựng nên những nhân vật, mà dĩ nhiên nàng thiếu phụ lưu lạc kia là nhân vật chính, và cả tôi nữa. Tôi phải làm gì đây. Lòng tôi chợt bị khích động. Tôi nghe dòng máu của mình cuộn chảy. Trời đất vẫn quen thuộc khi chúng tôi đi qua. Những người Miên thấy chúng tôi chắp tay cung kính như phong tục của một dân tộc ngoan đạo Phật. Những ngôi chùa mái cong vút lên mây ẩn hiện đằng sau những khóm dừa, khóm thốt nốt. Những ngôi nhà sàn trong sóc, còn thở khói. Đám con nít nhìn đoàn quân cười thơ ngây. Trong gió, chừng như nghe mùi đất, mùi rơm và cả mùi ngây ngây của luống cầy mới vỡ. Có những cánh én bay rợp xuống mặt nước, rồi vút lên cao. Có những cánh én đuổi theo sau những chiếc vận xa, giỡn đùa cùng những ống nước mới vỡ. Bầu trời thật xanh, như mùa xuân. Có ai đã nhắc đến mùa xuân rồi. Gần đến Tết rồi. Anh em ơi. Giọng nói mang vào lòng những đứa con của chiến trường một niềm nhớ nhung tràn ngập. Riêng tôi, tôi mải đuổi theo những cánh bướm để mua vui. Tôi đã mỉm cười với chúng, với trò chơi nghịch ngợm của một loài chim của mùa xuân. Đối với tôi, loài chim ấy hình như đã có một sự liên hệ mật thiết. Chúng theo tôi như một niềm ân sủng. Chúng từ một cõi nào đó, ngoài thềm lục địa, trở về vui vầy cùng loài người rồi lại ra đi. Như một ngày gần cuối năm này. Chúng hết lượn vờn trên cao rồi sà xuống thấp, sát xuống những bọt sóng. Chúng vô tư, tinh nghịch, chẳng hề biết trên thềm lục địa này có những tai ương bất hạnh triền miên.

Và đúng như lời của người bạn, buổi trưa cả đơn vị dừng quân tại ngay trung tâm quận K. Người bạn đã nháy tôi và cả hai tìm đến ngôi quán bên đường. Và tôi đã gặp người thiếu phụ trẻ ấy. Tôi xúc động, trước màu da trắng mượt, đôi mắt to và linh động, cùng sóng mũi dọc dừa của nàng. Nàng quả là một bông hoa lạ và lẻ loi ở quận lỵ. Tuy mái tóc của nàng rối, chiếc sà rông đã bạc màu, vá víu, những ngón tay, bàn chân của nàng đã in dấu lầm than, nhưng người ta vẫn tìm ở người thiếu phụ này một vẻ đẹp nổi bật, vượt lên giữa một tập thể dân quê nghèo nàn và khổ cực này. Quả bạn đã nói đúng. Đó là một người con gái Sơn Tây. Nhất là ở đôi mắt kia, đã chứa cả một bầu trời u uẩn. Khi đôi mắt ấy nhìn lên, tuồng như người ta thấy bâng khuâng. Và tôi chỉ biết ngồi yên, đôi mắt hớp hồn. Tự dưng tôi cảm thấy thương nàng quá. Chỗ của nàng không phải là chỗ này. Chỗ của nàng là chỗ khác. Ở bên kia biên giới có đồng loại. Có tiếng mẹ đẻ. Có ao nhà, vườn rau. Và hơn nữa, với vẻ thanh tú của nàng, chắc gì nàng không được một người chồng khá giả, danh vọng? Tôi muốn nói lên một lời Việt cùng nàng. Nhưng cuối cùng tôi chẳng dám. Tôi nhìn chiếc sà rông màu vàng thẫm kia, thấy nhói ở tim.

Nắng đã lớn, tươi thắm cả khu quận. Người bạn chợt giới thiệu bằng tiếng Việt:

— Đây là người bạn của tôi.

Tôi cúi đầu chào làm quen. Người thiếu phụ cũng cúi đầu đáp lễ. Tôi nhận ra đôi vai của nàng mềm quá. Người bạn lại nói tiếp:

— Hôm qua, cô kể cho tôi nghe nửa chừng. Tại sao thế?

Để đáp lại câu hỏi của người bạn, nàng chỉ nói:

Các ông không hiểu hoàn cảnh của em đâu.

Tôi nói:

— Cô có thể cho tôi được biết không?

Đôi mắt của thiếu phụ chợt hoe đỏ. Nàng nói giọng sũng lệ.

— Thấy các ông, em bỗng nhiên nhớ đến quê nhà quá. Đã mười mấy năm xa cách, em chưa được về. Thưa ông, từ đây qua bên ấy, có xa không?

Câu hỏi của người thiếu phụ đã làm tôi quá chừng xúc động. Thì ra, ở cánh hoa lạc loài này có cả một tâm sự u uất. Tình hoài hương của nàng đang trở về mãnh liệt. Người bạn đưa mắt nhìn tôi như cùng trao một ý nghĩ. Rồi anh đáp:

— Quê mình chỉ cách nơi này non 15 cây số, dùng đường bộ mất khoảng nửa giờ là đến.

— Thế sao? Em không hề biết.

— Chứ cô không bao giờ nghe nói đến quê nhà sao?

— Dạ không.

Rồi nàng lại hỏi:

— Không biết giờ này bên ấy nóng hay lạnh, trời có thường mưa không?

– Bên nhà, trời đã bắt đầu có những cơn rét cuối năm. Có nơi mai bắt đầu nở hoa. Người ta đang sửa soạn ăn Tết rồi.

– Thế ư? Gần đến Tết rồi ư?

Đôi mắt người thiếu phụ sậm buồn. Nàng nói như không:

– Không ngờ, em lại làm kẻ mất quê hương. Các ông biết hoàn cảnh của em đau đớn lắm…

Nàng lại tấm tức. Tôi chỉ đợi nàng có bấy nhiêu. Và tôi tìm cách khơi mào câu chuyện:

– Cô có thể kể ra được không?

Nàng gạt nước mắt kể. Giọng nói của người con gái Sơn Tây mang theo những kỷ niệm đau thương. Từ một quê hương xa lắc xa lơ ngoài Bắc, với những cơn gió rét đầu mùa, với những nàng con gái có tiếng là xinh đẹp. Từ những ngày đầu tiên theo cha mẹ di cư vào Nam, quanh quẩn dưới rừng lá cao su, chưa bao giờ nghĩ đến một ngày rời xa cái thế giới bé nhỏ mà những người mộ phu đồn điền hầu như đã gửi trọn đời mình. Ở đâu? Nàng đã quên địa danh. Nhưng nàng kể đến ông chủ đồn điền người phương xa, mỗi ngày lái xe khắp cả đồn điền để trông coi đám phu cạo mủ, khiêng tải những thùng nhựa trắng đến nhà máy. Ở đâu? Nàng chỉ nhớ lại những tiếng chuông buổi sáng chủ nhật, từ gác chuông ngôi nhà thờ bằng ván tạp với ông linh mục già, hàm râu trắng mượt, đội chiếc beret đen, lúc nào cũng

cười, và cho bánh lũ trẻ trong đồn điền. Ở đâu? Nàng lắc đầu. Nhưng nàng kể về những cảnh cơ hàn của những dân phu, gồm đủ hạng người: gồm Thượng, Miên và Việt. Và chúng tôi liền đoán ra đó là Lộc Ninh cũng nên.

Rồi tai họa bỗng nhiên bủa xuống như một trận bão kinh hoàng. Trận chiến từ đâu lại, chọn ngay đồn điền của nàng, ròng rã cả một tuần lễ. Nhắc đến đây, đôi mắt nàng tuồng như đầy ngập cả một bầu trời sầu thảm. Nàng bật run đôi vai, hai dòng lệ tuôn trào rồi lăn trên hai gò má. Tuy buổi trưa nắng lửa, hàng cây bên đường bất động và thinh không chói lọi, đất đai bốc khói, nhưng tôi nghe tuồng như có một cơn gió lạ chợt thổi qua, rồi một đám mây buồn bã như đậu lại trong hồn người, như một phiến băng giá. Buổi trưa hôm nay, trong một quán lá xứ người, vừa xảy ra một câu chuyện u uẩn. Buổi trưa hôm nay, tại một vùng đất xa lạ đang sôi sục vì khói lửa chiến tranh, có một người thiếu phụ trẻ Sơn Tây gặp lại những người lính đồng hương, để cùng nhau kể lại những ngày tháng trong thời kỳ binh lửa. Đầu nhà bên kia đường, có giàn hoa giấy vàng tươi thắm dưới ánh nắng rực rỡ. Nhưng ở bên này có một nụ hoa tội nghiệp đáng thương.

– … Sau đó…

Sau đó… Nàng vừa vuốt tóc thằng con mấy tháng của nàng, vừa kể. Sau đó, cả gia đình nàng thất lạc một người một ngả. Riêng nàng, có một gia đình người Miên cứu thoát và mang về đất Miên. Khi ấy, nàng chừng 12, 13 tuổi là cùng.

– Cho đến lúc này, em cũng chẳng biết số phận của cha mẹ em ra sao nữa…

Nàng mếu máo trong tiếng khóc. Có ai vừa đâm mũi dao vào lồng ngực tôi. Tôi nói cùng nàng:

– Cô có thể cho tôi biết về tên tuổi bố mẹ. Khi trở lại quê nhà, tôi sẽ cố thăm dò giúp giùm cô.

Nàng nghe lời. Tôi lấy sổ ghi tên tuổi. Rồi tôi nói thêm:

– May ra. Khi trở lại nơi này, tôi sẽ mang theo tin mừng.

– Dạ. Em cảm ơn quý ông. Các ông làm em cảm động quá.

Trên trời, bỗng hiện ra những cánh én. Cánh én báo hiệu một mùa xuân sắp sửa về. Tôi thốt lên vu vơ:

– Tết cũng sắp sửa lại về.

– Vâng. Nhưng đời em chẳng có bao giờ biết đến Tết cả. Nhớ đến ngày xưa, đêm giao thừa, cả nhà quây quần bên nồi bánh tét. Bây giờ điều ấy đã không bao giờ có nữa.

Người thiếu phụ chỉ nói bấy nhiêu. Còn hai đứa chúng tôi chỉ biết đốt thuốc thương cảm nỗi niềm tâm sự của một cánh hoa đồng hương. Giữa lúc ấy, lệnh lên đường lại giục giã. Người bạn chỉ tôi và nói cùng nàng:

– Hy vọng anh bạn của tôi sẽ đem lại tin vui cùng chị.

Còn tôi, bấy giờ, một ý nghĩ táo bạo chợt nổi dậy. Tôi nói:

– Hay là chị hãy trốn về quê nhà. Chúng tôi sẽ giúp đỡ chị.

Người thiếu phụ lắc đầu:

– Em cũng mong có ngày về thăm quê hương. Nhưng còn con cái. Bỏ đi tội nghiệp chúng quá. Em không nỡ…

Tiếng còi tập họp lại vang rền ngoài đường. Chúng tôi bịn rịn từ biệt. Đôi mắt người Sơn Tây hoe đỏ nhìn theo chúng tôi. Đôi mắt tội nghiệp làm sao. Hồn bài thơ xưa chợt bay về, và tôi thấy lại những câu thơ não nùng: *Đôi mắt người Sơn Tây. U uẩn chiều lưu lạc. Buồn viễn xứ khôn khuây. Buồn viễn xứ khôn khuây…* Tôi quay lại nhìn nàng như muốn uống trọn cả hình ảnh một loài hoa lưu lạc một lần cuối cùng. Tôi muốn ghi nhớ mãi giọng nói dịu dàng dễ thương của một quê hương xa vời nào đó. Tôi muốn mang theo vĩnh viễn gương mặt hao gầy, những sợi tóc mây, chiếc mũi thanh tú, và nhất là đôi mắt. Và lòng tôi thầm nhủ: Hãy về bên nhà, hãy cố gắng tìm ra tung tích bố mẹ nàng. Để trong ngày trở lại, tôi là kẻ mang theo một tin mừng. Đó là cách duy nhất để giúp đỡ một người đàn bà bất hạnh. Đó cũng là một bổn phận thiêng liêng nữa.

Điều ấy chắc chắn tôi sẽ thực hiện được. Bởi vì tôi là một phóng viên. Chỉ cần nhắn tin trên vài tờ báo, hay đọc trên đài phát thanh. Sau đó, tôi sẽ xin phép đi làm phóng sự ngoại biên và sẽ tìm lại nơi chốn cũ. Tôi cũng tự bảo lòng, là sẽ mang tặng nàng một món quà Tết của quê hương. Chẳng hạn một đòn bánh Tết, bánh chưng, hay một thẩu dưa món, một gói mứt.

Ừ, tại sao tôi lại bận tâm đến nàng nhiều quá. Hay ở nàng tôi đã bắt gặp những niềm rung cảm, những xúc động chân thành như trong bài thơ kia. Tôi chính là người lính chiến lưu lạc và nàng là một người con gái trôi nổi tha phương.

Nhưng tôi sẽ chẳng bao giờ có dịp trở lại chốn cũ ấy nữa. Hiệp định ngưng bắn đã không cho phép tôi vượt qua dòng Vĩnh Tế ấy nữa. Món quà xuân cho người thiếu phụ xa xăm kia đã trở thành một món quà nước mắt. Và tin mừng kia cũng chẳng có bao giờ được bay đến ngôi quán bên đường trong quận lỵ K. nữa. Thỉnh thoảng, tôi lại được về bên này kinh Vĩnh Tế biên giới Miên Việt. Mà mỗi lần về như thế, tôi đều đứng lặng, mắt dõi về bên kia bờ kinh, trên cánh đồng bao la xanh màu mạ, trên những rặng thốt nốt, rặng núi thẩm trong mây, mà vẽ vời nên một hình bóng cũ. Ở đấy, có người thiếu phụ trẻ cùng màu da, cùng tiếng nói của tôi đang trải qua những ngày tháng mỏi mòn bất hạnh. Ở đấy, có một đôi mắt, mà tôi gọi là Đôi mắt người Sơn Tây, như một thiên tình sử não nùng. Tôi tưởng tượng ra, đôi mắt ấy đang đăm đăm nhìn về hướng quê nhà, mà chờ đợi một tin mừng, một món quà của quê hương, để cuối cùng phải hoài công trông đợi.

Còn riêng tôi, đứng trên bờ kinh, tôi cứ ngỡ đứng trên một điểm cuối cùng. Tôi sẽ không bao giờ được nhìn lại cánh hoa tuyệt vời kia nữa.

Trần Hoài Thư

(Trích Truyện Thời Chiến)

CHỜ SÁNG

BUỔI sáng sớm, tiểu đội rút về khi trời vẫn còn tối. Những đốm lửa bắt đầu lóe lên trong không gian lạnh, vội vã, như đầy thèm khát Một vài vì sao vẫn còn hiện lên, như những tinh cầu lẻ loi còn sót lại trong một đêm dài. Định mang giây nịt đạn, đầu óc vẫn còn chĩu nặng. Tấm áo vẫn còn dầm dề nước, Định đứng co ro đợi toán lính vượt qua mặt. Ngôi mộ đã bỏ đằng sau. Định cho toán lính di chuyển theo con đê khác, để tránh mìn bẫy địch có thể đặt gài hồi đêm. Lòng Định bỗng nhiên rộn rã. Lại một đêm bình an vô sự. Đêm qua, chó sủa ít hơn. Trái sáng cũng bắn lên ít hơn mọi bận. Định nhìn về phía xa, ước đoán quãng đường trở về đồn bình.

Quãng đường quen thuộc: đây là cây đa cổ thụ bên ngôi đình đổ nát, kia là ngôi nhà của ông Tây về hưu, Có ba cô gái chưa lấy chồng, và ở phía cuối ấp, ngôi nhà tranh có những hàng dừa cao vời vợi, ngôi nhà của Trinh, người học trò quê thủy mị, nhưng đầy khao khát của tuổi dậy thì. Định bước đi, như để cả khối thân xác của mình lê trên con đường đất, và đầu óc thì đắm chìm trong giấc ngủ dang dở. Trời vẫn còn tối. Đám lính đi như chạy khiến Định phải cuống quít. Định muốn la lên chầm chậm lại chúng mày, nhưng Định không dám thốt lên. Hạ sĩ nhất Cày không nói một lời. Chắc ông ta đã hết say rồi… Định gọi thân mật : này ông Cày… ông còn say hết… Hạ sĩ nhất Cày được dịp phân trần: Nói thực, tui cũng uống chút đỉnh. Nhưng tôi thấy nó hèn nhất quá… Lợi dụng say đề ở nhà… tui tức. Thiếu úy không phạt.

Định la lên: Nó say, mửa, sao bắt nó đi được. Để tôi về rồi sẽ tính.

Rất may là lính của chàng phần lớn là Thượng hay Nùng, rất kỹ luật. Chỉ một ít là Kinh, gốc từ Nhảy Dù, Thủy quân lục chiến, Biệt động quân, đào binh được thuyên chuyển sau khi mãn nạn. Chúng rất ba gai anh chị, nhưng chúng vô cùng gan dạ.

Nghĩ lại hồi đêm, lèo tèo vài người lính, nằm giữa một vùng đầy dẫy du kích, nhảy núi, Định phải rùng mình. Định bước vội vã đuổi kịp tốp lính đi đầu. Những ngọn đèn pha của trại bình Mỹ sáng mờ như mời gọi trong sương. Đến bờ sông, toán linh đã cởi quần, và giày. Mùa nước cạn, sông lộ những bãi cát giữa giòng. Một vùng sương muối đã ngập ở bên tê sông, gió buổi sáng, mang theo nhiều hơi lạnh, Màu mờ nhạt của một ngày lập lửng trong hơi sương trắng mượt. Định vẫn để nguyên giày, quần áo, co ro lội xuống giòng. Nước lạnh lạ lùng. Con sông bị khuấy động những tiếng cười la, Định cứ ngỡ mình là đứa bé, hồn nhiên và trong sáng. NGỌN đời thật cao, đắm chìm trong màn sương trắng toát. Định không dám ngẩng nhìn lên đỉnh. Chàng sợ con đường dốc, qua những hàng rào dây kẽm, những quả Claymore, những hố giao thông hào la liệt. Định sợ những lần leo bộ, chống tay vào đầu gối, vừa trèo vừa thở dốc. Mới chừng nửa đường dốc mà chàng muốn toát mồ hôi, cứ trèo một đổi, lại ngừng lại thở. Hai chân chàng bủn rủn. Đó là vào buổi sớm, không có nắng, trời mát mẻ huống gì là buổi trưa khi mặt trời chói lòa. Chàng liên tưởng đến bài thơ Tây Tiến của Quang Dũng, với nhưng ngọn núi cao 1000 thước, với cảnh một đoàn quân không mọc tóc phải trèo mà nhà thơ đã vẽ trong thơ. Nghĩ đến đấy chàng chửi thề. Sao mà thiên hạ ngây thơ quá, bị lứa phỉnh mà không biết, cứ một hai thi nhau ca ngợi nó như một tuyệt bút trong thi ca hiện đại. Trọc đầu, rụng lông, rụng tóc, nghĩa là ở vào giai đoạn cuối của căn bệnh sốt rét. Đó là thời sốt rét ác tính. Sốt rét giai đoạn đầu, đi còn phải dìu,. nói gì đến trèo, mà trèo cả ngàn thước thì chỉ có Tôn Ngộ Không mới làm nổi, huống hồ sốt rét ác tính, tóc lông rụng.. Nhiều lần, chàng dỗ mình đứng bận tâm đến chuyện "phù đổng mới đẻ ra lại cới ngựa sắt" ấy nữa.

Nghĩ ngợi làm gì. Chuyện đó là chuyện của thiên hạ, hơi đâu mình bận tâm tức giận mệt thân. Nhưng mỗi làn trèo ngọn đồi này, mỗi lần đôi chân muốn quị, thở hào hển không ra hơi, hay mỗi làn nhìn người lính Thương ngừng lại nghỉ, lấy chiếc khăn lau những giọt mồ hôi là mỗi làn chàng phải thêm một lần tức giận rủa thầm:" Ra đây mà trèo với ông, để biết rõ ngàn thước lên cao, ngàn thước xuống là thế nào" :

Dốc lên khúc khuỷu, dốc thăm thẳm
Hen hút cồn mây súng ngửi trời
Ngàn thước lên cao, ngàn thước xuống
Nhà ai Pha Luông mưa xa khơi

Và cũng vì khiếp sợ phải leo bộ ngọn đồi cao 300 thước này nên chàng bảo toán lính trèo lên trước, còn chàng, chàng tìm nền nhà của ngôi chùa dưới chân đồi, để nguyên cả bộ áo quần trận đẫm nước, nằm dài ngủ thêm một giấc nữa.

Trong giấc ngủ, chập chờn tiếng chuông chùa vang vọng, u trầm và tiếng cầu kinh buồn bã… Chàng không hiểu chàng ngủ hay thức. Chàng thấy mình trôi bềnh bồng trong một cõi tịch mạc vô vi. Chàng chẳng khác một thằng bé tội nghiệp, bị cõi đời bỏ rơi. Hai tay chàng cố ấp cho thân khỏi lạnh. Chiếc áo mưa ngắn, vật tặng của Tân, vừa chết chưa đầy một tháng. Rồi sẽ không còn gì nữa hết. Bấy lâu, ta khờ dại theo đuổi cái bóng. Ôi cái bóng khốn nạn của đời ta. Lòng ta tràn ngập giận hờn, mắt ta chan chứa những hình ảnh tàn bạo, chưa một lần trí óc trở thành một giòng nước phẳng lặng.. *Chợt một chiều tóc trắng như vôi, lá úa trên cây rụng nhiều.* Ở nhỉ, bấy lâu, cứ lao đầu phi lý vào cái guồng máy kinh khủng, cứ bắn, cứ giết, cứ chờ đợi. Chàng nhớ đến một đoạn lá thư của giáo sư ở Bruxelles gởi về. Giáo sư bảo chúng ta không những sợ ngoại bang, mà còn sợ ngay những người cũng giống giống. Nước chúng ta từ lâu rơi vào sự giằng xéo khốn nạn như thế… Lòng người Việt Nam đều tràn ngập hận thù. Tiếng chuông vẫn tiếp tục đổ gọi những vị sư, chú tiểu trở dậy. Những tiếng lao xao êm ái, những bước chân khe khẽ, những dáng người áo vàng, ẩn hiện dưới những bờ hoa. Chắc hôm nay là ngày lễ, hay ngày rằm cũng nên. Vì hồi đêm, chàng thấy trăng sáng quá.

CHÀNG đã thiếp đi một lúc lâu trên hành lang của ngôi chùa dưới chân đồi. Gió từ mạn sông thổi về, làm rợp những bờ cỏ lau. Sương mù vẫn chưa tan trên tháp. Có lẽ, khi nắng bắt đầu lên, chàng mới thức tỉnh dậy. Những mảng nắng làm rát mắt. Mắt chàng mở một cách khó chịu. Và khi chàng hoàn toàn tỉnh, chàng đã thấy vị thầy trụ trì đứng khoanh tay nhìn chàng. Gương mặt ông tròn trỉnh và tươi sáng. Nhưng đôi mắt lại quá bé so với gương mặt quá phì của ông. Ông cười:

– Thiếu úy hồi hôm ngủ ở đây ?
– Không, chỉ vào lúc sáng. Tôi ngại leo đồi.
CHàng thú nhận thêm:

– Tiếng chuông, mõ, lời kinh làm dễ ngủ quá chừng, thưa thầy. Ước gì mỗi buổi sớm đều nằm ở hiên chùa mà nghe kinh rồi ngủ một giấc thì quá tuyệt…, thưa thầy.

Vị sư lại cười. Ông cùng lứa tuổi với chàng. Nhưng ông khác với chàng xa. Chàng gầy như que củi, còn ông thì phì mập như thân cây tốt tươi. Chàng bê bết bùn sình còn ông thì áo vàng roi rói…

Khi chàng lên đồi, thì đại đội đã tập họp xong. Các trung đội đã bắt đầu làm tạp dịch quanh doanh trại. Chàng kêu thằng lính uống rượu say chiều qua trình diện chàng. Chàng bắt hắn nằm xuống đất, rồi dùng cây gậy vừa quất vừa   hét:
-Mày muốn ba gai hả. Muốn ba gai, tao cho mày ba gai…

Rồi chàng quất gậy xuống đít hắn. Nhưng chàng biết chàng quất hơi nhẹ. Chàng không quen việc đánh lính. Việc này chỉ giao cho ông thượng sĩ thường vụ. Hay ông đại đội phó. Bằng chứng là các người lính cười khúc khích.
Có tiếng nói: -Thiếu úy phạt mà hắn cười. Mạnh tay một chút thiếu úy. Chàng cũng nín cười. Vâng, chàng biết chàng không thể làm kẻ chỉ huy được. Hai tay chàng trói gà không chặc mà chỉ huy ai.

Đồng bằng ở dưới vẫn chìm trong sương mù. Trời vẫn còn gây lạnh – một hơi lạnh dịu dàng men vào da thịt chàng, hòa lẫn cùng những giọt mồ hôi, khiến chàng cảm thấy hơi khó chịu. Chàng vẫn đứng bất động, Có tiếng xe kéo nước rồ lên, có tiếng gọi lao xao của đám lính. Sân bóng chuyền rộn rã tiếng la hét. Chàng vẫn không buồn để ý. Có người nào biết tâm hồn chàng đang thầm thì một tiếng nói kỳ bí. Đó là nỗi kiêu hãnh của một người đã góp phần tạo nên sự bình yên cho mọi người-cho những lớp doanh trại dưới chân đồi, xôn xao và sinh động. Cho tiếng chào cờ vang vọng tươi vui,cho những chiếc xe xuôi ngược quanh các con đường đất đỏ thơm mùi nhựa mới. Nếu giả thử, đêm qua, có những quả đạn pháo kích , có lẽ quang cảnh kia bây giờ đổi khác…

Chàng trở vào phòng, tháo bỏ dây nịt đạn và nằm duỗi chân trên giường trận.Không ai hiểu mình hết, không ai nghe mình nói hết, không ai thấy rõ cảnh trèo núi cực khổ của một đám lính chắt chiu này sau một đêm thức trắng… Ai ai cũng đọc ngàn thước lên cao ngàn thước xuống mà tấm tức chắc lưỡi khen tuyệt bút. Những người lính qua lại bên cửa sổ, âm thầm kia, tội nghiệp kia. Có ai hiểu chúng ta đâu: ôi những đứa con chiến trường cô độc. Những đôi mắt mở trao tráo trong bóng tối mịt mùng. Những bóng tử thần lởn vởn từng mảng không khí. Những con tim đập lên thình thịch, những đàn muỗi đói vo ve, những phút giây đợi chờ trong một địa ngục tha ma như ngày thế kỷ… Có ai hiểu chúng ta đâu.. ôi những nỗi sợ hãi vô hình vô dạng. Những gò mả còn nghe như một cõi âm hồn. Những cơn mưa xối xả, buốt ngàn xương sống, những con kiến bò lên tới cổ, má chúng ta. Những cánh dơi chập choạng từ các đọt cây, và những con chuột đồng ùa ra đánh hơi trong đêm khuya khoắt… Có ai hiểu cho chúng ta

đâu.. Và mỗi buổi sáng vừa trèo dốc vừa thở hổn hển. Có ai hiểu cho chúng ta đâu..

oOo

NGÀY Hôm đó, ông thiếu tá mời Định xuống văn phòng của ông. Ông chỉ tay vào bản đồ.

– Này thiếu úy. Có tin bọn nó về một trung đội, ở tọa độ này. Anh rán làm ăn. Rồi tôi đề nghị cấp trên cho anh đi phép. Ông cố vấn cũng hứa thưởng chai rượu ăn mừng.

– Thiếu tá có lòng tốt, cám ơn thiếu tá. Nhưng tôi không biết uống rượu Mỹ, thiếu tá…

Và chàng ra ngồi trên thềm xi măng. Đoàn xe chở quân bắt đầu lên đường. Chiến tranh vẫn mỏi mòn như những bánh xe lăn trên con đường lầy lội đất đỏ kia.. Rồi những đêm ngày sẽ kéo dài thêm ra, đầy gian khổ nữa. Chàng ngồi lim dim mắt, ngỡ mình đang ngủ trên hành lang ngôi chùa đầy tịch mạc.. đến bao giờ, phải đến bao giờ nhỉ..

Kính tiễn anh Nhà Văn Trần Hoài Thư

May 28, 2024

Nguyễn Tấn Cứ/SGN

Nhà văn Trần Hoài Thu.
Tranh: Đinh Cường

Nhà văn Trần Hoài Thư, tên thật Trần Quí Sách, chủ trương nhà xuất bản Thư Ấn Quán và Tạp chí Thư Quán Bản Thảo đã qua đời lúc 6 giờ 35 phút, sáng ngày 27 Tháng Năm 2024 **tại New Jersey, Hoa Kỳ, hưởng thọ 82 tuổi.**

Năm 1972 tôi có đọc đâu đó một truyện ngắn của Trần Hoài Thư với một cái tựa cực kỳ mơ mộng "Bay theo mùa chim đổi xứ" viết về một người lính đang trên đường về thăm người yêu, trên một đoạn đèo hoàng hôn hoang vắng bỗng nhiên anh cảm thấy dưới kia là vực sâu sương mù nắng vàng quá đẹp, đẹp đến nỗi anh nhấn ga và chiếc jeef lao đi mất hút.

Chắc là anh đã tới thiên đường để quên đi cuộc chiến tranh điên loạn, một cuộc chiến mà chỉ với một tay "thám kích" như anh mới cảm nhận được, một cuộc chiến nồi da xáo thịt chỉ có người trong cuộc mới cảm thấy đau thương, muốn chạy trốn, muốn rời đi để đến một nơi nào đó hoang vu không có dấu chân người, không còn đạn bom vung vãi thịt da buồn.

Tôi mê văn anh từ đó và bất cứ truyện ngắn nào có tên Trần Hoài Thư tôi đều đọc một cách chân thành.

Cách đây vài năm, các bạn ở bên Mỹ quốc có gởi cho tôi một vài tập "Thư Quán Bản Thảo" được đóng gáy một cách công phu, do anh thực hiện, được chính anh làm thủ công làm bằng tay, tôi càng kính trọng anh hơn.

Kính trọng một văn tài của nền văn học VNCH, và anh đã không làm cho nền văn học VNCH không bị mai một, càng làm cho tôi kính trọng hơn khi anh đã một mình cô đơn dưới "căn hầm thời đại" mày mò từng trang một để lưu lại cho sau này.

Việc anh làm thế giới sẽ không bao giờ quên, và sự ra đi cũng là niềm tiếc thương không bao giờ phai nhạt, vì "Thư Quán Bản Thảo" vẫn lưu truyền.

Anh ra đi an bình, Trần Hoài Thư.

Thế hệ chiến tranh

Thế hệ chúng tôi mang đầy vết sẹo
Vết sẹo ngoài thân và vết sẹo trong hồn
Không phạm tội mà ra toà chung thẩm
Treo án tử hình ở tuổi thanh xuân

Thế hệ chúng tôi loài ngựa thồ bị xích
Hai mắt buồn che bởi tấm da trâu
Quá khứ tương lai, tháng ngày mất tích
Đàn ngựa rũ bờm, không biết về đâu

Thế hệ chúng tôi chỉ thấy toàn lệ máu
Chưa bao giờ thấy được một ngày vui
Thời chiến giày saut, lao vào cõi chết
Hoà bình phận tù, trâu ngựa khổ sai

Thế hệ chúng tôi già như quả đất
Râu tóc mỗi ngày mọc những hoang mang
Ngoài phẫn nộ, trong chán chường ẩn khuất
Đếm những nỗi buồn bằng lời nhạc
Trịnh Công Sơn...

Quán sớm

Quán sớm cô hàng nhăn nếp lụa
Tóc còn vương vít lòng chiếu chăn

Nước sôi reo ấm gian nhà chật
Bếp lửa hồng. Gió tạt. Mùa đông

Gọi cốc cà phê un khói gió
Mấy thằng râu tóc chụm thanh xuân
Vách trống, sát vào nhau đỡ lạnh
Trời ngoài kia sương phủ mênh mông

Năm giờ. Thành phố còn im lặng
Những chuyến xe đầu run rẩy qua
Con đường sương khói hai hàng nến
Những nhánh cây đen đụng mái nhà

Năm giờ. Hết phép chờ xe hốt
Từ biệt cô từ biệt bạn bè
Từ biệt một ngày trai phóng đãng
Mai về trên ấy thiếu cà phê

THÀNH KÍNH PHÂN ƯU

Đau đớn khi nghe tin :

Bà Tôn Nữ Diệu Hồng

Pháp Danh Nguyên Xích

Mẫu thân anh Bùi Hữu Liêm
Cộng tác viên báo Chính Văn

Sinh ngày 06 tháng 06 năm 1936

Đã từ trần ngày 04 tháng 9 năm 2024.
Tại Hoa Kỳ.

Hưởng thọ 88 tuổi

GIAI PHẨM CHÍNH VĂN - TÔ NGỌC & LỆ HỒNG
LÊ VINH / KIM THANH

Chân thành cầu nguyện cho cụ bà Diệu Hồng
được an lành về miền cực lạc

Slimpatch

sản phẩm mới nổi bật
100% chiết xuất từ thảo dược tự nhiên.

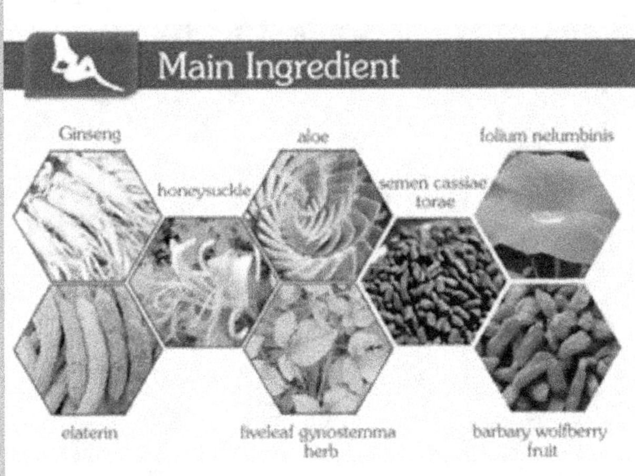

Miếng dán mỏng giúp ngăn chặn hiệu quả sự hấp thụ dầu mỡ, đường và tinh bột và giúp cân bằng cảm giác thèm ăn dư thừa của cơ thể. Nó cũng giúp đào thải chất béo và chất độc trong cơ thể đồng thời làm săn chắc da. Với tác dụng của chất cấp tốc thẩm thấu qua da tự nhiên, thảo dược thiên nhiên có thể nhanh chóng đi qua da vào hệ thống tuần hoàn của con người thông **qua vùng rốn**. Vì miếng dán được chiết xuất từ các loại *thảo mộc tự nhiên nên không gây tiêu chảy, hơn nữa, tỷ lệ hiệu quả thon gọn khi sử dụng miếng dán cao hơn so với dùng viên uống vì nó bỏ qua hệ tiêu hóa, gan và thận*. Các thành phần hiệu quả của nó cũng được bảo quản tương tự như vậy. Chỉ cần dán miếng dán mỏng lên vùng rốn và hoàn thành một đợt điều trị, bạn sẽ thấy hiệu quả của nó.

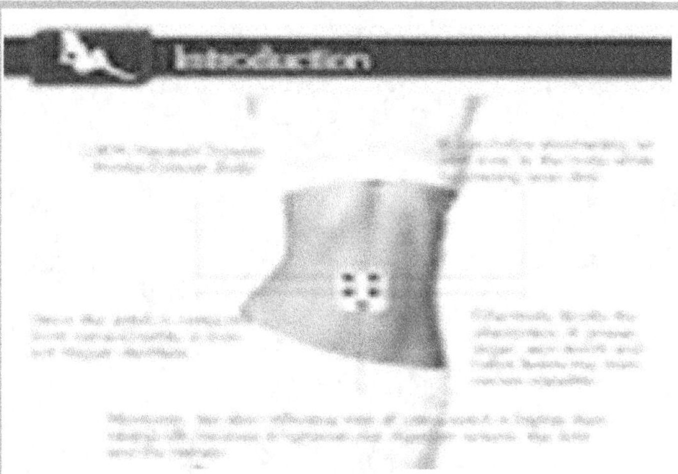

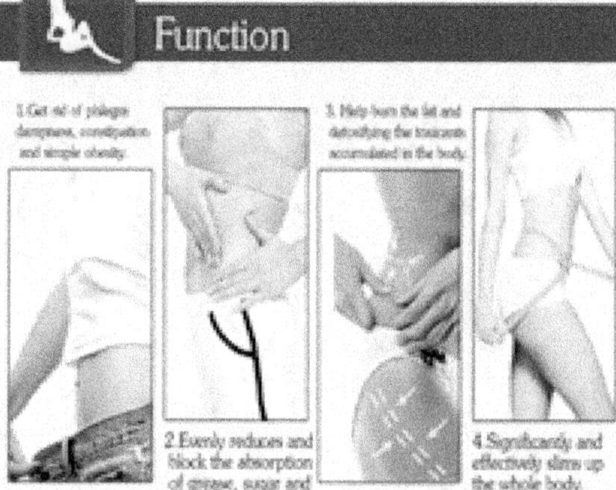

Notice:

1. For external use only.
2. The lean and those with skin allergies should consult a physicianexpert before use.
3. Individuals with eating disorders should consult a doctor before use
4. Pregnant women, breast-feeding women and Children under 12years old are prohibited to use.
5. Women who is in menstrual period can not use.
6. Sensitive skin people are prohibited to use.
7. Do not stick the patch onto the broken or ulceration skin.
8. This product can only be a one-time use.

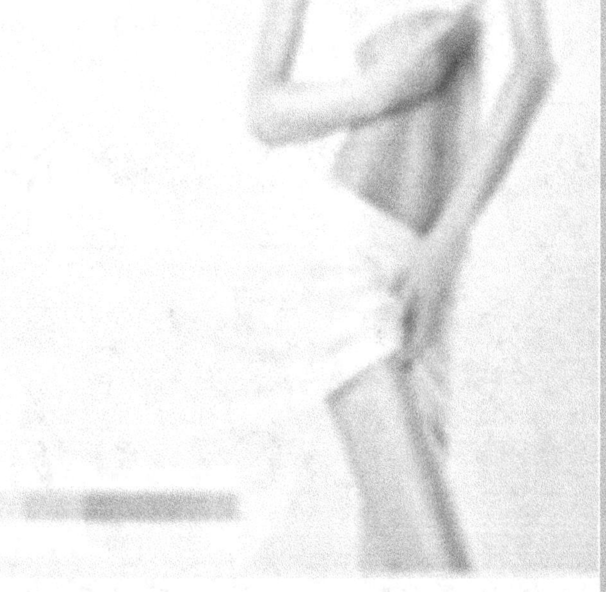

TRẦN HOÀI THƯ, TRÊN NHỮNG GIAN NAN

SONG THAO

Trần Quí Sách hay Trần Hoài Thư, tên nào cũng đổ nợ. Tên cúng cơm hay bút hiệu đều truân chuyên như nhau. Trần Hoài Thư cùng chị Ngọc Yến qua Montreal này ba lần. Lần nào cũng như cóc bỏ dĩa nhưng lần nào anh cũng gặp anh em cầm bút bên này. Anh quý bạn văn, đường từ New Jersey tới Montreal kể cũng xa, 9 giờ lái xe. Vậy mà khi chúng tôi động thớt động đĩa văn chương bằng những cuộc ra mắt sách anh chị cố gắng có mặt. Lần anh Luân Hoán tổ chức cưới cho con gái anh chị cũng qua chung vui. Chẳng gì Trần Hoài Thư và Luân Hoán cũng là bạn đồng ngũ tại trường Sĩ Quan Thủ Đức. Tình anh với bạn văn đầy đặn nhưng vất vả như vậy. Huống chi tình anh với thứ anh mang nợ là sách.

Khi anh qua Montreal với chúng tôi, sách vở chưa vướng chân anh nhiều. Kể từ khi anh lập nhà in và xuất bản Thư Ấn Quán cùng tạp chí bất định kỳ Thư Quán Bản Thảo anh mới hùng hục trả nợ sách. Bên cạnh Thư Quán Bản Thảo là những trang sách của miền Nam xưa bị anh lục tung, vực chúng sống dậy bằng những tuyển tập in lại những sáng tác của nhiều tác giả miền Nam Việt Nam trước 1975. Đình đám nhất là tủ sách "Di Sản văn Chương Miền Nam" với hai tuyển tập "Thơ Miền Nam" gồm 5 tập dày 3500 trang và "Văn Miền Nam" gồm 4 tập dày khoảng 2400 trang là những công trình khó ai có đủ sự trì chí và tài năng để làm nổi., Trần Hoài thư bộc bạch với đài VOA: "Tôi đăng truyện ngắn rất là nhiều trước năm 1975, hàng trăm truyện ngắn như vậy, nếu không tìm ra lại được thì uổng đi. Mình cũng biết rằng Cornell có nhiều sách vở báo chí. Từ đó mình nảy ra ý niệm rằng nếu như mình không làm cái này đưa ra cho anh em bạn bè cũng như mình thì uổng đi. Lúc đó thì cực lắm vì từ nhà đi Cornell năm tiếng đồng hồ một lần đi và thêm năm tiếng lần về. Mình khởi hành 4 giờ sáng, trời tuyết giá, đường đèo đường núi, có khi tai nạn. Cám ơn bà xã, khuyến khích mình, ngồi bên cạnh và lái giúp mình."

Đường trường xa là nhờ tay lái của chị Ngọc Yến. Không biết bao nhiêu quãng đường anh chị đã khổ cực vượt qua. Cho tới khi bệnh tật ụp tới chụp xuống cả hai anh chị. Không biết có phải vì làm việc quá độ đã ảnh hưởng tới sức khỏe của anh chị không. Nếu đúng thì anh thần bệnh quá vô tâm. Thư viện Cornell không vô tâm như vậy. Biết sức khỏe của anh không được tốt sau cơn đột

quị, thư viện Cornell đã gửi các tài liệu anh cần tới tận nhà. Anh khỏi phải tới thư viện như trước.

Đó là Trần Hoài Thư về sau. Khi anh chị qua Canada, không biết các anh Luân Hoán, Hoàng Xuân Sơn hay Trang Châu có biết quãng đời luôn chống đỡ với nghịch cảnh của anh trước đó không. Tôi hoàn toàn không biết cuộc sống ngoan cường của anh. Trông anh không có vẻ chì. Trái lại, còn có vẻ liễu yếu đào tơ! Sanh năm 1942 tại Đà Lạt, thất lạc cha, cùng mẹ sống khổ cực tại Nha Trang. Trần Hoài Thư đã phải vất vả bán hàng rong ở bến xe và đi bộ mỗi ngày khoảng 20 cây số tới trường . Có một thời gian anh đã phải vào ở trong cô nhi viện Bethlehem. Khi đoàn tụ với cha di cư từ bắc vào, anh mới được đi học đều tại trường Quốc Học Huế và Đại học Khoa Học Sài Gòn. Ra trường anh dạy học tại trung học Trần Cao Vân, Quảng Nam. Nhập quân trường Thủ Đức năm 1967, khóa 24 SQTB. Tốt nghiệp anh phục vụ tại Đại Đội Thám Kích 405 thuộc Sư đoàn 22 bộ binh, bị thương ba lần. Sau 1975, anh đi "cải tạo" hơn 4 năm. Trở về, anh làm đủ nghề trong đó có thời bán cà rem dạo. Không biết ông giáo Thư có lắc chuông trước cửa trường cũ không.

Năm 1980 anh vượt biển, cắp sách tới trường lại, tốt nghiệp Cử Nhân Điện Toán và Cao Học Toán Ứng Dụng. Anh làm việc cho AT&T rồi IBM. Cứ suy ra đám bạn chúng tôi, trừ một số bạn theo ngành Y khoa, chuyện cắp sách tới trường lại khi tuổi đã cứng, trí óc đã mòn sau bao biến thiên của cuộc đời, thêm cơm áo cho gia đình thúc phục sau lưng, là chuyện thiên nan vạn nan.

Trường cách xa nhà hơn mười dặm

Đường đi Nữu Ước xe như rừng
Chàng đến trường sau giờ tan việc
Học trò già đến trường nàng ơi
Có khi lòng nặng như đá tảng
Ham làm gì cái bằng master

Con người của toán học và kỹ thuật nhưng tâm hồn lại dành cho văn chương. Chính văn chương đã nâng anh dậy thành một nhà văn xứng với cái tên Trần Quí Sách tiền định. Từ năm 1964, anh đã có truyện và thơ trên Bách Khoa, Văn, Văn Học, Đời, Thời Tập, Vấn Đề, Khởi Hành và Ý Thức. Năm 2004, anh về hưu và dành tất cả thời gian cho văn học Việt Nam với Thư Ấn Quán và Thư Quán Bản Thảo. Anh đã biến căn nhà ở Plainfield, New Jersey, thành nhà in gồm toàn máy móc cũ mua rẻ trên e-Bay để "chế tạo" những cuốn sách từ A đến Z. Như một sắp đặt tình cờ, nghề kỹ thuật đã giúp cho đam mê văn chương của anh. Sách in ra để tặng. Mỗi lần có người xin sách là hai vợ chồng hí ha hí hửng như gặp quới nhân. Số máy cũ anh bỏ tiền ra mua về cải sửa, có cái dùng được, có cái không. Máy thì kềnh càng, người thì liêu xiêu, hai bên đánh vật với nhau, phần thua về ai chắc mọi người đều đoán được.

Ham chi cái máy dán keo
Ham chi làm đẹp hardcover bìa ngoài
Lên Ebay, 500 đồng
Order từ tận bên Tầu xa xăm
Ba năm rồi, máy nằm im
Keo thì phết, nhưng bìa thì thảm thê
Thôi đành ta phải return
Nhưng ai cũng hoảng khi đóng thùng gởi đi
Nặng hơn một cái đầu xe
Còn ta thì một lão già liêu xiêu
Thôi thì bỏ đó ba năm

Để rút kinh nghiệm mà
chừa lần sau

Không ngờ ta có cái đầu

Chỉ 15 phút là khỏi cần
máy glue

Thấy mình vui quá là vui

Hỏi ông Steinbeck "Của
chuột và người " ai hơ

Cái máy dán keo anh mua
444 đô nhưng không xài được vì
đây là máy chỉ dùng trong kỹ
nghệ. Máy phải dùng nhiều keo,
khi dán keo tràn ra hai bên, rớt
xuống dưới. Đành bỏ xó. Có thể
trả lại được nhưng máy rất
nặng, cần hai người khiêng và
đóng thùng ván. Khi đó thân
xác anh đau nhức nhưng đầu óc
anh vẫn quay quắt với cái máy.
Cuối cùng anh nghĩ ra được
cách trị: lấy hai miếng tôn mỏng
làm hai vách hai bên. Keo hết
tràn lan ra hai bên! Cái đầu kỹ
thuật đã giúp ông già thắng 1-0.

Cô đơn trong căn nhà thiếu
bàn tay của chị Yến nằm tại
nursing home, anh chỉ lo cho cái
basement nhà in. Còn bỏ phứa
hết. Ung thư, đột quị đánh
những đòn chí tử vào thân xác
nhưng không đánh gục được ý
chí sắt thép của ông. Ông coi
mỗi lần hóa trị như một cuộc
hành quân năm xưa.

Một chiếc võng, một chỗ
nằm

Tôi ru tôi qua những đầm
lẫn truông

Bốn mùa hoan lạc tai ương

Ung thư đột quị tạp pì lù
mỏi mê

Chừ tôi chuẩn bị đi về

Không có võng lấy gì à ơi.

Chị Ngọc Yến ra đi ngày
27/4/2024 sau nhiều tháng nằm

không còn quá khứ, đơn sơ như con trẻ. Nhà chính luận Trần Trung Đạo đã tới với anh tại căn nhà vắng chị này. "Căn nhà vẫn còn đó nhưng không có bàn tay chị Yến chăm sóc nữa. Chị bệnh nặng. Chậu hoa sứ nằm nghiêng bên bậc tam cấp vào nhà, anh cũng không buồn dựng lên. Chất sống duy nhất còn chảy trong anh là tình yêu không màu dành cho chị. Mọi hình thức khác đều vô nghĩa. Tôi linh tính mùa mưa bão sắp thổi qua đây nên đề nghị anh ra vườn để bốn anh em chụp vài tấm hình kỷ niệm. Anh vui vẻ gật đầu. Khu vườn cỏ mọc đầy. Anh làm dáng, miệng cười hồn nhiên như trẻ thơ. Sinh hoạt văn nghệ Boston có một thời hưng thịnh và sầm uất. Chúng tôi có quá nhiều kỷ niệm, có thể viết thành một cuốn sách khá dày. Hôm qua anh em còn lại ở Boston ngồi ôn chuyện cũ. Nhớ và nhắc nhiều nhất vẫn là anh chị Trần Hoài Thư. Không chỉ vì anh chị vừa ra đi nhưng anh chị là biểu tượng sống động của tình yêu vợ chồng, tình yêu quê hương đất nước và lý tưởng của một

đời người. Mỗi người chúng ta đến đây để làm một số việc và đến một thời điểm nào đó sẽ ra đi. Công việc có thể làm chưa xong nhưng không sao các thế hệ Việt Nam khác sẽ lớn lên và làm tiếp".

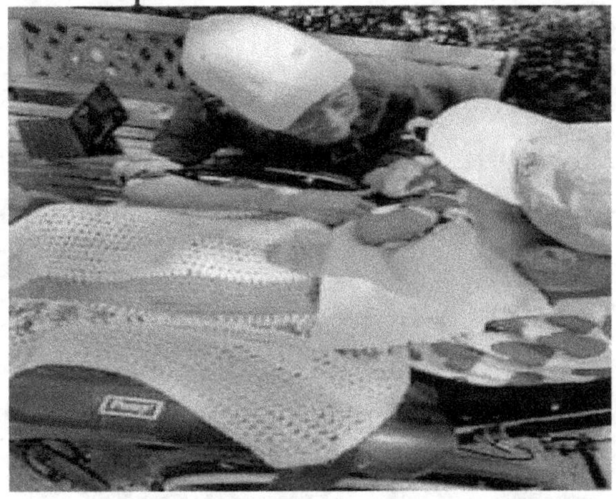

Đúng một tháng sau khi chị Yến mất, Trần Hoài Thư cũng đi theo chị vào ngày 27/5/2024. Hai vợ chồng đã cùng nhau sống một cuộc sống với sách vở chữ nghĩa. Vắng chị, anh vẫn cặm cụi với sách vở. Nhưng thân xác còn đây, hồn anh đã vọng về chốn xa xăm, nơi có chị. Cho tới khi anh cất bước đi tìm chị.

Không đi mà bảo rằng đi
    không về cứ bảo rằng về cõi tiên
    xe tình chừ đã ngủ yên

còn chăng mùi tóc đen tuyền

tỏa hương

Tôi chưa từng đặt chân tới căn nhà đong đầy tình anh nghĩa chị, đậm đặc hơi hướm sách vở của một thời xa xưa mà anh và chị đã vá víu giữ lại trong nhiều năm qua. Đây là một nhà in độc đáo nhất trên đất nước tạm dung của chúng ta. Không có cái thứ hai. Anh chị đã để lại một thánh địa của chữ nghĩa miền Nam Việt Nam trong dáng hình tuệch toạc vá víu. Nó xứng đáng được giữ lại nguyên trạng như một bảo tàng cho mọi con dân nước Việt tới chiêm ngưỡng. Mong thay!

06/2024

TRẦN HOÀI THƯ (1942 - 2024)

MỘT CHIẾN SĨ CẦM BÚT VÀ CẦM SÚNG - NHÀ NGHIÊN CỨU, SƯU TẦM VĂN HỌC LỚN CỦA MIỀN VIỆT NAM

ANH PHƯƠNG Trần Văn Ngà

Tôi và Trần Hoài Thư "văn kỳ thinh, bất kiến kỳ hình", chỉ nghe tiếng mà chưa gặp nhau ở ngoài đời trước 30.4.1975. Ra hải ngoại chúng tôi chỉ gặp nhau một lần duy nhứt tại Houston- Texas, cách nay cũng trên dưới 15 năm khi tôi đang "tạm trú" tại nhà vợ chồng cô em gái hậu phương của Vùng IV Chiến Thuật năm xưa. Nay, cô là nhà văn khá nổi tiếng trên văn đàn hải ngoại - Nguyên Nhung. Cô cũng là em ruột của phóng viên chiến trường số 1 của Vùng IV Chiến Thuật Mai Hoà, là thành viên trong Ban Thông Tín Báo Chí do tôi làm Trưởng Ban.

Tôi đến Houston cũng có một chút việc và mục đích chính thăm vợ chồng Nguyên Nhung.

Nhân có tôi đến Houston cũng là lúc có vợ chồng Trần Hoài Thư cũng có mặt ở đây. Thế là nhà văn Nguyên Nhung tổ chức một buổi họp mặt bỏ túi giới cầm bút lồng trong một bữa ăn rất thịnh soạn nhằm giới thiệu tôi với vợ chồng Trần Hoài Thư và một số các bạn văn thơ ở Houston.

(H: Trần Qúi Sách bút danh Trần Hoài Thư)

Bạn ta có nói với tôi, ở Khối CTCT hay là Bộ Tư Lệnh Quân Đoàn IV hầu như những người làm việc lâu năm đều biết tôi và Trần Hoài Thư có nghe danh tôi mà chưa gặp mặt. Và tôi cũng biết tin Trần Hoài Thư về phục vụ trong Ban Thông Tin Báo Chí, tôi rất vui vì có nhà văn, nhà thơ "thứ thiệt" như Nguyên Vũ và nhà thơ Tô Thuỳ Yên trước đây, từng gây chú ý cho nhiều người. Sau này, bạn ta Trần Hoài Thư lên giữ chức Trưởng Ban Thông Tin Báo Chí Quân Đoàn IV chỉ một thời gian ngắn trước ngày đau buồn nghiệt ngã 30.4.1975.

Dù tôi xa Cần Thơ, đang phục vụ ở Tổng Cục Chiến Tranh Chánh Trị hay Biệt Khu Thủ Đô từ năm 1970 đến 1975, tôi vẫn biết nhiều tin tức sinh hoạt của Ban Thông Tin Báo Chí Quân Đoàn IV nói riêng và của cả Quân Khu IV qua các bạn cũ cho biết hoặc trong các cuộc họp báo tại Trung tâm quốc gia báo chí mà tôi cũng là người phụ tá cho vị Trung Tá phát ngôn viên Quân Đội.

Trần Hoài Thư và tôi có cái duyên phục vụ cùng Ban Thông Tin Báo Chí Quân Đoàn IV, cùng nghề nghiệp chuyên môn trong QLVNCH - Sĩ quan Thông Tin Báo Chí với ám số chuyên nghiệp quân sự 470.0. Tôi là Trưởng Ban Thông Tin Báo Chí Quân Đoàn IV & Vùng IV Chiến Thuật đầu tiên mới thành lập có trong bảng cấp số của Khối CTCT Quân Đoàn, từ năm 1964, tiên phong đi trước và bạn ta, Trần Quí Sách với bút danh Trần Hoài Thư là Trưởng Ban TTBC Quân Đoàn IV cuối cùng.

Chúng ta đã biết, Trần Hoài Thư vô cùng gian nan với ba lần bị thương tại chiến trường mới được chuyển qua phục vụ trong ngành chuyên môn cầm bút thay cầm súng rất muộn màng khi được Tổng Cục Chính Trị bổ nhiệm về Khối Chiến Tranh Chính Trị Quân Đoàn IV theo đơn xin và khiếu nại của bà mẹ Trần Quí Sách (nghe tin đồn như thế không biết đúng hay sai?). Anh Trần Quí Sách là một giáo sư trung học, cận thị nặng còn là nhà thơ, nhà văn có tiếng ở ngoài đời từ năm 1964 trước khi có lệnh động viên vào Quân Đội khoá 24 sĩ quan trừ bị Thủ Đức.

Thông thường những nhà văn, nhà thơ, nhà báo, nhạc sĩ... nói chung giới văn nghệ sĩ có tiếng, sau khi tốt nghiệp sĩ quan trừ bị Thủ Đức, Bộ Tổng Tham Mưu/Phòng Tổng Trị căn cứ vào bảng tự khai lý lịch của mỗi người, chỉ định đơn vị phục vụ, có danh sách trước về phục vụ trong ngành Chiến Tranh Chánh Trị đúng với nghề nghiệp ở ngoài đời trước khi vào Quân Đội. Hơn thế nữa, bạn ta bị cận thị nặng, hình như đến 7 độ mà lại về phục đơn vị tác chiến - đơn vị xung kích thứ dữ, đại đội thám kích 405, Sư Đoàn 22 BB. Không hiểu tại sao bạn ta, Chuẩn Uý Trần Qúi Sách lại lọt sổ vào ngành Chiến Tranh Chánh Trị từ lúc mới tốt nghiệp Thủ Đức mà lại về Sư Đoàn 22 BB gần suốt cuộc đời binh nghiệp. Đó có phải số phận của bạn ta đã được an bài?

Dù ba lần, Trần Qúi Sách bị thương, may không chết, không bị thương tật nặng thành phế binh, được giải ngũ. Nhưng, bạn ta không thoát ra khỏi đơn vị tác chiến như là cái nghiệp, định mệnh với nghề cầm súng bóp cò ở các trận đánh khốc liệt với quân thù. Mãi cho đến cuộc chiến sắp tàn và đơn thỉnh nguyện và khiếu nại của bà mẹ Trần Quý Sách hay Sách Qúy mới được "đèn trời" soi xét. Bạn ta được cấp Sư Vụ Lệnh về phục vụ Khối Chiến Tranh Chánh Trị Quân Đoàn IV.

Trong lúc Ban Thông Tín báo Chí Quân Đoàn IV cần có thêm phóng viên chiến trường đáp ứng nhu cầu viết phóng sự chiến trường gởi về trung ương và các phương tiện truyền thông của Tây đô Cần Thơ - Quân Khu IV, phổ biến... Trước ngày 30.4.1975 không lâu, bạn ta Trần Quý Sách được bổ nhiệm Trưởng Ban Thông Tin Báo Chí Quân Đoàn IV & Quân Khu IV ở vào thời điểm "cuối mùa lá rụng"- Quân Lực và lãnh thổ Việt Nam Cộng Hoà bị xoá sổ trên bản đồ thế giới.

Nhà văn Trần Hoài Thư từ đơn vị tác chiến ở Miền Trung sau bao thăng trầm gian khổ của một đơn vị xung kích - đại đội thám kích 405 của Sư Đoàn 22 BB. Với vóc dáng của một nhà giáo, nhà văn nhà thơ mang kiếng cận nặng mà Trần Hoài Thư lại là một chiến sĩ can trường luôn ở tuyến đầu chống giặc cộng sản, ba lần bị thương mà anh lại không được thuyên chuyển về các đơn vị hậu tuyến đúng với nghề nghiệp của anh là viết văn làm thơ và dạy học.

Sau khi ra tù cải tạo của kẻ thắng cuộc, anh cũng tìm cũng sinh lộ cho tương lai. Anh chị vượt biển năm 1982 và định cư tại Hoa Kỳ. Dù đang vào tuổi "ngũ thập tri thiên mạng", U 50, anh Trần Hoài Thư vẫn quyết chí học lấy được bằng cử nhân và cao học về toán và điện toán từng làm việc trong đại công ty AT&T và IBM. Khi có cuộc sống ổn định, anh không quên mình là một nhà văn nhà thơ lỡ vận phải gác bút nhiều năm. Nay cơ hội tốt, anh có dịp sáng tác nhiều truyện ngắn và thơ đóng góp cho nhiều tạp chí thân hữu ở hải ngoại.

Anh lại có quyết tâm tạo dựng nhà in tự in các tác phẩm của anh hay in lại nhiều tác phẩm văn học nổi tiếng năm xưa ở Miền Nam tự do. Anh còn giúp in các tác phẩm của các văn thi hữu với giá hữu nghị với số lượng khiêm nhường mà các nhà in lớn chuyên nghiệp thường từ chối hay với giá tiền in quá cao...

Nhà văn Trần Hoài Thư sử dụng tầng hầm làm nơi in ấn, gọi là nhà in cho oai Thư Ấn Quán và còn là nhà xuất bản báo, tạp chí không định kỳ Thư Quán Bản Thảo.

Khi nói là nhà in dù nhỏ cũng phải có đủ dụng cụ cắt xén, dán, đóng thành sách dù anh mua toàn loại máy móc cũ cho bớt chi phí vì anh in sách thường biếu cho các thân hữu hay in giúp các bạn với một giá thấp hữu nghị. Công việc in và xuất bản chỉ là mặt nổi mà chúng ta thấy rõ. Còn cái mặt chìm chiều sâu là công khó to lớn vĩ đại mà nhà văn Trần Hoài Thư có sự đồng hành của bà xã, chị Ngọc Yến cùng dấn thân theo chồng quyết chí phục hồi các tác phẩm văn học quý hiếm của miền Nam Việt Nam đã bị kẻ thắng cuộc cuồng tín, ngu dốt, vô cảm gom thu đốt hết sách báo, tài liệu văn học, y học... khi bọn chúng cưỡng chiếm được đất nước Việt Nam Cộng Hoà có chủ quyền và quốc tế công nhận, có tên trên bản đồ thế giới...

Chúng ta may mắn không sống lâu dài dưới chế độ tài đảng trị, cực kỳ kỳ thị chế độ cũ mới "hồng hơn chuyên" và sống trên một đất nước tự do dân chủ, nhân phẩm con người được tôn trọng và luôn tạo điều kiện cho giới nhà nghèo tiến thân bằng con đường học vấn. Di dân có trợ cấp cơm áo gạo tiền lúc ban đầu khi mới nhập cư và chẳng may bị bịnh hay đến tuổi già có trợ cấp xã hội cho đến ngày ra đi về thế giới khác.

Nhà văn Trần Hoài Thư có đủ điều kiện hưởng phúc lợi trợ cấp xã hội ở Mỹ dành cho người lớn tuổi. Nhưng, anh sang Mỹ chịu khó đi học lại đến nơi đến chốn và đi làm việc cho đại công ty AT&T và IBM, nay nghỉ hưu có tiền hưu trí cao không cần hưởng trợ cấp xã hội cũng dư thừa lo cho vấn đề cơm áo gạo tiền và bảo hiểm sức khoẻ khi về già. Theo như người bình thường, anh đã có thừa tiền an hưởng tuổi già sau ba chìm bảy nổi, lao lý, thân tàn sức kiệt.

Viết đến đây, tôi vô cùng cảm kích ngưỡng mộ nhà văn Trần Hoài Thư có nghị lực phi thường, không quên mình ngoài một chiến sĩ cầm súng ở tuyến đầu chiến trường, anh còn là một chiến sĩ cầm bút chiến đấu với quân thù trên mặt trận văn hoá, văn học nghệ thuật. Anh không nghỉ, ở yên với tuổi lớn thất thập cổ lai hi mà anh Trần Hoài Thư lại cùng vợ là chị Ngọc Yến quyết tâm thực hiện hoài bảo phục hồi lại những tác phẩm văn học một thời vang bóng trên văn đàn nhân bản, dân tộc và khai phóng đúng cương lĩnh, nguyên tắc giáo dục phục vụ nhân sinh của chế độ Việt Nam Cộng Hoà. Cộng sản vô tâm, ngu dốt, đốt sách huỷ diệt các tinh hoa văn học của miền Nam và miền Bắc xã hội chủ nghĩa chẳng có gì để bảo tồn di sản văn hoá dân tộc chỉ độc nhứt có một thứ văn hoá độc hại xã hội chủ nghĩa mị dân, không tưởng, nhồi nhét vào đầu các mầm non của đất nước.

Nhà văn Trần Hoài Thư thường tâm sự với bạn bè, anh xung phong đi tuyến đầu nêu gương vực dậy tìm tòi những tác phẩm để đời còn trong các thư viện lớn của Mỹ, anh quyết tâm làm sống lại nền văn học nhân bản, dân tộc và khai phóng rất đáng trân trọng của chế độ dân chủ tự do Việt Nam Cộng Hoà.

Thật vô cùng may mắn, nhà văn Trần Hoài thư đã tập hợp lại được một số tác phẩm văn học về văn và thơ mà anh đã lưu vào hồ sơ và in phổ biến:

- Về thơ, nhà văn Trần Hoài Thư đã tập trung lại thành hai tuyển tập với năm tập thơ, cộng chung 3 ngàn 500 trang.

- Về văn, đã có bốn tập dày 2 ngàn 400 trang.

Tất cả công trình sưu khảo tìm tòi các tác phẩm nổi tiếng chỉ mới có mấy năm, mà có ngần ấy, gần 6 ngàn trang in văn và thơ. Nếu nhà văn Trần Hoài Thư còn sức, khoẻ mạnh sống thêm 8 tám năm tới 90 tuổi mà tâm trí còn minh mẫn chắc chắn thế hệ kế thừa sẽ còn tiếp nhận thêm biết bao trang văn thơ tinh hoa của miền Nam Việt Nam còn mai một chưa khai phá.

Người viết tin rằng, thế hệ kế thừa sẽ còn tiếp nối công trình phục hồi di sản văn hoá, văn học của Miền Nam Việt Nam tự do.

Chúng ta với công tâm đưa lên cân giá trị đích thực của nền văn chương nhân bản, dân tộc và khai phóng của miền Nam tự do và nền văn chương sặc mùi máu mác xít lêninit của chế độ toàn trị cộng sản miền Bắc xã hội chủ nghĩa, ai thắng ai?...nền văn học, văn hoá nào xứng đáng tồn tại và nền văn hoá văn học nào cần phải ném vào sọt rác.

Anh Trần Hoài đã và đang lâm trọng bịnh, một chứng bịnh quái ác của nhân loại, ung thư, và còn ăn theo triệu chứng đột quỵ bất cứ lúc nào. Mỗi lần anh vào bịnh viện xạ trị hay hoá trị, bạn ta vẫn dửng dưng xem như là một cuộc hành quân năm xưa vậy. Nhà văn Trần Hoài Thư không bận tâm lo lắng với thần thái của một chiến sĩ can trường trên mọi mặt trận:

Một chiếc võng, một chỗ nằm

Tôi ru tôi qua những đầm lẫn truông

Bốn mùa hoan lạc tai ương

Ung thư đột quỵ tạp pí lù mỏi mê

Chừ tôi chuẩn bị đi về - Không có võng lấy gì à ơi!

Về tình nghĩa vợ chồng, chị Ngọc Yến là bạn tâm giao sống chết bên nhau giúp chồng trong công tác sưu tầm tài liệu. Chị mất trước Trần Hoài Thư đúng một tháng 27.4.2924 và anh tiễn chị:

Không đi mà bảo rằng đi

Không về cứ bảo rằng về cõi trên

Xe tình giờ đã ngủ yên

Còn chăng mùi tóc đen tuyền toả hương.

Nhà văn Trần Hoài Thư rất đáng trân quý của chúng ta quả là một chiến sĩ can trường, một cuốn Sách Quý ghi lại nhiều tác phẩm giá trị tiêu biểu nền văn học, thi ca cao quý của Miền Nam Việt Nam. Trần Hoài Thư không đầu hàng bịnh tật đang gặm nhấm dần thân xác mà anh vẫn kiên trì tìm tòi, lục lọi trong nhiều thư viện lớn của Mỹ tìm lại những tác phẩm đã vang bóng một thời.

Về điểm này, có mấy ai đủ can đảm vượt khổ, hy sinh cho sự nghiệp hồi phục lại văn chương bị kẻ thù cộng sản phương Bắc đã đốt, thiêu huỷ toàn bộ những tác phẩm tinh hoa của nền văn học, thi ca khai phóng tự do của miền Nam. Miền Bắc chỉ có in xuất bản những sách viết về đảng về lãnh tụ, sùng bái một cách mù quáng bá láp. Những tinh tú văn chương văn hoá của Việt Nam bị chế độ cộng sản Bắc Việt huỷ diệt không thương tiếc chỉ còn lại một thứ văn học văn hoá mác xít đầu độc, băng hoại con người và xã hội Việt Nam.

Chúng tôi mạn phép lạm bàn về một nhà sưu khảo văn học lớn của miền Nam Việt Nam gốc nhà giáo, nhà binh, nhà thơ, nhà văn và một nhà sưu khảo văn học tầm cỡ của cả nước Việt Nam. Với cái tên cha mẹ đặt là Trần Quí Sách phù hợp với bản chất thật nhân bản, dân tộc và khai phóng suốt cuộc đời anh và anh chọn bút danh trân quý Trần Hoài Thư. Thư và Sách như hình với bóng gắn liền, vận với cuộc đời của anh về sách, văn thơ và chữ nghĩa cho đến ngày anh nhắm mắt xuôi tay tuân theo quy luật tuần hoàn sanh lão bịnh tử.

Nhà văn Trần Hoài Thư ra đi ngày 27 tháng 5 năm 2024 sau vợ anh, chị Ngọc Yến bị bịnh lãng quên nhiều năm đã ra đi trước anh đúng tròn một tháng - 27.4.2024 cũng vùng quê nhà Plainfield New Jersey.

Chính nhà văn Trần Hoài Thư là một tập hay một bộ Sách Quý (Quý Sách) mà chưa thấy có người thứ hai như anh, dù lớn tuổi và bệnh tật bao quanh mà anh vẫn khổ công miệt mài sưu khảo truy tầm những thi phẩm và tác phẩm văn chương nổi tiếng của cả một thế hệ. Với một nền văn học rực rỡ tại phần đất tự do có trình tự nhân bản, dân tộc và khai phóng của miền Nam Việt Nam tự do trong một khoảng thời gian từ sau Hiệp định Genève 1954 chia cắt đất nước làm đôi, một nửa ở miền Bắc thuộc chế độc tài đảng trị. Một nửa nước Việt của miền Nam tự do nên mới khai sanh ra được một nền văn học, văn hoá nghệ thuật trăm hoa đua nở trước khi bọn cộng sản xâm lược miền Bắc cưỡng chiếm hoàn toàn miền Nam tự do, từ mốc thời gian 30.4.1975. Với chính sách tàn độc đốt sách, huỷ diệt hết những tinh hoa văn học của miền Nam. Bây giờ cả chế độ cộng sản nhìn lại lịch sử đốt sách một cách ngu xuẩn chỉ làm hại và mất mát tinh hoa của dân tộc Việt Nam. Cũng như CSBV cấm hát nhạc vàng, nhạc bolero của "chế độ Sài Gòn", là những tàn tích của Mỹ nguỵ như sự tuyên truyền dối trá của kẻ thắng cuộc. Nay cả nước lại sùng bái nhạc vàng, nhạc bolero. Nếu chúng ta hồi phục lại nhiều tác phẩm văn học vang bóng một thời của miền Nam Việt Nam, chắc chắn con em chúng ta sau này không biết gì "nợ máu" mà cộng sản áp đặt, tuyên truyền cũng sẽ thưởng thức hoan nghênh như cao trào cả nước yêu mến ngưỡng mộ một cái gọi là uỷ mị, phản động - nhạc vàng và nhạc bolero của miền Nam. Nay loại nhạc này đã sống lại và sẽ bất tử. Và nền văn học nhân bản, dân tộc, khai phóng của miền Nam tự do cũng sẽ sống hùng sống mạnh... một ngày không xa, người viết tin cái gì đến rồi cũng phải đến chỉ sớx hay muộn mà thôi.

Nhân viết về Trần Hoài Thư - nhà giáo, nhà văn, nhà thơ, nhà binh và nhà sưu tầm hồi phục lại nền văn học rực rỡ của Miền Nam. Tôi sực nhớ, tình cờ đã có viết bài về ngành truyền thông báo chí Quân Đội chế độ cũ, trước ngày bạn ta Trần Quí Sách, nhà văn Trần Hoài Thư ra đi. Tôi có đề cập trong bài viết trước một chút xíu về nhà văn Trần Hoài Thư cũng như người viết muốn cho người đọc, thế hệ không có cầm súng của chế độ cũ VNCH biết trong Quân Đội có đội ngũ nhà báo chuyên nghiệp có ám số chuyên nghiệp quân sự riêng... Xin mời quý vị đọc tiếp bài dưới đây cũng đã có phổ biến chưa rộng rãi.

Người viết cũng xin chia buồn với bào huynh của nhà văn Trần Hoài Thư Trần Quí Sách, bác sĩ Trần Quí Trâm đang định cư tại Thủ phủ Sacramento và tang gia. (Sacramento 14.7.2924).

TÌNH ĐỒNG NGHIỆP TRUYỀN THÔNG

Anh Phương Trần Văn Ngà

Sự ra đi gần đây về thế giới an bình cuối cùng của hai người bạn: Nguyên Vũ (4.2024) và Bạch Mai (10.2023), cùng làm việc chung tại Ban Thông Tin Báo Chí Quân Đoàn IV.

*Tôi có cảm nhận tới lượt mình ra đi sẽ không còn xa vì tôi lớn tuổi nhứt trong đơn vị nhỏ tám người chánh thức của Ban Thông Tin Báo Chí Quân Đoàn IV & Vùng IV Chiến Thuật, Cần Thơ. Từ ngày thành lập năm 1964 cho đến ngày tôi rời chức vụ này về phục vụ tại Bộ Tham Mưu Tổng Cục Chiến Tranh Chánh Trị, 1970 và sau cùng Trưởng Phòng Tâm Lý Chiến Biệt Khu Thủ Đô. Kế nhiệm tôi có Phó Ban lên thay, Đại uý Trầm Trọng Tài cùng khoá 13 Thủ Đức với tôi và người cuối cùng giữ chức vụ Trưởng Ban là nhà văn, Đại uý Trần Hoài Thư (nhà thơ nhà văn nổi tiếng Trần Hoài Thư (**Trần Qúi Sách - Khoá 24 Thủ Đức, vừa qua đời ở New Jersey ngày 27.5.2024**).*

Dù qua trên nửa thế kỷ mà tôi vẫn còn nhớ vanh vách từng người phục vụ trong ngành truyền thông báo chí của Quân Đoàn IV năm xưa. Với tính hoài cổ của người có tuổi luôn nhớ lại kỷ niệm xưa của các bạn hiền cùng ám số chuyên nghiệp thông tin báo chí, tôi viết lại những gì tôi biết về ngành chuyên môn phục vụ của mình và cũng là cơ may tôi kiểm điểm lại "quân số" ai còn ai mất. Dù Ban TTBC quân số chánh thức có 8 người, trong 6 năm tôi phục vụ có đến trên 20 người, làm việc thời gian ngắn một vài tháng và dài nhứt có tôi và phóng viên chiến trường Mai Hoà...

Tôi nhận được Phân Ưu nhà văn Nguyên Vũ Vũ Ngự Chiêu khoá 16 Thủ Đức của Tổng Hội Thủ Đức, nguyên văn:

THÀNH KÍNH PHÂN ƯU

Văn Phòng Tổng Hội trân trọng kính chuyển bản PHÂN ƯU

Cụ Ông Vũ-Ngự-Chiêu

Tiến sĩ Sử Học Thế Giới, Đại Học Madison WI Hoa-Kỳ

Tiến Sĩ Luật Khoa - Đại Học Houston, TX Hoa-Kỳ

Cử Nhân Khoa Triết Đông - Đại Học Văn Khoa Saigon, ViệtNam

Cựu SVSQ/TB Khóa 16 Thủ Đức - Cựu Sĩ Quan Pháo Binh QLVNCH

Nhà Văn Nguyên Vũ

Kính nhờ Quý Hội địa phương chuyển đến Tang Quyến

THÀNH KÍNH PHÂN ƯU

quý Đồng Môn cùng thân hữu của gia đình Cư An Tư Nguy

để kính tường và thêm lời cầu nguyện.

Cái nghiệp làm báo viết báo ở Việt Nam vẫn còn bám theo tôi dưới hình thức này hay hình thức khác khi sang Mỹ định cư theo diện HO - tù nhân chánh trị, từ năm 1993.

Ngoài cái nghề bỏ báo sáng sớm rất vất vả, mưu sinh khi mới đặt chân trên xứ Mỹ, mất vài năm. Tôi chuyển sang cái nghề cũng liên quan đến báo chí có đủ tiền chi tiêu cho cuộc sống.

Từ Thủ phủ Sacramento đi đến thành phố San Jose khoảng hai tiếng lái xe, tôi đã từng lái lên xuống mỗi tuần ít nhứt một lần vào ngày thứ sáu, suốt gần mười năm với cái nghề chở báo từ nhà in ở San Jose về cho ba tờ tuần báo ở Sacramento: Sàigòn Nhỏ, Thằng Mõ, Làng và tờ bán nguyệt san do tôi chủ trương, lại có thêm hai lần mỗi tháng mang "art works" đưa cho nhà in.

Đến năm 2007, tôi tự đình bản tờ báo riêng và trước đó không lâu, nhà in mang báo giao tận toà soạn ở Sacramento. Thế là tôi không còn chuyên nghề chở báo mướn và viết báo nhiều nữa, chuyển sang nghề viết truyện cũng làm cho tôi không quên nghề cũ khi còn ở trong Quân Đội.

Tôi cũng thường có dịp lên xuống thành phố hoa vàng San Jose tham dự các buổi họp chánh trị hay dự các buổi biểu tình ở San Jose hay ở San Francisco. Đặc biệt, các buổi Ra Mắt Sách của các văn thi hữu quen biết hay các đồng nghiệp viết lách thân, cùng chung một tờ báo ở Việt Nam hay Hoa Kỳ, tôi thường có mặt nên có nhiều sách tác giả ký tặng. Tôi cũng cảm nhận có cái gì đó vui vui, yêu đời và thoả mãn tính ham thích đọc sách từ hồi tuổi thanh thiếu niên, nay sống lại.

Khi dịch COVID 19 ập đến, mọi sinh hoạt như ngưng đọng lại và chúng ta "đồng khổ" giống như cái gọi là "đồng khởi" của Bến Tre năm xưa chỉ làm cho dân nghèo, cả nước Việt tiến nhanh tiến mạnh lên cùng ăn bo bo thay cơm để sinh tồn. Dịch Covid cũng làm cho dân tình cả thế giới thêm khổ sở âu lo mệt mỏi.

Từ có cái "mắc dịch" Covid đến nay cũng trên dưới năm năm, tôi không có dịp đi San Jose tham dự nhiều sinh hoạt cộng đồng hay vui chơi giải giải trí và ăn vặt như trước kia. Tôi bám trụ tại nhà chỉ giải trí bằng trồng rau và chăm sóc hoa nín thinh còn hoa biết nói thì đành chào thua.

Nay "có tí tuổi" thường đau nhiều thứ bịnh, hai chân luôn hành tội đau nhức đi đứng khó khăn lạng quạng và lại mất cái quyền lái xe, bằng lái bị treo như hai chân bị khoá lại phải ở yên một chỗ. Con cháu thì ở xa, muốn ăn một tô phở phải đi uber hay tắc xi thì hơi kẹt, tô phở thêm đắt. Dần dần cũng quen cảnh ở yên tại nhà chỉ lên Net dạo chơi hay viết lách lăng nhăng giết thì giờ...cũng quên dần năm tháng.

Bỗng một hôm có người bạn rủ tôi đi San Jose dự buổi tưởng niệm ngày Quốc Hận 30.4 lần thứ 49 vào thứ ba, và tổ chức đúng ngày 30.4 không chọn ngày cuối tuần như các năm trước. Tôi rất thích nơi nào tổ chức đúng ngày như 19.6, 30.4, Quốc Tổ Hùng Vương mồng 10 tháng 3 âm lịch... Còn ngày Tết Nguyên Đán có nhiều thế hệ kể cả thế hệ hệ trẻ tham dự, nếu tổ chức rơi vào ngày làm việc thì sẽ có ít người tham dự, vì vậy phải tổ chức vào ngày cuối tuần. Còn tổ chức ngày 30.4 và 19.6 kể cả ngày Giỗ Tổ Hùng Vương hầu hết là người cao niên tham dự nên ngày nào cũng là ngày nghỉ của quý cụ.

Có dịp trở lại thành phố thung lũng hoa vàng mà tôi có nhiều dấu ấn kỷ niệm thân thương khó quên. Sau dự lễ tưởng niệm ngày đau buồn Quốc Hận 30.4 tại sân San Jose City Hall. Tôi được một người bạn, năm xưa phục vụ tại Bộ Tư Lệnh Quân Đoàn IV ở Cần Thơ hỏi tôi có hay biết tin nhà văn Nguyên Vũ đã qua đời ở Houston - Texas ngày 19.4 vừa qua, cách 11 ngày.

Nay biết cũng hơi muộn, nhưng tôi vẫn bàng hoàng xúc động dù năm năm trước đây (2019), khi nhà thơ Tô Thuỳ Yên mất cũng tại Houston. Tôi có hỏi bạn bè ở Houston đưa tiễn Tô Thuỳ Yên, tình trạng sức khoẻ Nguyên Vũ thế nào vì tôi biết tin Nguyên Vũ đã bị bịnh mãn tính cũng dây dưa khá lâu. Tin cho biết Nguyên Vũ bịnh vẫn như cũ.

Thời gian dần trôi qua, đến sau ngày 25.10.2023 vài ngày, tôi nhận được Cáo Phó do một người bạn đồng môn trường trung học Hoàng Diệu Sóc Trăng của cô Bạch Mai gởi qua email. Cáo phó báo tin buồn cựu xướng viên đài phát thanh Ba Xuyên-Cần Thơ và Ban Phát Thanh Tiếng Nói Vùng IV Chiến Thuật do tôi làm Trưởng Ban, cô Nguyễn Thị Bạch Mai đã ra đi về nước Chúa. Thế là tôi có thêm một đồng nghiệp truyền thông vượt hệ thống quân giai dành đi trước Sếp về Thiên Đàng. Ban Phát Thanh Tiếng Nói Vùng IV Chiến Thuật, xướng ngôn Bạch Mai còn rất trẻ, 18 tuổi, xinh đẹp khả ái có giọng đọc rất truyền cảm đi sâu vào lòng người. Trước khi cô Bạch Mai vào làm việc với Ban Phát Thanh, cô Nguyễn Thị Huệ cũng là nữ sinh xinh đẹp của trường Hoàng Diệu làm xướng ngôn viên khi đài phát thanh còn ở Ba Xuyên, chưa di dời về Cần Thơ.

Khi Cha Nguyễn Hữu Lễ đã phát hành tập bút ký Tôi Phải Sống, rất nổi tiếng, Ngài muốn thu băng tặng cho những ai mua sách có thêm CD Tôi Phải Sống. Tôi có giới thiệu cô Bạch Mai đọc và một giọng nam, từ Missouri sang nhà cô Bạch Mai ở San Diego thực hiện Tôi Phải Sống qua hai CD.

Được biết, Linh Mục Nguyễn Hữu Lễ đã chuyển ngữ tác phẩm Tôi Phải Sống sang Pháp và Anh ngữ, hiện có bán trên Amazon và Cha thông báo là Tôi Phải Sống sẽ được thực hiện thành phim nếu gây quỹ được trên dưới $ 4 triệu USD.

Tôi vô cùng bàng hoàng xúc động nhận tin buồn về người bạn trẻ cùng làm việc chung với tôi khá lâu, Elizabeth Nguyễn Thị Bạch Mai cựu Xướng ngôn viên đài phát thanh Ba Xuyên - Cần Thơ và Ban Phát Thanh Tiếng Nói Vùng IV Chiến Thuật, đã qua đời tại thành phố San Diego vì bạo bịnh mà người đạo Công Giáo thường nói được "Chúa gọi về" chúng ta chỉ ngậm ngùi thương tiếc và "Amen" cầu nguyện.

(H: Elizabeth Bạch Mai (9.9.1948 - 25.10.23).

Bận trở về Sacramento, ngồi trong xe bạn ở băng sau một mình, tôi cũng khá mệt, chìm trong giấc ngủ cũng ngon giấc, đang bị bịnh suyễn, thả hồn phiêu bạt về Cần Thơ và gặp Nguyên Vũ rủ tôi đi nhậu ở quán chuyên bán đặc sản của miền Tây, rùa rắn lươn, ếch nhái và chim chóc như óc cao, chằng nghịt, mỏ nhác... Vĩnh Ký, gần khu nhà thờ chánh toà Cần Thơ.

Xe chạy gần nửa tiếng, tôi chợt tỉnh dậy và nói thầm:

- Kỷ niệm xưa còn gợi ta chi? Hơn nửa thế kỷ trôi qua nhanh như giấc mộng, tôi đã từng trải qua nhiều lần suýt bỏ mạng ở trại tù cải tạo Sơn La, Yên Bái, Vĩnh Phú, Z30D, "anh không chết đâu anh" vì còn nhiều nợ trần gian chưa trả hết.

Đã qua tuổi 87 (năm 2022), một lần chửa bịnh tim ở bệnh viện, tôi thấy thấp thoáng cửa Thiên đàng, cũng may Thánh Phêrô bận việc đi xa nên cửa đóng then cài kỹ quá, nên tôi phải quay về lại trần thế. Tôi tưởng đâu đầu quay quê hương ấp Bà Bài Châu Đốc, nay vẫn còn chưa chịu chết mà các bạn cùng có dịp làm chung, trẻ tuổi hơn tôi trong Ban Thông Tin Báo Chí Quân Đoàn IV sao lại vĩnh biệt trần gian quá nhiều. Tôi phục vụ từ lúc chưa có Ban TTBC, đến khi có Ban TTBC cuối năm 1964 cho mãi tới 1970, tôi thuyên chuyển về Tổng Cục Chánh Trị cũng trong nhiệm vụ thuộc ngành truyền thông báo chí.

Ban Thông Tin Báo Chí Quân Đoàn IV (Ban TTBC) trực thuộc khối Chiến Tranh Chánh Trị không còn trực thuộc phòng Tâm Lý Chiến nữa, tổ chức mới dựa theo cách tổ chức của quân đội Đài Loan. Từ ngày thành lập cho đến năm 1970, tôi vẫn đóng chốt ở chức Trưởng Ban còn kiêm thêm vài chức vị khác như Trưởng Ban Phát Thanh Tiếng Nói Vùng IV Chiến Thuật trên đài Ba Xuyên và sau về Cần Thơ, Tổng Thơ Ký toà soạn Nguyệt San Chiến Sĩ Miền Tây...

Sau ngày 30.4.1975 tan tác đau buồn. Đến nay tôi tính sổ các bạn đồng nghiệp trong Ban Thông Tin Báo Chí (TTBC) Quân Đoàn IV, tôi là người cao tuổi nhứt và có cấp chức hơn các bạn, theo bản cấp số có 8 người chỉ có 2 sĩ quan mà nhiều lúc lên bốn, năm, sáu sĩ quan, quan nhiều hơn lính... Có một thời gian vì nhu cầu, Ban TTBC làm việc chung với Ban Thông Tin Báo Chí cố vấn Mỹ cũng với 8 thành viên có 3 sĩ quan, một thiếu tá, hai Đại uý. Chỗ làm việc mới tại khu vực của USAID, gần nhà đèn Cần Thơ.

Thời gian thấm thoát thoi đưa, tôi bị vào tù cải tạo của cộng sản sau cuộc đổi đời 30.4.1975, từ quan chỉ quen cầm bút thay vì cầm súng, nay đi xuống cầm cuốc, thành tù khổ sai không biết ngày nào được ra tù. Những đêm trường giá lạnh ở đất Bắc, tôi nhớ gia đình, vợ con, bạn bè, nhớ đủ thứ hết cũng giúp đưa tôi vào giấc ngủ với nhiều mộng mị...

Tôi có dịp nhớ lại rất tỉ mỉ, từ đơn vị tác chiến của Sư Đoàn 21 Bộ Binh được thuyên chuyển về Phòng V (Chiến Tranh Tâm Lý) Quân Đoàn IV trú đóng tại Cần Thơ, sau này có tên mới Tâm Lý Chiến. Tôi về Cần Thơ thay thế Thiếu uý - nhà văn nhà thơ Nguyễn Triệu Nam về đài Phát Thanh Quân Đội (đang chuẩn bị có chương trình Dạ Lan mà nhà văn Nguyễn Triệu Nam, một thành viên trong Ban Biên Tập).

Cũng là cơ may, có bạn thân cùng khoá biết tôi có học báo chí hàm thụ từ bên Pháp và cũng viết báo vài phóng sự xã hội và tin tức khi còn dạy học, chưa vào Quân Đội. Vì vậy, tôi được bạn giới thiệu với Đại uý Nguyễn Đạt Thịnh Trưởng Phòng V Quân Đoàn IV xin tôi về thay thế thiếu uý Nguyễn Triệu Nam. Lúc bấy giờ phòng 5 còn có cô Đặng Mỹ Dung (sang Mỹ viết tác phẩm nổi tiếng Ngàn Giọt Lệ Rơi cũng qua đời cách nay không lâu). Cô Mỹ Dung phục vụ với lương dân chính cho Ban Phát Thanh với Thiếu uý Nam. Khi tôi về làm việc chánh thức tại Phòng V cô Mỹ Dung và Đại Uý Nguyễn Đạt Thịnh không còn làm việc tại Cần Thơ mà đã đổi về Sài Gòn.

Hơn hai tuần, Trung Đoàn 33 Bộ Binh nhì nhằng không cho tôi rời đơn vị dù Quân Đoàn đã gởi nhiều công văn, Bưu điệp thúc hối cho tôi thuyên chuyển gấp về Cần Thơ.

Cũng là cái không may, Trung Tá Trung Trưởng Đoàn 33 rất quý mến tôi, ông có lệnh thuyên chuyển giữ chức Tỉnh Trương Vĩnh Bình, ông đi nhận chức mới nên tôi gặp rắc rối, vì hai ông trung uý già Công Vụ và Tổng Quản Trị của Trung Đoàn 33 lại cực kỳ "ghét" muốn "đì" tôi. Nếu để lâu, Phòng V Quân Đoàn phải tìm người khác thay thế để thiếu uý Nam về Sài Gòn. Trong khi đó, Bộ Chỉ Huy Hành Quân của Trung Đoàn 33 mà tôi đang phục vụ đóng quân gần vùng U Minh Hạ - Cà Mau làm bạn với muỗi, đỉa và chờ ăn đạn pháo của vi xi.

 Có bạn cùng khoá đang làm tại Phòng Tổng Quản Trị giới thiệu tôi với thiếu tá Trưởng Phòng Tổng Quản Trị Quân Đoàn. Ông nói rất dễ thương:

- Từ rừng U Minh xứ muỗi mà em được đổi về Cần Thơ "gạo trắng nước trong" thì em phải chọn Cần Thơ. Em muốn Quân Đoàn nhận em làm việc ngay ngày hôm nay, tôi sẽ làm công điện gởi cho Sư Đoàn 21 xác nhận em đã trình diện và đã nhận nhiệm vụ mới. Nhưng, em sẽ bị Sư Đoàn 21 khiển trách, vượt hệ thống quân giai, không được Sư Đoàn ký lệnh thuyên chuyển, tự ý bỏ đơn vị... em sẽ bị Sư Đoàn ký lệnh phạt, tối đa 30 ngày trọng cấm (Tư Lệnh SĐ 21BB lúc bấy giờ là Đại tá Đặng Văn Quang).

Sau cái chết mới nhứt của Ban TTBC/QĐ IV, nhà văn Nguyên Vũ Vũ Ngự Chiêu. Dù Nguyên Vũ không làm việc lâu trong Ban TTBC. Nhưng tôi với Nguyên Vũ có nhiều cái đáng nhớ. Chuẩn Uý Vũ Ngự Chiêu tốt nghiệp Khoá 16 Thủ Đức cùng Khoá với nhà thơ Tô Thuỳ Yên (Đinh Thành Tiên), Phan Thông Hảo (giáo sư Pháp Văn, quê quán Cần Thơ), Đàm Quang Đôn (luật sư sau là Dân Biểu của đơn vị Phong Dinh). Ngoài ra, còn có luật sư Võ Tứ Cầu, kỹ sư canh nông Nguyễn Văn Hoàng, giáo sư Triết Nguyên Văn Oánh, giáo sư triết Lê Văn Tấn... đều có thời gian ngắn phục vụ trong Ban TTBC. Binh nghiệp của Vũ Ngự Chiêu là Pháo Binh, anh trải qua thời kỳ đầu làm đề lô (chỉ điểm, toạ độ cho pháo binh tác xạ yểm trợ chiến trường), đi theo các đơn vị tác chiến của Sư Đoàn 21 Bộ Binh và các tiểu đoàn Biệt Động Quân trong Khu 42 Chiến Thuật.

H: *Nhà văn Nguyên Vũ Vũ Ngự Chiêu* (1942-2024)

Tôi không biết rõ, trước khi anh Nguyên Vũ vào Quân Đội anh có viết sách báo gì chưa?. Nhưng, khi anh về phục vụ pháo binh ở Khu 42 Chiến, anh đi đề lô có dịp anh chứng kiến tận mắt những trận chiến hào hùng nên anh viết phóng sự thật sống động rất nổi tiếng thu hút độc giả. Anh không phải viết cho báo Quân Đội như phóng viên chiến trường Mai Hoà của Ban TTBC. Phóng sự chiến trường của Nguyên Vũ đăng thường xuyên trên tờ nhựt báo Tia Sáng, toà soạn ở đường Phát Diệm - Sài Gòn, chênh chếch với nhà làm bản kẽm Cliché Dầu mà tôi thường lên Sài Gòn đặt làm bản kẽm hình ảnh cho tờ Chiến Sĩ Miền Tây. Và cũng thường đến toà soạn Tia Sáng thăm nhà văn An Khê (đã mất tại Pháp trên dưới 20 năm) và anh cũng từng làm chủ nhiệm Nhựt báo Miền Tây mà tôi cũng có cộng tác. Tôi quen biết Nguyên Vũ tại toà soạn nhựt báo Tia Sáng.

Miền Tây vắng khá lâu những phóng sự chiến trường sôi nổi có hồn, trung thực có chất lượng cao trên báo Tia Sáng của Nguyên Vũ cũng làm cho nhiều độc giả Tia Sáng thắc mắc.

Đại tá Đặng Văn Quang Tư Lệnh Sư Đoàn 21 Bộ Binh có đọc nhiều phóng sự chiến trường của Nguyên Vũ, ông rất thích và có vẽ hăm mộ cảm mến Nguyên Vũ. Khi Đại tá Quang thăng Chuẩn Tướng, Thiếu Tướng, ông được thuyên chuyển về Cần Thơ thay Trung Tướng Nguyễn Văn Thiệu trong chức vụ Tư Lệnh QĐ IV và Vùng IV Chiến Thuật, vinh thăng Trung Tướng.

Trong một chuyến công tác, tôi theo Trung Tướng Quang, ông có hỏi tôi sao lâu quá không thấy Nguyên Vũ viết phóng sự về Vùng IV. Ông Tướng ra lệnh tôi tìm coi Nguyên Vũ bây giờ ở đâu?.

Thiếu Tá Trưởng Ban Pháo Binh Quân Đoàn IV bảo tôi ngồi chờ ông hỏi tiểu đoàn Pháo Binh của Khu 42 chiến thuật. Tôi ngồi đợi một chốc, ông đi ra cho tôi biết, Thiếu uý Vũ Ngự Chiêu bị phạt nhiều lần và tiểu đoàn xin hoàn trả về Bộ Chỉ Huy Pháo Binh và Chiêu bị hay được đổi lên vùng Cao nguyên nên anh không còn viết phóng sự chiến trường miền Tây nữa.

Trung Tướng Quang rất mến mộ tài viết phóng sự chiến trường của Nguyên Vũ, ông ra lệnh:

- Ngày mai, tôi đi về Sài Gòn mang thư tay của ông gởi cho Thiếu Tướng Xuân Trang Tham Mưu Phó Nhân Viên Bộ Tổng Tham Mưu, sẽ đưa Nguyên Vũ về Quân Đoàn IV phục vụ trong Ban TTBC. Thiếu tá Hoàng chánh văn phòng lo máy bay cho tôi đi về Sài Gòn có xe của hậu trạm đón và đưa tôi đến văn phòng Thiếu tướng Trang. Thiếu Tướng nhận thơ tay của Tướng Quang, bảo tôi về trình lại là ông sẽ lam ngay ngày hôm nay. Thế là ba hay bốn ngày sau, Thiếu uý Vũ Ngự Chiêu từ vùng đất đỏ về trình diện khẩn Bộ Tư Lệnh QĐ IV.

Phục vụ tại đơn vị lớn làm việc phải đúng giờ, giày, mũ, quân áo phải đàng hoàng tươm tất, không được lè phè nghĩa là phãi giữ kỷ luật tác phong của người lính không trực tiếp chiến đấu và luôn gần "mặt trời"- cấp chỉ huy.

Vũ Ngự Chiêu nói riêng với tôi, anh tìm đường đi ra khỏi BTL/QĐ IV, kỷ luật chặt chẽ quá, anh chịu không nổi và cũng có thể anh vận động về Pháo binh của Sư Đoàn Dù, chỉ hơn một tháng sau, anh âm thầm ra đi không từ giả bạn bè, cũng có thể sợ bị giữ lại...

Sau này, sang Mỹ, tôi nghe bạn bè nói Nguyên Vũ, đơn vị phục vụ sau cùng của anh trong một đơn vị tại Quân Khu I và di tản về Sài Gòn trước 30.4.75 bị kẹt ở đảo Côn Sơn và nhờ thế mà anh sang định cư ở Mỹ sớm.

Nguyên Vũ làm lại cuộc đời, cái tật nát rượu ở Việt Nam, sang Mỹ, anh dứt bỏ được chứng nghiện rượu, tôi rất khâm phục anh có ý chí cao. Anh có quyết tâm cố học lấy được bằng tiến sĩ sử học thế giới, và một thời gian sau anh lấy thêm bằng tiến sĩ luật. Với hai bằng tiến sĩ của một cựu chiến binh thua cuộc bỏ nước ra đi, có thể nói là vô tiền khoán hậu, khó có người thứ hai, tôi xin chào ngưỡng mộ và chúc mừng anh. Tôi nghe nói anh đậu "bo" hành nghề luật sư ở Minnesota, hình như anh không làm luật sư vì gia đình anh có cơ sở làm ăn và nhà xuất bản Văn Hoá ở Houston và anh chuyên viết sách...anh ở Houston cho đến ngày ra đi về cát bụi. (19.4.2024)

Năm 2005 hay 2007 tôi có đi Houston đến chỗ anh làm việc thăm - nhà sách Văn Hoá. Nguyên Vũ mời tôi ăn cơm trưa và nói:

- Nguyên Vũ gọi nhà thơ Tô Thuỳ Yên đến cùng ăn cơm cho vui.

Cả hai bạn Tô Thuỳ Yên và Nguyên Vũ đều có phục vụ tại Ban TTBC-QĐIV khi tôi giữ chức Trưởng

Ban. Nguyên Vũ chỉ làm chung với tôi trên một tháng, còn nhà thơ Tô Thuỳ Yên làm việc chung trên một năm. Tôi và bạn Tô Thuỳ Yên có khoảng sáu tháng, chúng tôi phải xuống đóng chốt cạnh đài Phát Thanh Ba Xuyên vì lệnh Trung Tướng Quang muốn như vậy. Khi Trung Tướng Quang rời chức vụ ở Cần Thơ, Trung tướng nhận chức vụ mới trong Nội Các Chiến Tranh. Khối Chiến Tranh Chánh Trị rút chúng tôi trở về cách làm việc cũ. Một thời gian ngắn sau khi về lại Cần Thơ, Tô Thuỳ Yên có lệnh thuyên chuyển về Cục Tâm Lý Chiến, giữ chức Trưởng Phòng Văn Nghệ. Sau, anh vinh thăng Thiếu tá. (1938 - 2019) (*H: nhà thơ Tô Thuỳ Yên (Đinh Thành Tiên)*

Bạn Tô Thuỳ Yên và tôi có nhiều thâm tình và khi cả hai Trưởng và Phó Ban làm việc ở Ba Xuyên, chúng tôi cùng làm việc và ở chung một chỗ. Lúc bấy giờ là thời gian "vàng son" nhứt, không mặc quân phục muốn đi đâu tự ý "dù" không có cấp trên kiểm soát, chúng tôi có nhiều thời gian về gia đình, mỗi tháng Tô Thuỳ Yên về Sài Gòn tối thiểu một tuần. Còn tôi có ba tối dạy học tại trường Văn Hoá Quân Đội Quân Đoàn IV và có 8 giờ dạy tại một trường tư cũng ở Cần Thơ gần chùa Miên.

Ba người bạn cùng làm chung ngành truyền thông báo chí, nay có dịp gặp lại nhau rất vui sau những ngày nghiệt ngã lầm than dưới chế độ lao tù khổ sai của cộng sản. Nguyên Vũ may mắn thoát cảnh lao tù đi sang Mỹ sớm, năm 1975. Anh cho biết, anh phải quyết tâm cố gắng tối đa bỏ được cái bịnh "nát rượu" từng làm khổ anh với nhiều ngày tù trong đơn vị và bị đổi đơn vị phục vụ liên miên từ Vùng 4 lên Vùng 2 và sau cùng ở đơn vị tác chiến Vùng 1... Tôi bắt tay Nguyên Vũ tại bàn ăn và chân tình nói:

- Tôi rất khâm phục Nguyên Vũ bỏ được cái thói nghiện rượu từng làm khổ bạn, nay bạn còn cố gắng học lấy bằng Tiến sĩ Sử Học Thế Giới (lúc bấy giờ Nguyên Vũ chưa lấy bằng Tiến sĩ Luật), bạn làm gương tốt tuyệt vời trên cả tuyệt vời cho thế hệ kế thừa noi theo gương của bạn.

Còn bạn Tô Thuỳ Yên tâm sự, bạn được thả ra về nhà và lại tìm đường vượt biên, không thoát, tìm cách tự tử dùng lưỡi lam cắt mạch máu tay, nằm trên bãi biển ở vùng Quảng Xuyên của tỉnh Gia Định, cả buổi, máu ra nhuộm đỏ chỗ anh đang nằm trên cát, mê mang bất tỉnh mà không chết.

Bị bắt lại, vào tù và sau này gia đình Tô Thuỳ Yên cũng được đi Mỹ, định cư ở tiểu bang Minnesota. Nhà thơ Tô Thuỳ Yên cho biết:

- Không chịu nổi cái lạnh của Minnesota, ở được vài năm, cả gia đình anh di dời về Houston cũng có đông người Việt sinh sống và anh mất năm 2019.

Tính sổ đoạn trường của Ban Thông Tin Báo Chí Quân Đoàn IV kể cả Ban Phát Thanh và nguyệt san Chiến Sĩ Miền Tây của chúng tôi. Người ra đi sớm nhứt là thiếu uý Lê Văn Tấn (giáo sư Triết trường TH Long An), anh Tấn được biệt phái về dạy học lại, gặp tai nạn trên cầu Bến Lức khi trở về nhà ở Tân An sau khi chấm thi tú tài 2 ở Sài Gòn. Trời mưa trơn trợt, anh té bị thương sọ não mấy ngày sau chết. Luật sư Dân Biểu Đàm Quang Đôn vượt biên sau năm 1975 bị mất tích. Phóng viên chiến trường khá nổi tiếng Mai Hoà cũng đã mất tại Việt Nam cách nay mười lăm năm.

Còn mất ở Hoa Kỳ, cách nay gần 20 năm, đại uý Trần Huynh Điệp phụ trách tờ báo Chiến Sĩ Miền Tây (bút danh Vương Vũ - nhà thơ), anh mất tại Nam Cali. Kế tiếp là Đại Uý Âu Minh Trị, Phó Ban TTBC ra đi ở Missouri cũng bị bịnh siêu vi gan C như anh Điệp. Anh Phan Thông Hảo cũng ra đi tại một tiểu bang Miền Đông, tôi có điện thoại với anh thăm hỏi nhau vài lần trước khi anh mất, còn nhiều bạn sĩ quan hay hạ sĩ quan tôi không có tin tức. Còn các ông sếp cấp Quân Đoàn, tôi phục vụ trực tiếp với bảy vị tướng, có đến sáu trung tướng đã thuyên chuyển về Vùng V Chiến Thuật (TrT: Có, Đức, Thiệu, Quang, Mạnh, Thanh). Nay chỉ con Trung Tướng Nguyễn Đức Thắng (sanh 1930). Tham Mưu Trưởng Quân Đoàn IV ra đi gần hết, còn Trung Tá Phạm Quốc Thuần (sau lên Trung Tướng) Đại tá Huỳnh Văn Lạc (sau lên Chuẩn Tướng Tư Lệnh Sư Đoàn 9 BB - 97 tuổi, hiện định cư tại Sacramento), Các vị Tham Mưu Trưởng đã mất: Đại tá Phạm Đăng Tấn, Đại tá Trần Bá Di (sau lên Thiếu Tướng), đại tá Nguyễn Hữu Hạnh (Chuẩn tướng lại theo VC chết nhục). Còn Cấp Trưởng khối sếp trực tiếp của Ban TTBC hay còn gọi là Tham Mưu Phó CTCT Quân Đoàn ra đi gần hết, đại tá Phúc "khàn", đại tá Hồ Văn Phàng, đại tá Hồ Hồng Nam, đại tá Đỗ Văn Sáu, còn đại tá Nguyễn Văn Lộc, định cư ở Đức, không rõ ra sao...

Đời người quá ngắn ngủi, buồn nhiều vui ít, chúng ta nên sống vì tình nghĩa, đạo đức, lương thiện

cho phải đạo làm người và cho xứng danh một cựu chiến sĩ Quân Lực Việt Nam Cộng Hoà bất khuất với tâm nguyện: TỔ QUỐC - DANH DỰ - TRÁCH NHIỆM.@

Tiễn Biệt Em Tôi
Trần Hoài Thư

Trần Quí Phiệt

Hôm nay (8 tháng 6 năm 2024) là ngày làm đám tang cho Trần Quí Sách, tức nhà văn Trần Hoài Thư, ở New Jersey. Xin trích sau đây đoạn văn ngắn trong hồi ký của tôi nói về tuổi thơ của Trần Hoài Thư để khóc tiễn biệt người em út tài hoa nhưng bất hạnh nhất trong gia tộc chúng tôi.

"Tôi chỉ nhớ sơ sài khoảng thời gian ngắn ngủi tản cư từ Dalat đến Phan Rang năm 1945 lúc được tin quân Pháp đổ bộ. Điều tôi nhớ nhất là mẹ tôi tỏ ra tháo vát hơn bao giờ hết. Để nuôi sống gia đình, mẹ tôi và chị giúp việc mở một quán xép bán hàng ngoài chợ. Vì mẹ tôi ở ngoài chợ suốt ngày và không bảo tôi trông chừng em tôi nên nó tự do đi lang thang chơi trong xóm. Một buổi trưa tôi nghe tiếng một người đàn bà kêu to tên mẹ tôi bên ngoài. Khi chúng tôi chạy ra xem việc gì xảy ra mới biết bà ta mắng chửi mẹ tôi đã để em tôi đánh con bà chảy máu ở mắt (tôi thấy mắt thàng bé hơi đỏ) khi chúng nghịch với nhau. Bà ta giận dữ giơ tay dọa nạt chúng tôi. Mẹ tôi tức giận bảo tôi đi tìm em tôi đem về. Khi tìm được em tôi, tôi tóm lấy tay nó kéo về nhà hết sức nhanh. Tôi trút cơn giận của tôi lên đầu em, không để ý gì đến em, chỉ kéo lê em như thế mãi đến khi về nhà mới thấy hai đầu gối của em rớm máu. Chao ôi! tại sao tôi tàn ác với em tôi như thế. Em tôi mới ba tuổi, đáng lẽ ra tôi phải nhẹ nhàng với nó. Đằng này tôi bắt em chạy theo tôi đến khi nó ngã quị, nhưng đôi mắt đen lánh vẫn trố nhìn tôi, không la khóc, có lẽ ngạc nhiên không hiểu sao anh nó hôm nay tàn ác với nó như thế.

. . . .

Ngày tôi theo cha tôi về Quảng Bình, em tôi ở lại với mẹ tôi. Thằng bé lúc gặp cha tôi không cho cha tôi bồng, nay òa khóc đòi đi theo chúng tôi. Tôi chảy nước mắt vì nhớ em và mẹ.” *

Chuyện xảy ra 80 năm nhớ lại như đang xảy ra bây giờ[PT1] , nhất là sau khi em tôi mất. Đoạn văn trên biểu lộ số mạng và con người của Trần Hoài Thư sau này: gan lì, bất khuất, nhưng khốn khổ. Hồi ký của tôi bàng bạc chuyện người em tài hoa nhưng bất hạnh này. Điều nổi bật nhất là em tôi rất mê viết văn và phóng sự đưa đến chuyện bỏ nhà đi lính thám kích để lấy cảm hứng viết văn. Tôi là anh cả cùng với Ba chúng tôi ngăn cản việc nầy nhưng không thành công. Tôi là nhà giáo cũng mê văn chương nên sau này đọc được tác phẩm đầu tay của chú là *Nỗi bơ vơ của bầy ngựa hoang*, tả nỗi cô đơn và bất hạnh của kiếp người, hết sức ái mộ văn tài của chú.

Em tôi, lúc cha chúng tôi còn sinh tiền, tuy không vâng lời ông cụ, nhưng lúc nào cũng lễ phép với cha già. Em hòa thuận với người em thứ hai của tôi hơn vì tuổi gần bằng nhau. Phần tôi là anh cả, tính hơi nghiêm khắc như ông cụ nên dạy dỗ em tôi nhiều lần,   nhưng sau mỗi lần cãi nhau em tôi giãi hòa với tôi trước.

Sách ơi, anh cứ tưởng trong ba anh em chúng ta người đi trước phải là anh. Em bị bệnh nan y, nhưng lần nào cũng qua khỏi một cách lạ kỳ. Chỉ nghe em cười xòa, nên tôi đoán rằng em sẽ không sao. Cách đây hơn tháng, sau khi Yến mất anh có gọi em và còn nghe giọng cười nói rổn rãng. Thế mà, chỉ mấy hôm sau nghe cháu Hưng, con anh chị, nói bệnh chú trở nặng. Hôm nay anh phải lo cho chị bị bệnh, không lên thăm em lần cuối. Nhưng tối nào anh cũng cầu nguyện cho em. Anh khấn với Ba chúng ta như thế này: “Lạy Ba, Ty Ba em con nay đã về với Ba. Xin Ba dạy dỗ em để nó được chóng siêu thoát.” Anh cũng khấn với em như thế này: “Sách ơi, em đã thực hiện nhiều hoài bảo to lớn, được nhiều người cảm phục, yêu mến. Hãy thanh thản ra đi, trở về với Yến và Ba kính yêu của chúng ta.

Khóc tiễn người em tài hoa và bất hạnh của anh.

____

*Trích dịch từ hồi ký *In Search of Lost Time* [Đi tìm thời gian đã mất], chưa xuất bản.

Trần Quí Phiệt

Ngày 6, tháng 8, năm 2024

. VẪN...

Chót vót đỉnh trời. 50 năm trước
Ngày đêm trời dày dặt sương mù
Đêm trăng sáng, nừa vầng trăng lọt
Hầm nổi hàm chìm. nhớ em. nhớ con

50 năm sau, ở tận xứ người
Ta vẫn còn đứng thăng, hai chân
Vẫn hồn si dại như thời lính
Mặc stroke, Ung thư, mặc phế gan

Ngày lính vợ ngàn trùng châu thổ
Bây giờ ta áp mặt lưng nàng
Ngày lính hai cha con cách trở
Bây giờ ta vịn con qua đường…

Hoài Thư Trần

"Những tạp chí văn học miền Nam" của Trần Hoài Thư

Tên tác phẩm: ***Những Tạp chí văn học miền Nam (Sưu tầm & Nhận định)***
Tác giả: Trần Hoài Thư
Nhà xuất bản: Thư Ấn Quán
Năm xuất bản: 2018

Posted on September 28, 2023 by tranhoaithu

Sau khi mổ phần gan

3 TUẦN SAU KHI MỔ GAN

Gan giữ chức năng là nguồn cung cấp protein chính cho cơ thể, xử lý phần lớn lượng thức ăn chúng ta tiêu thụ, là "bộ lọc" quan trọng để đào thải thuốc và chất độc, đồng thời giúp ngăn ngừa nhiễm trùng. Gan còn sản xuất ra mật, mật được dự trữ trong túi mật rồi từ đó được bơm vào đường mật chính, đi xuống ruột để hất thu chất béo.

Con ta lo lắm. Mỗi ngày gọi hỏi thăm ta có mất trí khôn không. Bèn làm bài thơ như sau:

Đậu xe ở bãi parking
Nhìn lên, cứ nghĩ mây trời chia vui
Giữa trời, giữa đất, tôi thôi
Xin cúi đầu, chào phần gan ruột rà
Xin ăn mừng còn trí mà
Vân trừng con mắt vẫn ngà ngà say

Vân khinh mạn cặp kính dày
Dâm lên những lối đi đầy gai chông
Để hôm nay với hân hoan
Còn thơ bay, còn đẩy xe tình cho em

Đinh đóng

Đi về lót chút tàn hơi
Nhấp nhô sóng vỗ đôi bờ tử sinh
Người ta đinh đóng ván thiên
Còn ta đinh đóng cho tình bạn, em

Quán đợi hoàng hôn (truyện viết trước 1975)

Posted on November 4, 2019 by tranhoaithu

Những bữa ăn trong mật khu

(trích từ Vịn vào lục bát, thơ THT, Thư Ấn Quán xuất bản theo phương pháp Printing on Demand, (Giấy quí hiếm, bìa ép lamninate, khổ lớn) chỉ dành tặng thân hữu và những người yêu thơ)

Mục tiêu 1

Hạt cơm, hạt ngọc của trời
Tôi nhai, mòn cả, hai hàm răng tôi
Tôi nhai, gian khổ ngọt bùi
Chia năm xẻ bảy dưới trời chiến tranh
Tôi nhai, nước mắt hòa canh
Mồ hôi hòa với ba ngày lương khô
Tôi nhai, gió tạt khó mồi
Ba thằng ba phía che nồi cơm quân
Mưa mất trí, gió nổi khùng
Củi thanh quá ướt sao làm chín cơm
Khói bay, cay mắt, xốn cườm
Phùng mang, trợn mắt, miệng làm ống tre

Phải rồi, cơm sống, cơm khê
Phải rồi, khói tạt não nề đội trung
Phải rồi, cơm nhão, sượng sùng
Tôi nhai, nghiền dập nỗi buồn lính Nam

Ba người sao đủ vách phên
Thơ tôi sao đủ làm khiên che trời
Tháng tư chiến trận tan rồi
Nồi cơm khê sống cả đời chẳng quên

Mục tiêu 2

Làng hoang địch bỏ từ lâu
Bí bầu rau cải tha hồ tự do
Thiếu chăng thiếu vịt thiếu gà
Thiếu thêm tí đế mừng ngày bình yên

Mục tiêu 3

Mục tiêu vừa chiếm xong rồi
Thầy trò đi kiếm cái nồi chị nuôi
Đỡ công nấu nướng lôi thôi
Cám ơn "đồng chí" bỏ nồi thoát thân
Nồi cơm nóng, cá với canh

Thầy trò vét trọn ăn mừng chiến
công…

Mục tiêu 4

Mời ông thầy vào xơi cơm
Có gà có vịt tha hồ lai rai
Hôm nay mình bắn kinh tài
Tịch thu một bịch tiền còn máu loang

Hắn núp dưới ao trong làng
Thở bằng ống sậy bọt lăn tăn trồi
Bọn này tưởng cá ném chơi
Không ngờ máu thịt tả tơi lềnh bềnh
Kìa, ông thầy có sao không
Sao ông lại mửa, mặt xanh thế này?

Em kêu y tá đến ngay…

Mục tiêu 5

Bữa cơm đã dọn ra rồi
Người Ô-đô nói ngậm ngùi bên tai:
"Hôm nay lại thiếu thằng Tài
Em bới một chén mời về ăn chung…"
Trời ui ui đã lập đông
Hàng cây gẫy ngọn đưa xương lên trời
Khẩu súng cắm giữa gò bồi
Hai hàng quân đứng ngậm ngùi tiễn
đưa…

(tranh Thân Trọng Minh)

Khi lên thị trấn miền núi này vào một ngày cuối năm, tôi đã mang theo hình bóng cô độc in trên những con đường rét run hơi lạnh. Đây là một thị trấn lạ. Những vách nhà gỗ thông, những bức tường vôi còn hoen ố bụi bùn đỏ, những người Thượng hay Kinh, những con đường phượng khô hay những con đường thiếu ánh nắng, tất cả như mờ đi trong đôi mắt mỏi. Và bụi đỏ, lớp lớp phủ đầy trời đất và những khóm hoa sứ trắng nõn như những bông tuyết. Tôi đã có mặt, một thân, một bóng, cô độc trùng trùng.

Chiều nay tôi xuống phố. Cả người rét run vì tôi đã quên mang theo áo ấm. Tôi bất cần, sống mà như không sống, đi mà như không đi, bước mà như không bước, nhưng tôi cũng vẫn chịu thua trước thiên nhiên khắc nghiệt. Chiều nay, người chủ Tây của quán cà phê La souris blanche đã hiểu tôi. Quần áo tôi bám đầy bùn đỏ, những ngón tay tôi vàng khói thuốc. Người chủ Tây đã đến bên tôi rất nhẹ, má trũng và đen, như thể từ xứ Algerie. Bonsoir monsieur. Que voulez vous? Tôi nhìn lên đôi mắt của người khác màu da. Tôi gọi ly cà phê.

Chiều nay tôi được nghe lại một tấu khúc cổ điển và được tưởng tượng qua sách vở những đoạn tả về xứ của mặt trời, về những loài hoa hướng dương, lưu ly thảo, cẩm chướng mà Albert Camus đã viết trong những tác phẩm của ông. Chiều nay tôi đang đợi hoàng hôn về, hoàng hôn đi và hoàng hôn chết. Chiều nay khí núi đã bốc vào khung cửa kính và tôi khẽ rùng mình. Hơi lạnh đã len vào người, ve vuốt tôi như một lần nào kia. Một lần nào kia. Như quán nào dưới phố. Và ai kia. Bờ vai mềm, mái tóc ngắn, và cả Sài Gòn của tôi. Sàigòn của tôi. Tuổi trẻ của tôi. Người nào đấy có nghe chăng, chiều nay, nỗi nhớ nhung trùng trùng ngất ngất. Có nghe chăng, hơi ấm xiết lại vòng tay. Có hít hà chăng da thịt lứa đôi để gần thêm một giây cho ngàn trùng xa cách. Người nào đó có nhớ chăng, lệ là lệ, mà lệ theo giòng chảy xuống môi, mà môi cắn môi, môi ghì môi, cho bầm đau một giây mà trăm năm nhớ mãi.

Chiều nay tôi lạc loài như một vì sao côi cút. Hoàng hôn, hoàng hôn. Tôi lại châm mồi thêm điếu thuốc. Quán cà phê trở nên tối sầm. Những bàn, những ghế, những chai rượu như bức tranh tĩnh vật của Gauguin. Lúc này phải mím môi khinh mạn: Đưa người sao không đưa sang sông. Sao nghe tiếng sóng ở trong lòng…
Hoàng hôn. Tôi đang đợi hoàng hôn. Một ly cà phê nhỏ. Tôi đang uống cho hoàng hôn. Da thịt tôi tràn ngập hoàng hôn. Mắt tôi cũng đầy cả hoàng hôn. Tôi mê thiếp trong hoàng hôn.

oOo

Vài người Tây từ đồn điền trở về. Chiếc xe mang đất đỏ đã đậu ở bên đường. Trên xe những bao cà phê, những nải chuối chồng chất. Những tiếng chào hỏi rộn ràng và họ bước vào trong quán. Người đi đầu tóc bạc như tuyết, khoác chiếc áo blouson màu cứt ngựa, ngậm điếu xì gà. Người đi sau, trẻ tuổi mang chiếc ủng cao. Bonsoir, bonsoir mon ami…Chai rượu chát đỏ, những cốc pha lê, những chiếc khăn bàn trắng. Đêm xuống dần ngoài kia. Ngoài khung cửa kính những chòm hoa sứ đang lay động trong gió. Vài người lính vội vàng bước qua. Tôi mồi thêm điếu thuốc. Gió lộng vào quán khiến tôi phải co ro. Người chủ quán đã biết ý, đóng lại cánh cửa gió. Tôi có thể nghe được tiếng gió đập vào cánh cửa bằng những âm thanh thúc hối, tức bực. Có tiếng chuông đồng hồ điểm. Thời gian đã dậy rồi. Thời gian đang bước đi. Thời gian sắp làm tôi trở thành một tên đàn ông hai mươi ba tuổi. Tôi nói lầm bầm: Hai mươi ba. Ta đã hai mươi ba tuổi rồi sao. Tôi dí đầu thuốc vào gạt tàn. Dí mạnh, không thương xót. Đây là một quán xa hương. Một quán Pháp, chứa nhiều gió Đại Tây Dương và Địa Trung Hải. Một quán lạc loài như một cù lao giữa miền nhiệt đới. Bởi những chủ, những khách đã đến từ phương khác. Còn tôi, đến từ phương này sao lại hiu quạnh như một cù lao? Merci Monsieur. Người chủ quán nói sau khi tôi trả tiền xong. Tôi lao ra ngoài đêm. Phố vắng ngắt. Đêm nay là đêm giao thừa. Đêm nay là đêm linh thiêng nhất của một dân tộc. Sao tôi lại thui thủi như thế này. Tiếng nhạc từ quán cà phê vọng về. Hình như là bài hát trong La Valse dans l'Ombre. Tôi vẫn bước đi trong khi tiếng gió hú trên những tàn cây cổ thụ. Gió tạt vào mặt tôi. Gió cắt rát da thịt tôi. Đêm nay không có một vì sao nhỏ. Đèn nhà ai đã mờ sau khung cửa. Nơi đó là gia đình là đoàn tụ, là đàn trẻ reo vui, là tiếng than reo tí tách, là nồi bánh trừ tịch, là khói hương ngào ngạt trên bàn thờ. Tôi thèm ly rượu, thèm những viên Binoctal.

Ôi, mùa xuân. Mùa của hy vọng. Mùa của chúc mừng. Còn tôi. Mai này tôi sẽ thêm một tuổi, mà mẹ thà xem như hạt bụi, em thà xem như hơi rượu cay. Tôi là tặng vật của Thượng Đế mà ma quỉ thèm thuồng. Hãy buông thả tôi. Hãy phóng thích tôi. Hãy trả lại quyền làm người về lại cho tôi. Nếu không tôi sẽ làm loạn.

Ôi mùa xuân. Mùa của hy vọng. Còn tôi, đang nhìn quan tài của tôi, bởi vì khi con người hắn không còn được quyền làm chủ đời hắn, thì hắn chẳng khác một thây ma không hơn không kém.

TRẦN HOÀI THƯ

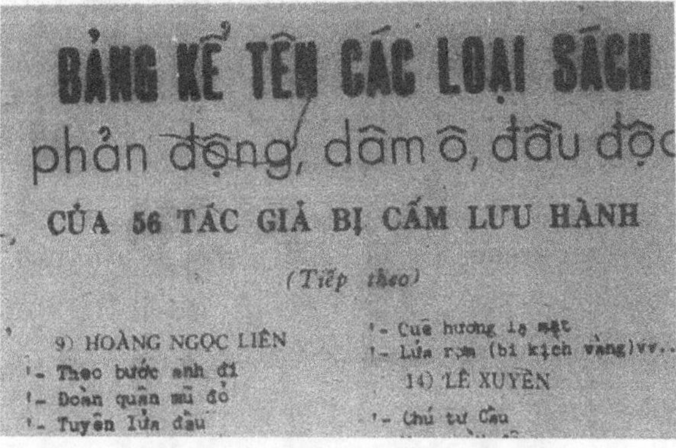

Posted on October 7, 2017 by tranhoaithu

Đốt sách hay không đốt sách (cập nhật)

Trần Hoài Thư

Và người ta đi tìm giấy. Già trẻ lớn bé đi tìm giấy lượm. Người ta vui vì lượm được giấy nhiều, ít ra cũng có chút ít tiền mua gạo, mua nước mắm cho gia đình. Có khi giữa những đống giấy kia, có kẻ đã vất nguyên cả bộ Lê Nin toàn tập, bìa xé ra để phi tang. Chứa chúng trong nhà làm gì, để mà hận, mà tức. Giấy của chúng bán giá cao vì thuộc loại giấy trắng so với giấy thường vàng ố. Và cũng có khi, giấy lại được nâng niu như một báu vật, khi người thơ tìm lại được bài thơ cũ trong một nhà vệ sinh công cộng

Chúng ta được đọc nhiều bài viết về chiến dịch truy diệt văn hóa miền Nam của CS sau tháng 4-75 mà Cộng Sản kết tội là "văn hóa nô dịch,đồi trụy phản động". Một tấm hình tiêu biểu để minh chứng cho chiến dịch này là cảnh một đoàn học sinh sinh viên nam nữ thuộc Thành đoàn thanh niên Cọng sản T.P HCM với biểu ngữ : "chiến dịch bài trừ văn hóa đồi trụy phản động", "Thế hệ trẻ VN nguyện Sống Chiến đấu Lao động Học tập theo gương Bác Hồ Vĩ Đại"

Trên báo Saigon Giải phóng phát hành ngày 25-5-1975 có đăng buổi ra quân mở màn cho chiến dịch này, như sau:

"Ngày 23-5-1975, trên nhiều đường phố Sài Gòn, "khí thế ra quân" của chiến dịch vô cùng sôi nổi: "Đoàn thanh niên nam nữ đi qua các đường phố và hô tonhiều khẩu hiệu đả đảo văn hoá ngoại lai đồi truỵ mất gốc phản động. Đi đầu là xe phóng thanh với một biểu ngữ dài có ghi: 'Đội thanh niên sinh viên học sinh xung kích bài trừ văn hoá dâm ô phản động'. Theo sau là sinh viên, học sinh sắp hàng bảy, hàng tám xuất phát từ trụ sở của lực lượng thanh niên tự vệ Thành phố, số 4 Duy Tân. Đoàn diễn hành kéo dài có đến hàng cây số đường, tất cả mọi người đều có một tấm biểu ngữ trên tay…".

…

…Ngay sau cuộc tuần hành trên đường phố của hàng chục ngàn thanh niên vệ binh, "đồng bào và các tiệm sách đã đem nộp cho đội Quận 7 một số lượng sách báo đồi truỵ phản động, tất cả là mười ba xe ba gác. Ngoài ra các hàng sách bày bán trên hai lề đường Lê Lợi, Công Lý cũng tự nguyện dọn sạch và đem nộp. Trên đường Hai Bà Trưng cũng có ba nhà sách tự động đem nộp trên hai mươi cuốn. Đặc biệt, cùng ngày này, 22-5-1975, nhà sách Phúc Bài, 186 Nguyễn Thiện Thuật, Sài Gòn 3 đã tự nguyện đem nộp cho Hội Bài trừ Văn hoá đồi truỵ phản động bốn ngàn cuốn sách các loại".

(nhật báo Saigon Giải phóng ngày 25-5-1975)

Sau đó, đám thanh niên chia nhau từng tốp, xông vào những nhà mà chúng nghi ngờ, lục lạo rồi tịch thu sách vở. Hành động này được nhà văn Nguyễn Hiến Lê kể như sau:

Một trong những công việc đầu tiên của chính quyền là hủy tất cả các ấn phẩm (sách, báo) của bộ Văn hóa ngụy, kể cả các bản dịch tác phẩm của Lê Quí Đôn, thơ Cao Bá Quát, Nguyễn Du; tự điển Pháp, Hoa, Anh cũng bị **đốt**. Năm 1976 một ông thứ trưởng Văn hóa ở Bắc vào thấy vậy, tỏ ý tiếc

Nhưng ông thứ trưởng đó có biết rõ đường lối của chính quyền không, vì năm 1978, chính quyền Bắc chẳng những tán thành công việc hủy sách đó mà còn cho là nó chưa được triệt để, ra lệnh hủy hết các sách ở trong Nam, trừ những sách về khoa học tự nhiên, về kĩ thuật, các tự điển thôi; như vậy chẳng những tiểu thuyết, sử, địa lí, luật, kinh tế, mà cả những thơ văn của cha ông mình viết bằng chữ Hán, sau dịch ra tiếng Việt, cả những bộ Kiều, Chinh phụ ngâm… in ở trong Nam đều phải hủy hết ráo.

Năm 1975, Sở Thông tin Văn hóa thành phố Hồ Chí Minh đã bắt các nhà xuất bản hễ sách nào còn giữ trong kho thì phải nạp hai hay ba bản để kiểm duyệt: sau mấy tháng làm việc, họ lập xong một danh sách mấy chục tác giả phản động hay đồi trụy và mấy trăm tác phẩm bị cấm, còn những cuốn khác được phép lưu hành.

Nhưng đó chỉ là những sách còn ở nhà xuất bản, những sách tuyệt bản còn ở nhà tư nhân thì nhiều lắm, làm sao kiểm duyệt được? Cho nên Sở Thông tin Văn hóa ra chỉ thị cho mỗi quận phái thanh niên đi xét sách phản động, đồi trụy trong mỗi nhà để đem về **đốt.** Bọn thanh niên đó đa số không biết ngoại ngữ, sách Việt cũng ít đọc, mà bảo họ kiểm duyệt như vậy thì tất nhiên phải làm bậy. Họ vào mỗi nhà, thấy sách Pháp, Anh là lượm, bất kỳ loại gì; sách Việt thì cứ tiểu thuyết là thu hết, chẳng kể nội dung ra sao. (…)

(….) Lần đó sách ở Sài gòn bị **đốt** kha khá. Nghe nói các loại đồi trụy và kiếm hiệp chất đầy phòng một ông chủ thông tin quận, và mấy năm sau ông ấy kêu người lại bán với giá cao.

Lần thứ nhì năm 1978 mới làm xôn xao dư luận. Cứ theo đúng chỉ thị "ba hủy", chỉ được giữ những sách khoa học tự nhiên, còn bao nhiêu phải hủy hết, vì nếu không phải là loại phản động (*một hủy*), thì cũng là đồi trụy (*hai hủy*), không phải phản động, đồi trụy thì cũng là lạc hậu (*ba hủy*), và mỗi nhà chỉ còn giữ được vài cuốn, nhiều lắm là vài mươi cuốn tự điển, toán, vật lý… Mọi người hoang mang, gặp nhau ai cũng hỏi phải làm sao. Có ngày tôi phải tiếp năm sáu bạn lại vấn kế.

Mấy bạn tôi luôn nửa tháng trời, ngày nào cũng xem lại sách báo, thứ nào muốn giữ lại thì gói riêng, lập danh sách, chở lại gởi nhà một cán bộ cao cấp (sau đòi lại thì mất giả nửa); còn lại đem bán kí lô cho "ve chai" một mớ, giữ lại một mớ cầu may, nhờ trời.

Một luật sư tủ sách có độ 2.000 cuốn, đem **đốt** ở trước cửa nhà, chủ ý cho công an phường biết. Rồi kêu ve chai lại cân sách cũng ngay dưới mắt công an.

Ông bạn Vương Hồng Sển có nhiều sách cổ, quí, lo lắng lắm mà cũng uất ức lắm, viết thư cho Sở Thông tin Văn hóa, giọng chua xót xin được giữ tủ sách, nếu không thì ông sẽ chết theo sách.

Một độc giả lập một danh sách các tác phẩm của tôi mà ông ta có trong nhà, đem lại sở Thông tin hỏi thứ nào được phép giữ lại, nhân viên Thông tin chẳng cần ngó tên sách, khoát tay bảo: **Hủy hết, hủy hết.**

Bà Đông Hồ quen ông Giám dốc thư viện thành phố, bán được một số sách cho thư viện, tặng thư viện một số khác với điều kiện được mượn đem về nhà mỗi khi cần dùng tới.

(Trích Hồi Ký Nguyễn Hiến Lê – tập III)

Chuyện đốt sách cũng được ghi trong "Nhật Ký Saigòn 1975" của Walter Skrobanek (1):

Sáng nay (ngày 23-5-1975, THT ghi chú), người nước ngoài thêm một lần nữa không được phép đi vào trung tâm thành phố. Những người da trắng muốn làm điều đó bằng ô tô hay đi bộ đều bị đuổi trở ra mà không có một lời giải thích. Vào buổi chiều, Siriporn đi vào nội thành và hỏi mua phim Agfa. Ông chủ tiệm, một người tỵ nạn chống cộng sản từ miền Bắc, cay đắng trả lời rằng trữ bán những loại phim này không còn có ý nghĩa gì nữa. Sau giải phóng, không một ai còn có quyền tự do gởi những phim này ra nước ngoài để xử lý nữa. Siriporn cũng hỏi lý do ngăn cấm nội thành, đặc biệt là đường Tự Do, đối với người nước ngoài. Nhún vai. Vào buổi tối, có hai phiên bản được lan truyền đi trong trung tâm, tại sao lại ngăn cấm: đốt sách phản động hay là một cuộc gặp gỡ nhiều căng thẳng giữa đại diện của hai phái Công giáo.

… Hôm nay (ngày 27-5-1975, THT chú thích) , các sinh viên cách mạng đả phá tín ngưỡng cũng đã gõ cửa nhà Ariel, để thu thập văn học phản động và khiêu dâm. Chị của Ariel không cho họ vào nhà, mà chỉ giải thích rằng bà không biết đọc. Theo tường thuật của nhân viên chúng tôi thì các tác phẩm văn học Việt Trung như "Tam Quốc Chí" cũng thuộc vào hàng văn hóa đồi trụy như tạp chí tin tức Mỹ "Time". Giá như các sinh viên đó biết rằng ví dụ như Kim Vân Kiều đang phục sinh lại ở Bắc Việt Nam và được diễn giải như là một phê bình văn

học của phong trào chống phong kiến. Người ta nói rằng vào ngày 31 tháng Năm sẽ có một cuộc đốt sách lớn. (2) (Chúng tôi không hiểu nghĩa của "phiên bản" là gì, Có lẽ là "tin đồn" chăng?) Qua các bài vừa trích dẫn, chúng ta thấy việc đốt sách xãy ra vào tuần cuối của tháng 5 năm 1975. Lửa phần thư đã cháy khắp cả Saigon và Gia Định cùng với những nhóm thanh niên thành đoàn, mạnh ai nấy vào tất cả nhà nào chúng thich, không cần biết sách lọai gì, cứ chất trên xe, mang về trụ sở quận, hay phường, hay tụm năm tụm ba, châm lửa… Và lửa do sự sợ hãi lo âu của chính người giữ sách. Sách bây giờ được xem là tai vạ, là quốc cấm. Tại trung tâm giáo dục Alelexandre de Rhodes, sư huynh Andre Gelinas kể rằng chính ông đã đốt một số lượng lớn sách trong số 80 ngàn cuốn tại thư viện Đắc Lộ (3) Một luật sư tủ sách có độ 2.000 cuốn, đem **đốt** ở trước cửa nhà, chủ ý cho công an phường biết (4) Cảnh này người Saigon đã chứng kiến. Nhưng để nuốt lệ, để ngậm căm hờn, phẫn uất. Phóng viên ở đâu ?. Nhiếp ảnh viên ở đâu ? Nick Ut ở đâu. Họ đã bỏ Continental Hotel mà thoát thân Để nhường lại ghế ngồi cho các phóng viên nhà báo Ba Lan, Tiệp Khắc, Đông Đức, Nga Sô, Cu Ba, Trung Cọng… Chỉ có vài phóng viên của tờ Mirror hay Le Monde là quyết định ở lại, nhưng phim không có, máy đánh tin, chuyển hình ra ngọai quốc cũng bị cấm ngặt… Ống kính không có vậy thì làm sao có một tấm hình để nói lên bằng chứng cho một lịch sử tội ác ở miền Nam xãy ra sau thời Nazi ?.

Hành động của đám thành đoàn như hành động của đám vệ binh đỏ thời Trăm Hoa Đua Nở của Trung Cộng không hơn không kém. Thay vì vệ binh đỏ, đám thanh niên thành đoàn này được mang cái tên mới : "những chiến sĩ xung kích trong mặt trận văn hóa" !

Ngày 28-5-1975, Ủy ban Quân quản, bộ trưởng Bộ Văn Hóa và cả thủ tướng Võ Văn Kiệt cũng lên tiếng khẳng định chính quyền không chủ trương đốt sách. Riêng thủ tướng Kiệt thì nhìn nhận sư sai lầm trong việc đánh giá một tác phẩm để kết án : "Cả tôi và chính quyền đã phải mất khá lâu mới nhận ra những sai lầm ấy (theo Bên Thắng Cuộc của Huy Đức)

Trong khi đó, trên các tờ báo lớn như Time, Newsweek, Life, New York Times. Chẳng thấy một tin tức nào về VN, hay hình ảnh về VN, nói gì đến hình ảnh đốt sách.

Nói vậy mà không phải vậy.

Dù chánh phủ luôn luôn khẳng định không chủ trương đốt sách, nhưng chiến dịch truy diệt vẫn tiếp diễn, ác liệt hơn là đàng khác. Lửa không còn cháy từ những đống sách nhưng người dân SG phải sống trong hỏa ngục lớn. Không cần đốt sách, vì " dân tộc chúng ta là dân tộc văn minh" ("We are civilized people, and we do not burn books…") (2 bis) , nhưng cả một hệ thống truyền thanh và báo chí tiếp tục lên án văn hóa miền Nam không dứt. Mục đích là răn

đe để dân SG khiếp sợ. Giữ một cuốn sách trong nhà là giữ một tai vạ. Một nhãn hiệu sách là một nhãn hiệu của bất trắc. Chữ nghĩa đó, tất cả đều mang mấm mống đồi trụy, phản động hay thiếu lập trường. Trên nhật báo Saigon Giải phóng từ ngày 20-8-1975 đến ngày 25-8-1975, đăng 5 ký bài viết của Văn Khuyến : "Tố cáo tội ác diệt chủng về mặt văn hóa của Mỹ ngụy đối với nhân dân Sài Gòn – Gia Định" tố khổ tận tình tất cả những nhà văn miền Nam, không cần biết, tác phẩm có mang tính chất đồi trụy hay phản động hay không. Dù viết cho tuổi thơ, hay thiếu nhi hay tuổi hoa tuổi ngọc hay là những nhà văn quan niệm "bàn tay sạch" đi nữa cũng bị lôi ra mà kết tội. Lý do duy nhất là họ không có lập trường đứng về phía nhân dân: … "Đối với một số trong tầng lớp trí thức thiếu quan điểm lập trường vững chắc, còn mơ hồ, quan niệm triết lý "Bàn tay sạch", … Họ đã đẻ ra những tác phẩm văn học nghệ thuật mềm mại yếu đuối khóc gió than mây "hư hư ảo ảo" …để ra từ những "tháp ngà" không mang một chút hơi thở nào của cuộc sống. Đó là thái độ bàng quan, lạnh lùng trước mọi biến động chung quanh. Tuy nhiên dù biểu hiện nào, dù mức độ tác hại có khác nhau, thì mọi nếp sống cầu an đều nằm gọn trong quỹ đạo tha hóa của chính sách xâm lược Mỹ…" (SGGP ngày 22-8-1975)

Tháng 10-75, trên nhật báo SGGP có đăng nhiều kỳ Bảng Kê Tên Cac Loại sach phản động, dâm ô đầu độc của 56 tác giả bị cấm lưu hành:

56 tác giả ấy là: Kim Nhật, Xuân Vũ, Phan Nhật Nam, Nguyễn Mạnh Côn, Hùng Nguyễn Nguyễn Ngọc Huy, Vũ Tiến Phúc, Vũ Tài Lục, Ngiêm Xuân Hồng, Hoang Ngọc Liên, Hà Huyền Chi, Phan Nghị, Nguyên Vũ, Lê Xuyên, Võ Phiến, Nhã Ca, Văn Quang, Chu Tử, Mặc Đỗ, Doãn Quốc Sỹ, Thanh Tâm Tuyền, Mai Thảo, Trần Đức Lai, Dương Nghiễm Mậu , Hồ Hữu Tường, Lữ Quỳnh, Trần Châu Hồ, Nguyễn Vỹ, Túy Hồng, Dương Hùng Cường, Nguyễn Đình Toàn, Dương Kiền, Hoàng Hải Thủy, Tạ Ty, Nguyễn Đình Thiều, Nguyễn thị Hoàng, Minh Đức Hoài Trinh, Lệ Hằng, Người Khăn Trắng, Người thứ Tám, Nghiêm Lê Quân, Vũ Hoàng Chương, Đinh Hùng, Thế Viên, Song Hồ, Minh Viên, Nhất Tuấn, Hoàng Hương Trang, Lệ Khánh, Cao Tiêu, Lam Giang Vũ Tiến Đức, Phạm Minh Hồng, Hồng Liên Lê Xuân Giáo

Ngoài ra một danh sach dài kê các lọai sach tiểu thuyết dịch phẩm, kịch bản phản động dâm ô đầu độc bị cấm lưu hành. Có rất nhiều tác giả không thấy trong 56 tác giả bị cấm ghi trên..

Sau năm tháng, nhà nước mới công bố bảng danh sách đợt I !

Người dân Saigon mới biết sách nào bị cấm, sách nào không bị cấm,. Nhưng đã quá trê. Chỉ một tuần cũng đủ bắt Saigon mang cái áo tang liệm bằng giấy khổng lồ, sách vở đâu còn ở kệ ngăn để mà cấm hay không cấm. Nhưng nhờ bảng thông tư này, sách các tác giả bị cấm này mới được người dân, nhất là dân bắc tìm tòi và mua với giá rất mắc.

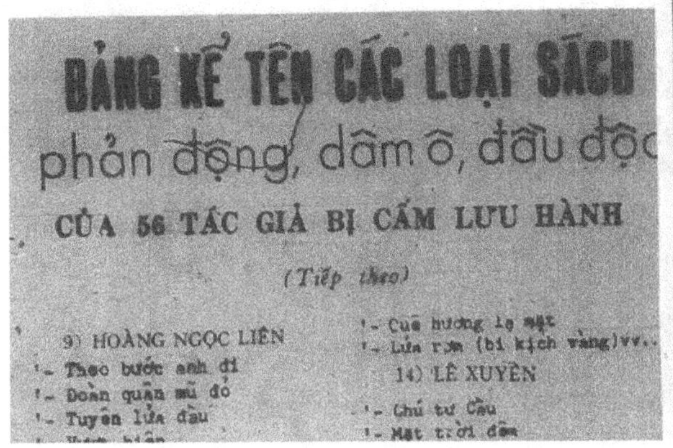

SGGP 26-10-1975. Chụp lại từ microfilm.

Đốt sách hay nghiền sách ?

Vậy thì những núi sách bị tịch thu hay được giao nạp , chất đống trong các trụ sở của cơ quan thông tin văn hóa hay Hội bài trừ văn hóa Mỹ ngụy, phải chịu số phận ra sao nếu chúng không bị lên giàn hỏa ?

Có hai cách để hũy thay vì đốt. Cả hai cách đều có lợi vì đều có lợi nhuận: Thứ nhất là bán ký cho các nhà máy sản xuất giấy

Thư hai là bán lại cho những người bán sách vĩa hẻ.

Trong một truyện ngắn nhan đề: "Trận đánh cuối cùng của một kẻ sĩ", nhà văn Nhật Tiến đã kể về hai cách này. Ông không đề cập gì đến vụ đốt sách như nhà văn Nguyễn Hiến Lê đã đề cập.

"Ba Sinh nhấc lên tay một tác phẩm quen thuộc. Chàng chợt sững sờ khi nhìn thấy những dấu vết cũ. Chàng đổi nhanh qua những cuốn khác. Không còn nghi ngờ gì nữa, cả một tủ sách của chàng, tưởng đã tiêu tan ra thành bột giấy, nào ngờ vẫn còn nguyên vẹn ở đây. Ba Sinh mừng rỡ tưởng đến ngất xỉu đi, cái cảm giác choáng ngợp y hệt như một người vừa tìm lại được người thân sau bao tháng ngày được tin kẻ đó đã mất."

(Nhật Tiến: Trận đánh cuối cùng của một kẻ sĩ, nguồn Internet)

Trong truyện ngắn trên, nhà văn Nhật Tiến tả nỗi đau đớn của nhân vật chính khi nghĩ đến cảnh chúng phải tan nghiền thành bột giấy.

Vâng, chính nghiền đã thay vào chữ đốt. Không phải riêng một mình nhà văn Nhật Tiến viết, mà trên báo Sài Gòn Giải phóng ngày 15-7-75 chạy cái tin to tướng ở trang đầu là nhà máy làm giấy Kissme đã sản xuất 50 tấn giấy vệ sinh và thấm nước trong tháng 6-75.Nguyên liệu làm giấy gồm 60% giấy vụn lượm lặt trong thành phố và 40% là gòn lồ ô…

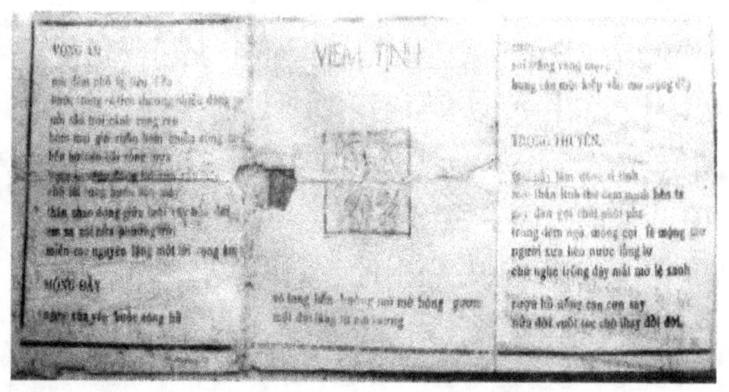

Báo SGGP 1-7-75, tư liệu của Thư Quán Bản Thảo

0 tấn giấy được sản xuất mà 60% nguyên liệu là giấy lượm, thì cả Saigon, Gia định, Biên Hòa với nhiều xưởng làm giấy, thì có biết bao nhiêu tấn giấy lượm ?

Cả một Saigon tràn ngập giấy. Nếu người ta dùng giấy mã vàng bạc để rãi trong những đám ma hay cúng cô hồn, thì Saigon cũng được rãi tràn ngập những tờ giấy-mã-chữ-nghĩa-miền-Nam, như để phủ trên một quan tài văn hóa miền Nam..

Và người ta đi tìm giấy. Già trẻ lớn bé đi tìm giấy lượm. Người ta vui vì lượm được giấy nhiều, ít ra cũng có chút ít tiền mua gạo, mua nước mắm cho gia đình. Có khi giữa những đống giấy kia, có kẻ đã vất nguyên cả bộ Lê Nin toàn tập, bìa xé ra để phi tang. Chứa chúng trong nhà làm gì, để mà hận, mà tức. Giấy của chúng bán giá cao vì thuộc loại giấy trắng so với giấy thường vàng ố. Và cũng có khi, giấy lại được nâng niu như một báu vật, khi người thơ tìm lại được bài thơ cũ trong một nhà vệ sinh công cộng:

Sau năm 1975, mình vào Sàigòn đi kiếm tiền ở khu nhà ga xe lửa cũ trên đường Lê Lai, mình vào nhà vệ sinh công cộng ở bên hông nhà ga và thật mũi lòng thấy một nửa trang báo Khởi Hành rách bẩn có thơ của mình… (5)

Những thách đố đầu tiên

Người Saigon bắt đầu thách thức. Thay vì mang sách báo đi giao nạp, người Saigon mang chúng cúng cùng trời cùng đất, cùng cõi không cùng. Giữ ở nhà sợ bị kết tội tích trữ sách báo phản động đồi trụy dâm ô tiếp tay với đế quốc thực dân mới, thôi thì mang bỏ chúng ra ngoài bờ ngoài bụi, dưới gốc cây để thiên hạ lượm bán lấy tiền làm phước. Mặt khác mấy tay làm văn hóa thông tin ở phường hay quận, cũng âm thầm bán ra ngoài thị trường bán buôn sách cũ.. Không còn cảnh chở sách trên xe ba gác đến giao tại đại học Vạn Hạnh như trong câu truyện của nhà văn Nhật Tiến nữa.…

Những ngày đầu của tháng 6-1975, người dân Saigon bắt đầu thấy xuất hiện trên những vĩa hè phố Saigon những "vĩa sách lộ thiên" bán sách báo miền Nam. Người bán, người mua không còn sợ sệt hay lo lắng như những ngày trước nữa. Sách bán rất rẽ. Và độc giả phần lớn là đám người từ miền Bắc vào hay học sinh. Theo báo SGGP phát hành trong thời gian này, phần lớn sách được lén tẩu tán từ các tiệm sách, trước đây giá từ 500 đồng đến 1000 đồng cho một cuốn, nay 100 đồng hai cuốn. Cũng vì giá quá rẽ, nên báo đảng ta lại thêm một lần báo động:

Hành động này gây nhiều tác hại nhứt là cho các em nhỏ học sinh, con em của nhân dân.

Trước đây, lọai sách nói trên bán với giá đắt từ 500 đồng đến 1000 đồng một quyển, nay thay vì tiêu hũy, bọn con buôn nói trên đang cho bán đổ bán tháo 100 đồng 2 quyển, vô hình trung phổ cập lọai sách nguy hiểm này gấp mấy lần vì trước đây các em nhỏ học sinh không có tiền mua sách này vì giá đắt nay các em tương đối để có 100 đồng để mua… Càng lúc nhu cầu tìm sách miền Nam càng mạnh, " vĩa sách lộ thiên" càng mọc lên nhiều. Giá sách càng tăng cao. Những đường lớn như Tự Do, Lê Lợi, thấy nhiều vĩa hè bị chóan ngợp bởi rừng sách   cũ.
Tấm hình dưới đây được đăng trên báo SGGP, chúng tỏ về sự thách đố này, (Xin tha lỗi vì hình và chữ chú thích quá mờ. Đây là sản phẩm của đỉnh cao tri tuệ làm báo của CS, chứ không phải vì microfilm)

Dù vậy, chúng tôi cũng cố để viết lại những giòng phụ chú bên cạnh tấm hình:

Bán sách báo đồi trụy trong lúc này là sai quấy rồi, lại còn bày hết vĩa hè tới mặt đường (đại lộ Lê Lợi khúc Mini-Rex) là chuyện nên để hay bỏ gấp ? (SGGP ngày 19-8-1975)

Báo SGGP quên không nhắc đến những sạp báo ở gần khách sạn Continental vẫn còn hiện diện và vẫn còn bày bán các tạp chí mà nhà nước ta kết án là nọc độc văn hóa, đồi trụy, dâm ô.

Dưới đây là bản dịch từ một bản tin của hãng thông tán AP vào ngày 21 tháng 5-75:

Sài Gòn không thay đổi mấy.

Theo GHEO ESPER

SàiGòn AP – Những điều mắt thấy tai nghe thật lạ lùng ở Sàigòn ngày hôm nay cho những ai đã biết Thủ Đô Của Miền Nam Việt Nam trước khi bị Cộng Sản xâm chiếm.

Những Chiến Đấu Cơ MIG của Nga đã từng không chiến với Chiến đấu cơ của Mỹ trên vòm trời Bắc Việt giờ đây bay theo đội ngũ để ăn mừng chiến thắng.Một chiếc máy bay Trực Thăng mầu xám xanh của Air America, hãng hàng không được tài trợ bởi cơ quan tình báo Mỹ CIA vẫn bay lượn trên không trung. Những chiếc máy bay đã bi bỏ lại bởi những người Mỹ di tản một cách vội vàng, giờ đây được sơn ngôi sao vàng và trở thành những máy bay của đội ngũ Không Quân Bắc Việt.

Tại Tân Sơn Nhất, căn cứ Không Quân được coi như Ngũ Giác Đài Miền Đông Á, Bộ Tổng Tham Mưu của US MACV (Bộ Chỉ Huy Yểm Trợ cho Việt Nam MACV), và sau đó trở thành Cơ Quan Phụ Thuôc Quốc Phòng nay thành những đống tàn rụi. Người Mỹ đà phá hủy cơ quan này bằng Lựu Đạn, chất nổ TNT và dầu xăng khi họ vội vàng di tản để các tài liệu và máy móc không lọt vào tay Cộng Sản.

Hình Hồ Chí Minh đã được treo tại dinh Độc Lập, thay thế hình Tổng Thống

Nguyễn Văn Thiệu người đã bỏ trốn tháng trước.

Maxim Night Club, Vũ Trường lớn nhất của Thành phố Sàigòn giờ đây là trụ sở cơ quan hành chính.

Nhưng có một vài điều vẫn không thay đổi.

Người Ấn (Chà Và) đổi tiền vẫn làm ăn thương mại trá hình dưới hình thức là tiệm sách.

Tiệm Tắm Hơi Fuji vẫn hoạt động 100% như thường.

Khách Sạn Continental với hành lang nơi gái mãi dâm và ma cô mời mọc khách ngoại quốc trở lại hoạt động bình thường như xưa dù tệ đoan này đã bị chính phủ trước dẹp sạch.

Việt Cộng Và người Bắc Việt như muốn lờ đi tệ đoan về đêm này.

Báo Playboy, OUI và những Tạp Chí với hình ảnh những cô gái khiêu gợi khác vẫn được bày bán trên những sạp báo.

Thỉnh thoảng đôi khi người ta có thể bắt gặp những anh Bộ Đội Bắc Việt hay Việt Cộng lén coi những tạp chí khiêu dâm dấu trong những tờ báo của Đảng Nhà Nước.

(Trích từ microfilm nhật báo Courrier News ngày 21 tháng 5 – 1975)

Như vậy, đồi trụy sa đoạ dâm ô trụy lạc dưới con mắt của phe chiến thắng chỉ nhắm vào văn hóa, chứ không phải nhắm vào những tệ đoan xã hội như gái mãi dâm, nhà tắm hơi trá hình hay ma cô ma cạo như thời VNCH.

Đó là lý do tại sao, trên báo Saigon Giải Phóng của năm 1975 (tháng 5-75 đến 12-1975), chúng tôi không thấy một tin nào về chuyện diệt trừ, bài trừ tệ đoan xã hội như làm sạch hộp đêm, nhà nhảy, nhà tắm hơi, gái mãi dâm, mà chỉ là "vạch mặt" bọn phản động, ác ôn, côn đồ, nhân dân tố cáo bọn ác ôn ngụy tay sai lẩn tránh không chịu trình diện, quân đội ta anh hùng, hay "còn cái lai quần cũng đánh" ! :

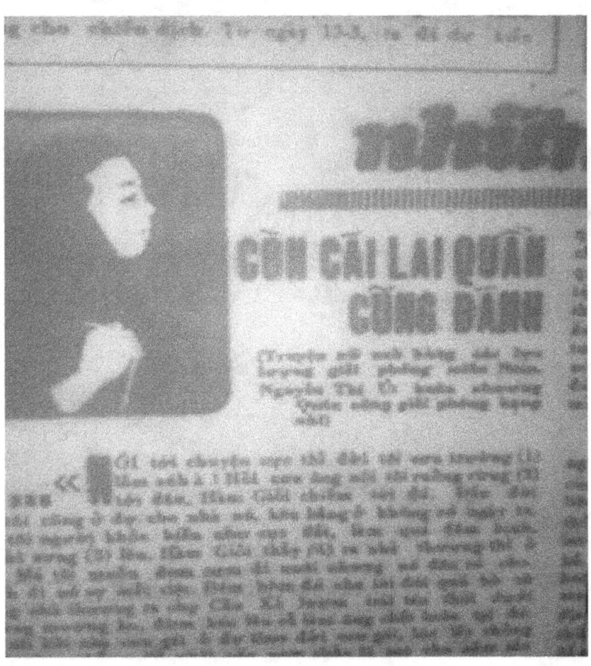

hay thỉnh thoảng đi một vài bài viết cổ xúy cho chiến dịch bài trừ văn hóa phản động, đồi trụy như bài thơ dưới đây:

Sách báo nọ, đừng mong ngóc dậy
Vì nhân dân, sẵn gậy cầm tay
Trừ căn, tuyệt nọc bọn nầy
Đánh cho tận gốc, đánh quay mòng

mòng
(Cung Văn 24-10-76, Bài trừ tận gốc)

———

(1) Walter Skrobanek là giám đốc một tổ chức cứu trợ trẻ em ở Sài Gòn. Nhật ký này bắt đầu từ *ngày 28 tháng Tư năm 1975*, dừng lại *ngày 9 tháng Mười Hai năm 1975*. Cuối năm 1975, Skrobanek rời khỏi Việt Nam. Cuốn nhật ký được ông giữ cẩn thận, nhưng gần như bị bỏ quên, cho đến năm 2006, khi đã về hưu, ông mới có dịp lật lại. Cơn bạo bệnh và cái chết bất ngờ vào cuối hè 2006 đã khiến Skrobanek không thể hoàn thành việc biên soạn lại cuốn nhật ký của mình. Ông đã không thực hiện được dự định đối chiếu những quan điểm của ông sau này với những quan sát và cảm nhận của ông năm 1975 ở Sài Gòn. Trong sự dở dang của nó, nhật ký Skrobanek được ủy thác lại cho những người có trách nhiệm xuất bản, trong đó có Viện Goethe Việt Nam, như một tài liệu lịch sử, ghi chép lại một giai đoạn có tính bản lề của lịch sử Việt Nam. (nguồn: Talawas)

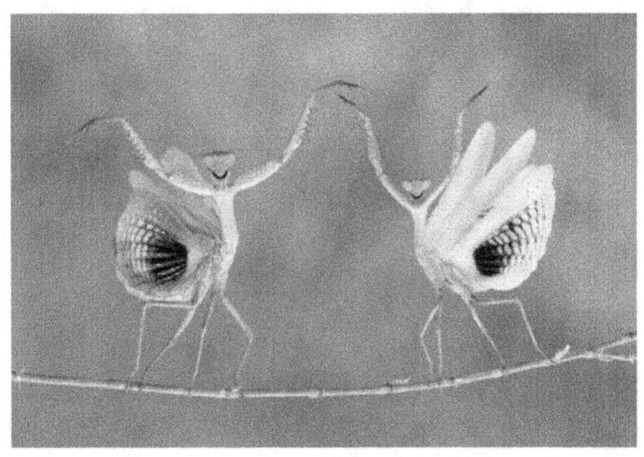

10 loại thực phẩm "cấm ky" KHI UỐNG THUỐC

Có những loại thực phẩm không nên dùng khi uống thuốc vì nó có thể làm giảm tác dụng của thuốc, thậm chí nguy hiểm cho tính mạng. Thực phẩm và thuốc uống có vẻ như chẳng có mối liên hệ nào với nhau, nhưng hóa ra không phải vậy.

Vậy nên, khi uống bất kì loại thuốc nào, bạn cần cân nhắc các loại thực phẩm sau đây nhé.

1. Bưởi

Nước ép bưởi làm tăng sự hấp thu thuốc quá nhiều vào máu, có thể gây nguy hiểm.

Không nên ăn bưởi khi uống một số loại thuốc sau:

- Một số thuốc chống dị ứng: Nếu dùng chung với bưởi có thể gây tử vong cho những người bị bệnh tim.

- Các thuốc an thần, thuốc ngủ: Khi dùng với nhóm thuốc này, ăn bưởi sẽ gây ra cảm giác chóng mặt.

- Thuốc làm giảm cholesterol: Nếu bạn đang uống các loại thuốc nhằm giảm cholesterol thì đừng nên ăn bưởi, vì nó sẽ khiến cho một lượng lớn thuốc đọng lại trong cơ thể, không phát huy được tác dụng, dẫn đến tổn thương gan và suy nhược cơ bắp, có thể dẫn đến suy thận.

Dù ăn hoặc uống nước ép bưởi vài giờ trước hoặc sau khi bạn uống thuốc vẫn có thể còn nguy hiểm, vì vậy tốt nhất là tránh hoặc hạn chế loại thực phẩm này.

2. Nước cam

Nước cam có chứa nhiều axit nên không nên kết hợp với thuốc chống axit có chứa nhôm. Theo các bác sĩ thì nước cam cũng chống chỉ định khi dùng chung với các loại thuốc kháng sinh vì các kháng sinh kém bền vững ở môi trường axit.

3. Chuối

Chuối có chứa hàm lượng kali cao nên không được phép dùng chung với thuốc lợi tiểu. Rất đơn giản, nếu dùng chung 2 loại này sẽ làm tăng sự tích lũy kali trong cơ thể gây biến chứng về tim mạch và huyết áp.

4. Sữa

Sữa không phải là loại chất lỏng được chỉ định để uống kèm với thuốc vì nó ảnh hưởng đến quá trình hấp thụ chất sắt của cơ thể. Yếu tố canxi trong sữa được cho là có thể cản trở tính hiệu quả của thuốc điều trị các bệnh tuyến giáp. Vì vậy, tốt nhất là bạn nên đợi ít nhất 4 giờ sau khi uống thuốc rồi mới dùng đồ uống giàu canxi.

Trong thời gian uống thuốc kháng sinh, cần tạm kiêng hoặc hạn chế tối đa thói quen sử dụng sữa và các sản phẩm chế biến từ sữa (phô mai, sữa chua…). Bởi vì, canxi trong sữa phản ứng với thuốc kháng sinh, tạo ra muối canxi không tan trong nước.

Hệ quả: thuốc chỉ được hấp thụ một phần qua hệ tiêu hóa hoặc hoàn toàn bị đào thải và hiệu quả bị suy giảm đáng kể, hoặc thậm chí không có.

5. Cà phê

Cà phê cũng không được dùng để uống thuốc, nhất là với các loại thuốc kháng sinh. Bởi trong cà phê có chứa nhiều caffeine, nếu dùng với thuốc sẽ làm giảm nghiêm trọng khả năng hấp thụ sắt.

Thuốc cảm và cà phê không được dùng cùng nhau vì nếu không sẽ làm cho dạ dày bị kích thích ở cường độ mạnh và từ đó gây ra đau đớn. Một số loại thuốc cảm có chứa chất caffein - gây kích thích đối với niêm mạc dạ dày.

Đây được coi là tác dụng phụ của thuốc cảm. Vì vậy, khi uống thuốc này cùng cà phê sẽ càng làm cho phản ứng phụ gia tăng, vì trong cà phê có chất caffein tăng thêm kích thích cho niêm mạc dạ dày.

6. Trà xanh

Mặc dù trà xanh là thứ đồ uống có nhiều chất chống oxy hóa, có khả năng "đánh bại" những tế bào ung thư nhưng khi uống trà xanh cùng thuốc chống ung thư thì tác dụng này hầu như không còn nữa.

Không nên uống trà khi đang uống viên sắt. Hợp chất tananh sẵn có trong trà kìm hãm khả năng hấp thu sắt của cơ thể. Vì thế uống nước trà trong thời gian cần bổ sung sắt sẽ kém hoặc không có hiệu quả. Trường hợp muốn uống, có thể uống vào thời điểm tối thiểu 1,5 giờ sau khi uống thuốc.

7. Tôm

Không nên ăn tôm trước và sau 2 giờ uống vitamin C. Vì, chất hóa học đồng có trong tôm sẽ oxy hóa vitamin C và làm mất tác dụng của vitamin, thậm chí có thể gây nguy hiểm.

8. Nhâm sâm

Những bệnh nhân bị tăng huyết áp hoặc thường xuyên phải dùng thuốc huyết áp nên tránh ăn nhân sâm để tránh gây tăng huyết áp.

9. Tỏi

Tỏi là loại gia vị làm dậy mùi món ăn nhưng khi kết hợp với thuốc trị tiểu đường có thể gây giảm đường huyết trong máu đột ngột.

10. Thực phẩm quá giàu chất xơ

Nếu tiêu thụ thực phẩm giàu chất xơ khi uống thuốc có thể làm ảnh hưởng đến khả năng hấp thụ thuốc của dạ dày. Nhóm thực phẩm này nếu dùng chung với thuốc chống suy nhược cũng sẽ cho kết quả ngược lại.

12 lợi ích của Ginkgo Biloba (Cộng với tác dụng phụ và liều lượng) Ginkgo biloba rất giàu chất chống oxy hóa và có thể giúp giảm viêm.

Nó cũng có thể có lợi cho sức khỏe tim mạch, chức năng não và sức khỏe của mắt, cùng với một số tình trạng khác.

Ginkgo biloba, hay còn gọi là cây trinh nữ, là một loại cây có nguồn gốc từ Trung Quốc đã được trồng hàng nghìn năm với nhiều mục đích sử dụng khác nhau. Bởi vì nó là thành viên duy nhất còn sót lại của bộ thực vật cổ xưa nên đôi khi nó được gọi là hóa thạch sống. Trong khi lá và hạt của nó thường được sử dụng trong y học cổ truyền Trung Quốc, nghiên cứu hiện đại chủ yếu tập trung vào chiết xuất bạch quả, được làm từ lá. Thuốc bổ sung bạch quả có liên quan đến một số tuyên bố và công dụng về sức khỏe, hầu hết đều tập trung **vào chức năng não và tuần hoàn máu.**

1. Chứa chất chống oxy hóa mạnh mẽ Hàm lượng chất chống oxy hóa của Ginkgo có thể là lý do đằng sau nhiều tuyên bố về sức khỏe của nó .

2. Bạch quả chứa hàm lượng flavonoid và terpenoid cao, là những hợp chất được biết đến với tác dụng chống oxy hóa mạnh mẽ

3. Chất chống oxy hóa chống lại hoặc vô hiệu hóa tác hại của các gốc tự do

4. Các gốc tự do là các hạt có khả năng phản ứng cao được tạo ra trong cơ thể trong các chức năng trao đổi chất bình thường, chẳng hạn như chuyển đổi thức ăn thành năng lượng hoặc giải độc (

5. Tuy nhiên, chúng cũng có khả năng làm hỏng các mô khỏe mạnh, góp phần đẩy nhanh quá trình lão hóa và phát triển bệnh tật). Nghiên cứu về tác dụng **chống oxy hóa của bạch quả đầy hứa hẹn**. Tuy nhiên, vẫn chưa rõ chính xác cách thức hoạt động và hiệu quả của nó trong việc điều trị các bệnh cụ thể.

6. **Bản tóm tắt Ginkgo** chứa chất chống oxy hóa mạnh, chống lại tác hại của các gốc tự do và có thể là nguyên nhân gây ra hầu hết các tuyên bố về sức khỏe của nó.

7. **Có thể giúp giảm viêm Viêm** là một phần phản ứng tự nhiên của cơ thể đối với tổn thương hoặc sự xâm nhập của chất lạ. Trong phản ứng viêm, nhiều thành phần khác nhau của hệ thống miễn dịch được huy động để chống lại kẻ xâm lược từ bên ngoài hoặc chữa lành vùng bị thương. Một số bệnh mãn tính gây ra phản ứng viêm ngay cả khi không có bệnh tật hoặc thương tích. *Theo thời gian, tình trạng viêm quá mức này có thể gây tổn thương vĩnh viễn cho các mô và DNA của cơ thể .*

8. *năm nghiên cứu trên động vật và ống nghiệm cho thấy* chiết xuất bạch quả có thể làm giảm các dấu hiệu viêm ở cả tế bào người và động vật ở nhiều trạng thái bệnh khác nhau (2, 6, 7).

9.   Một số tình trạng cụ thể mà chiết xuất bạch quả đã cho thấy **có tác dụng giảm viêm** bao gồm
-viêm khớp bệnh viêm ruột (IBD)
-ung thư bệnh tim đột quy

Mặc dù dữ liệu này rất đáng khích lệ nhưng vẫn cần có những nghiên cứu trên người trước khi đưa ra kết luận cụ thể về vai trò của bạch quả trong việc điều trị những căn bệnh phức tạp này. Bản tóm tắt Ginkgo *có khả năng giảm viêm do nhiều tình trạng khác nhau. Đây có thể là một trong những lý do khiến nó có ứng dụng y tế rộng rãi như vậy.*

- **Cải thiện tuần hoàn và sức khỏe tim mạch**

Trong y học cổ truyền Trung Quốc, **hạt bạch quả được sử dụng để mở "kênh" năng lượng đến các hệ cơ quan khác nhau, bao gồm thận, gan, não và phổi.** Khả năng rõ *ràng của Ginkgo trong việc tăng lưu lượng máu đến các bộ phận khác nhau của cơ thể có thể là nguồn gốc của nhiều lợi ích được cho là của nó.* Một nghiên cứu cũ hơn ở những người mắc bệnh tim được bổ sung bạch quả cho thấy lưu lượng máu đến nhiều bộ phận của cơ thể tăng lên ngay lập tức. *Điều này được cho là do nồng độ oxit nitric tuần hoàn tăng 12%, một hợp chất chịu trách nhiệm làm giãn mạch máu.*

Tương tự, một nghiên cứu khác năm 2008 cho thấy tác dụng tương tự ở người lớn tuổi được điều trị bằng chiết xuất bạch quả. *Nghiên cứu bổ sung cũng chỉ ra tác dụng bảo vệ của bạch quả đối với sức khỏe tim mạch, sức khỏe não bộ và phòng ngừa đột quy.* Có nhiều cách giải thích cho điều này, một trong

số đó có thể là do các hợp chất chống viêm có trong cây . *Cần nhiều nghiên cứu hơn để hiểu đầy đủ về cách bạch quả ảnh hưởng đến tuần hoàn và sức khỏe của tim và não.*

Bản tóm tắt Ginkgo có thể làm tăng lưu lượng máu bằng cách thúc đẩy sự giãn nở của mạch máu. Điều này có thể có ứng dụng trong điều trị các bệnh liên quan đến tuần hoàn kém. 4. Giảm các triệu chứng rối loạn tâm thần và mất trí nhớ Ginkgo đã được đánh giá nhiều lần về khả năng giảm lo lắng, căng thẳng và các triệu chứng khác liên quan đến bệnh Alzheimer và suy giảm nhận thức liên quan đến lão hóa. Nhìn chung, kết quả nghiên cứu không nhất quán trong lĩnh vực này. Một số nghiên cứu cho thấy tỷ lệ suy giảm nhận thức giảm rõ rệt ở những người mắc chứng mất trí nhớ khi sử dụng bạch quả, nhưng những nghiên cứu khác lại không lặp lại được kết quả này.

Điểm mấu chốt

Ginkgo biloba có khả năng chống viêm và chống oxy hóa mạnh mẽ cũng như khả năng cải thiện tuần hoàn. Cùng với nhau, những đặc điểm này có khả năng ảnh hưởng đến nhiều hệ thống cơ thể và bệnh tật, mặc dù khoa học đằng sau nó vẫn còn một số việc phải làm. Mặc dù bạch quả đã được sử dụng trong nhiều thế kỷ nhưng người ta vẫn chưa hoàn toàn hiểu rõ nó hoạt động như thế nào. Phần lớn các nghiên cứu hiện có đều không nhất quán hoặc không có kết luận, và điều quan trọng là bạn phải ghi nhớ điều đó. Giống như bất kỳ chất bổ sung thảo dược nào, đều có những rủi ro liên quan. Ginkgo có thể dẫn đến các biến chứng sức khoẻ nghiêm trọng nếu bạn bị dị ứng hoặc dùng một số loại thuốc. Nếu bạn đang nghĩ đến việc bổ sung bạch quả vào chế độ điều trị của mình, hãy nhớ tham khảo ý kiến bác sĩ trước. Được đánh giá y tế lần cuối vào ngày 14 tháng 12 năm 2022

HỘP THƯ TÒA SOẠN

Ban Biên Tập chúng tôi hân hạnh đón nhận thư từ - Ý kiến của Văn Hữu, Thân Hữu Đọc Giả khắp nơi ...

Mọi Thư từ và Bài vở xin gởi về :

Báo Chính Văn
7005 Walter Avenue Sacramento CA 95828 - USA

Email : baochinhvan@gmail.com hoặc : amyngoc@rocketmail.com

Tel: 916 230 6172 - 916 509 4445

Xin chân thành cảm tạ những lời khen tặng Khích Lệ của Đọc Giả, cũng như những Phê Bình của Thân Hữu - Văn Hữu.

Xin chân thành cảm tạ quý Văn Hữu: -TS Trần Kiêm Đoàn, Nhà thơ Lê Trọng Nghĩa, Nhà thơ Lão Moc Hoàng Ngân Hà, Nhà thơ Duy An Đông, Nhà thơ Cao Mỹ Nhân, Nhà Báo Sơn Tùng, nhà thơ Nguyễn Phúc Sông Hương và nhiều Văn hữu khác... đã gởi tặng những Tác Phẩm và đồng ý đăng trên Giai Phẩm Chính Văn.

Ban Biên Tập chúng tôi đang và sẽ có gắng khắc phục để Giai Phẩm Chính Văn của chúng ta được hoàn hảo Tốt đẹp dù trong hoàn cảnh Báo chí thời Lưu vong rất ư là khó khăn.

THÂN KÍNH.

32 Thực phẩm Hoa Kỳ bị cấm ở các nước khác

Có rất nhiều loại thực phẩm có thể mua được ở Mỹ nhưng không thể mua được ở các nước khác, đặc biệt là ở EU. Nếu bạn muốn biết những loại thực phẩm nào của Mỹ bị cấm ở các quốc gia khác, thì đây là 32 mặt hàng bạn sẽ không được phép mua ở các khu vực cụ thể trên thế giới.

Cá hồi nuôi

Trong khi cá hồi được coi là thực phẩm lành mạnh và có thể có lợi cho sức khỏe tim mạch, cá hồi nuôi trong trang trại có thể gây nguy hiểm cho sức khỏe của bạn vì cá hồi trong trang trại được cho ăn hóa chất và thực phẩm biến đổi gen, bao gồm ngũ cốc, điôxin và PCB, có có khả năng gây ung thư. Những hóa chất này được cho cá ăn để tạo cho chúng màu hồng của cá hồi hoang dã. Do đó, cá hồi nuôi trong trang trại bị cấm ở Australia và New Zealand.

Skittles

Mặc dù Skittles là một loại kẹo phổ biến ở Mỹ nhưng chúng có chứa Vàng 5 và Vàng 6, có thể gây ra một số tác dụng phụ. Trong một nghiên cứu do Hiệp hội Trị liệu Thần kinh Thực nghiệm Hoa Kỳ thực hiện, họ phát hiện ra rằng những chất tạo màu nhân tạo này có khả năng gây ra chứng hiếu động thái quá ở trẻ em, cũng như các nghiên cứu trên chuột cho thấy Màu vàng 6 gây ra khối u.

Do đó, những màu nhân tạo này bị cấm ở khá nhiều nước châu Âu.

Anh đào Maraschino

Có thể ngon như quả anh đào Maraschino nhưng chúng có chứa chất tạo màu nhân tạo Red 40. Có một số lượng lớn người bị dị ứng với loại thuốc nhuộm đặc biệt này, chưa kể nó có thể gây ra một số bệnh ung thư. Chủ yếu được tìm thấy trong quả anh đào Maraschino, nó cũng có thể được tìm thấy trong hỗn hợp Grenadine và Cherry Pie. Thuốc nhuộm này bị cấm ở nhiều nước châu Âu như Na Uy, Phần Lan và Anh.

Mountain DEW

Mặc dù đồ uống neon này cực kỳ phổ biến ở Mỹ nhưng nó lại chứa một thành phần nguy hiểm: dầu thực vật brôm. Thành phần này có khả năng chống cháy và trong một số trường hợp hiếm gặp có thể gây tổn thương, giảm trí nhớ và các vấn đề về thần kinh. Kết quả là Châu Âu và Nhật Bản đã cấm thành phần này trong tất cả các loại thực phẩm và đồ uống.

Wheat Thins (Lúa mì mỏng)

Lúa mì mỏng là thực phẩm chủ yếu trong nhiều hộ gia đình nhưng bị cấm ở Anh, Nhật Bản và một số khu vực ở Châu Âu. Wheat Thins chứa BHT (butylat hydroxytoluene), có thể gây tác dụng phụ có hại cho người tiêu dùng. Mặc dù có rất ít nghiên cứu về tác dụng của BHT nhưng các quốc gia này đã cấm nó do đặc tính gây ung thư tiềm tàng của nó.

Bánh cuộn Thụy Sĩ Debbie nhỏ

Là món ăn mang tính biểu tượng mà nhiều người mong muốn được ăn, Bánh cuộn Thụy Sĩ Little Debbie bị cấm ở Áo và Na Uy vì có thuốc nhuộm Đỏ 40 và Vàng 5. Các quốc gia khác ở EU phải dán nhãn cảnh báo trên bất kỳ mặt hàng nào có chứa các loại thuốc nhuộm này để người tiêu dùng nhận thức được rủi ro tiềm ẩn.

Bánh Twinkies

Giống như Little Debbie Swiss Rolls, Twinkies là một món ăn khác bị cấm ở Áo, Na Uy và Phần Lan vì mang thuốc nhuộm Đỏ 40 và Vàng 5. Thật không may, những loại thuốc nhuộm này được tìm thấy trong nhiều mặt hàng bánh kẹo, đặc biệt là những loại dành cho trẻ em mà những loại thuốc nhuộm này chủ yếu ảnh hưởng đến.

Stove Top (Nhồi tức thì?)

Instant Stuffing bị cấm ở Anh, Nhật Bản và các khu vực khác. Thực phẩm này chứa các chất bảo quản phổ biến BHA và BHT , những chất này đã bị cảnh báo vì có khả năng gây ung thư và khả năng cản trở quá trình đông máu. Thêm vào đó, đồ nhồi tự làm sẽ ngon hơn.

Kem cà phê Mate

Mặc dù Coffee Mate Creamer có thể là thành phần hoàn hảo cho cốc Joe của bạn, nhưng thật không may, nó có chứa dầu hydro hóa , một thành phần trong kem có chứa rất nhiều chất béo chuyển hóa. Nếu bạn tiêu thụ quá nhiều chất béo này, bạn sẽ có nguy cơ mắc bệnh tiểu đường, bệnh tim và trong nghiên cứu gần đây là bệnh Alzheimer.

Thịt lợn Mỹ

Ractopamine là chất chủ vận beta thường được cho lợn ăn để tăng khối lượng cơ thể đồng thời giảm lượng chất béo. Đây không phải là loại hormone tuyệt vời mà con người nên có trong cơ thể vì nó có thể gây ra nhịp tim nhanh, run, đau đầu, v.v. Kết quả là thịt lợn Mỹ bị cấm ở 160 quốc gia trên toàn thế giới.

Thịt bò xay đóng gói sẵn

Bạn có thể đã quen khi nghe nói rằng Thịt bò xay trông giống như chất nhờn màu hồng. Điều này nghe có vẻ thô thiển nhưng tác dụng phụ của việc tiêu thụ nó có thể gây hại. Chất nhờn màu hồng là một chất phụ gia được sử dụng để giảm mỡ tổng thể. Kết quả là thịt tiếp xúc với amoniac hoặc axit xitric, những chất không phù hợp với con người. Do những rủi ro của thịt bò xay đóng gói sẵn nên nó bị cấm ở Canada và Liên minh Châu Âu.

Sữa Mỹ

Điều này không xảy ra thường xuyên nhưng một số trang trại bò sữa vẫn sử dụng rBST , một loại hormone dùng để tăng sản lượng sữa. Điều này có thể gây viêm vú ở bò, có thể khiến sữa bị nhiễm mủ và kháng sinh. Do đó, sữa Mỹ bị cấm ở nhiều quốc gia, bao gồm Úc, Canada, Nhật Bản và EU.

Vòng Froot

Froot Loops chứa rất nhiều thuốc nhuộm nhân tạo để làm cho nó có màu sắc sặc sỡ như vốn có - và vâng, Fruity Pebbles cũng vậy. Thuốc nhuộm có trong Froot Loops có thể gây ra sự chậm trễ trong quá trình phát triển của tế bào thần kinh, vì vậy bạn sẽ không tìm thấy nó trên kệ ở Na Uy, Anh hoặc Pháp.

Bắp

Bắp Mỹ bị cấm ở khá nhiều nước trên thế giới. Giống như khá nhiều mặt hàng thực phẩm ở Mỹ, bắp cũng là thực phẩm biến đổi gen. Nó đã được biến đổi gen để có khả năng kháng lại bệnh đốm vòng , mà khi con người tiêu thụ, có thể gây ra những tác dụng phụ tàn khốc. Những tác dụng phụ này bao gồm tổn thương nhiều cơ quan, khuyết tật bẩm sinh và khối u.

Mac và phô mai đóng hộp.

Cũng như khá nhiều loại thực phẩm trong danh sách này, Kraft Mac và Cheese bị cấm do có thêm thuốc nhuộm thực phẩm. Kraft Mac and Cheese chứa Màu vàng 5 và 6 và bị cấm ở Áo, Na Uy và các nước EU khác vì nguy cơ gây ung thư.

Đu đủ

Giống như ngô, đu đủ cũng bị cấm vì lý do tương tự. Mặc dù nó có khả năng kháng vi rút đốm vòng nhưng những ảnh hưởng đối với con người sau khi tiêu thụ liên tục là một rủi ro rất lớn và cũng bị cấm ở nhiều nước trên thế giới.

Bánh mỳ

Không phải tất cả các sản phẩm bánh mì từ Mỹ đều bị cấm và nó chỉ áp dụng cho bánh mì được làm bằng hóa chất Kali Bromate . Hóa chất này có liên quan đến ung thư, tổn thương thận và tổn thương hệ thần kinh.

Đường mía

Bị cấm ở EU, mía được "xử lý" bằng Atrazine . Mặc dù loại thuốc diệt cỏ này có thể có nhiều công dụng hữu ích nhưng nó lại có những tác dụng phụ như khuyết tật bẩm sinh, thoái hóa cơ và các khối u sinh sản.

Kẹo cao su

Trong khi một số quốc gia đã cấm nhai kẹo cao su vì lý do an toàn môi trường, thì nhiều quốc gia cũng cấm sử dụng BHA. Mặc dù nó là chất bảo quản để giữ cho thực phẩm không bị hỏng nhưng nó lại được biết là gây ung thư ở chuột.

Quả việt quất nhân tạo

Mặc dù quả việt quất nhân tạo có thể trông đẹp mắt nhưng tác dụng phụ mà nó có thể gây ra lại ít hơn đáng kể. Thuốc nhuộm màu xanh được sử dụng để tạo màu quả việt quất có nguồn gốc từ dầu mỏ. Tiêu thụ có thể dẫn đến thoái hóa tế bào thần kinh và ung thư. Thuốc nhuộm màu xanh bị cấm ở Na Uy, Áo và các nước EU khác.

Cơm, Gạo

Gạo có chứa một thành phần đáng ngạc nhiên: asen. Thuốc trừ sâu này được biết đến là chất gây ung thư và có thể khá nguy hiểm đối với trẻ em vì nó làm chậm sự phát triển của não. Mặc dù gạo không bị cấm nhưng nó lại nằm trong danh sách theo dõi ở EU.

HCD: Gạo Mỹ trồng ở California ít arsenic hơn gạo Á Châu nói chung. Gạo Mỹ ở vùng Louisiana mới chứa nhiều Arsenic,

Phô mai

Giống như sữa, phô mai cũng chứa rBGH , một loại hormone tổng hợp được tiêm vào bò để tăng sản lượng sữa. Điều này không chỉ có thể dẫn đến viêm vú ở bò mà còn có đặc tính gây ung thư, làm tăng nguy cơ ung thư đại trực tràng, vú và tuyến tiền liệt. Phô mai Mỹ bị cấm ở 30 quốc gia

Thịt đã xử lý

Mặc dù thịt chế biến sẵn được biết đến là không tốt cho sức khỏe nhưng đây không phải là lý do tại sao nó bị cấm ở EU. Những loại thịt chế biến này thường được xử lý bằng natri nitrat , một chất bảo quản có liên quan đến các loại ung thư khác nhau. Không hoảng loạn; bạn vẫn có thể mua được một số loại thịt đã qua chế biến ở EU.

Bánh quy Pillsbury

Bánh quy Pillsbury bị cấm ở nhiều quốc gia vì sử dụng chất béo chuyển hóa như hạt bông và dầu đậu nành. Do ảnh hưởng xấu đến sức khỏe nên chúng bị cấm ở Áo và Na Uy.

Gà clo hóa

Một số gà Mỹ được rửa bằng clo để diệt vi khuẩn và thỉnh thoảng được cho ăn thạch tín để làm da hồng hào hơn và cốt lết trông tươi hơn. Cả clo và asen đều có thể gây ảnh hưởng xấu đến sức khỏe của bạn nếu tiêu thụ quá mức.

Cỏ ngọt Stevia

Giống như hầu hết các chất làm ngọt nhân tạo, Stevia bị cấm ngay từ khi bắt đầu sản xuất ở EU. Khi bị cấm, không có nhiều nghiên cứu cho thấy nó có hại, nhưng các nghiên cứu ở Anh đã kết luận rằng Stevia có nguy cơ gia tăng vô sinh ở nam giới và ung thư.

Xi-rô Fructose cao

Xi-rô ngô có hàm lượng fructose cao được tìm thấy trong nhiều loại thực phẩm trên khắp Hoa Kỳ và được làm hoàn toàn từ đường và fructose. Kết quả là, nó có thể gây ra một số vấn đề sức khỏe khá bất lợi, bao gồm béo phì và tiểu đường. Một số quốc gia ở EU đã hạn chế sử dụng xi-rô, trong khi những quốc gia khác đã cấm hoàn toàn.

Bữa tối đông lạnh

Azodicarbonamide thường được tìm thấy trong bữa tối đông lạnh và các mặt hàng chủ lực khác trong gia đình, như bánh mì và mì ống. Đó là một hóa chất nguy hiểm được sử dụng để tẩy bột và nhựa xốp. Các cuộc thử nghiệm đã được thực hiện và phát hiện ra rằng hóa chất này có thể gây ra bệnh hen suyễn và do đó, nó bị cấm ở Anh, Úc và phần lớn EU.

Khoai tây nghiền ăn liền

Giống như món nhồi ăn liền, khoai tây nghiền ăn liền cũng chứa chất bảo quản BHT và BHA nên không còn bán ở Anh và Nhật Bản. Cũng tương tự như món nhồi ăn liền, khoai tây nghiền tự làm tốt hơn bất cứ thứ gì được làm từ hộp.

Sô cô la sữa

Trong khi sữa sô cô la có hương vị tuyệt vời thì một số thương hiệu lại sử dụng loại rong biển có tên là carrageenan . Thành phần này có thể

gây viêm, bệnh tim và thậm chí là bệnh Alzheimer. Do các nghiên cứu xác nhận những tác động này, EU đã cấm nó.

Mảnh mờ

Thật không may, loại ngũ cốc mang tính biểu tượng này không được bán hợp pháp ở các quốc gia khác do sử dụng chất bảo quản BHT. Trong khi FDA tin rằng chất bảo quản này có thể tiêu thụ với số lượng nhỏ thì các nước châu Âu đã quyết định cấm hoàn toàn.

Gatorade

Gatorade bị cấm ở khá nhiều nước EU và Vương quốc Anh do sử dụng màu vàng 5 và 6, chất tạo màu thực phẩm nhân tạo. Sau khi nghiên cứu khoa học được công bố cho thấy những loại thuốc nhuộm này có thể gây hại cho trẻ em, EU đã nhanh chóng hành động và cấm hoàn toàn chúng.

=====ooOoo====

Nguồn tin và chi tiết:

-until-march-8-to-order-free-covid-19-tests-from-usps/

HCD :Các bạn xin qua Internet dễ dàng mất chừng vài phút. Vô tên (tên gì cũng được) vô địa chỉ, vô email nếu muốn USPS gởi email xác nhận và báo tin gởi đi. Không cần chi tiết cá nhân nào khác.

Theo ý tôi các bạn chịu khó xin để đó. Đừng coi thường Covid-19. Biết sớm trị dễ hơn.

Nguồn tin và chi tiết :

https://theconversation.com/mounting-research-shows-that-covid-19-leaves-its-mark-on-the-brain-including-with-significant-drops-in-iq-scores-224216

HCD tóm tắt bản tin: Tác giả Ziyad Al-Aly Trưởng phòng Nghiên cứu và Phát triển, Hệ thống Chăm sóc Sức khỏe VA St. Louis. Nhà dịch tễ học lâm sàng, Đại học Washington ở St. Louis

Ngay từ những ngày đầu của đại dịch, sương mù não đã nổi lên như một tình trạng sức khỏe đáng kể mà nhiều người gặp phải sau COVID-19.

Sương mù não là một thuật ngữ thông dụng mô tả trạng thái chậm chạp về tinh thần hoặc thiếu rõ ràng và nhanh nhẹn khiến bạn khó tập trung, ghi nhớ mọi thứ và suy nghĩ rõ ràng.

Tua nhanh bốn năm và hiện có nhiều bằng chứng cho thấy việc bị nhiễm SARS-CoV-2 - vi-rút gây ra COVID-19 - có thể ảnh hưởng đến sức khỏe não bộ theo nhiều cách.

HCD: Còn dài các bạn cần thì đọc thêm ở link trên.

Nguồn tin và chi tiết:

https://electrek.co/2024/03/06/byd-launches-cheaper-seagull-ev-9700-price/

HCD tóm tắt bản tin : Một kỷ nguyên mới của điện rẻ hơn xe xăng

Sau khi vượt qua Tesla để trở thành nhà sản xuất EV lớn nhất toàn cầu vào cuối năm ngoái, BYD đã khởi đầu cuộc chiến giá cả đã ra mắt chiếc Qin Plus EV, bắt đầu từ $15.200 USD chính thức mở ra "một kỷ nguyên điện giá thấp hơn xe xăng".

Hình (trên) là DM-i (PHEV) giá 11.000 USD) với phạm vi chạy hoàn toàn bằng điện NEDC lên tới 74 mi (120 km) (hết điện máy xăng khởi chạy để charge battery, về nhà charge bằng điện nhà==>PHEV)

Năm ngoái, BYD lần đầu tiên giới thiệu chiếc Qin Plus Champion Edition (mẫu DM-i) có giá dưới 13.900 USD.

HCD: Chưa có xe điện Trung Cộng bán qua Mỹ. Xe VinFast thấy có chạy ngoài đường.

„Chính Thầy là sự sống lại và là sự sống"
(Ga 11, 25)

PHÂN ƯU

Nhận được tin

Ông: Phê-Rô Huỳnh Hóa

Sinh ngày 22 tháng 12 năm 1936, tại Vạn Ninh, Khánh Hòa, Việt Nam
Được Chúa thương gọi về lúc 2:57 phút sáng thứ Năm, ngày 01 tháng 8 năm 2024
(Nhằm ngày 27 tháng 6 năm Giáp Thìn)
Tại Tư gia Elk Grove, California

HƯỞNG THỌ 88 TUỔI

Thay mặt Cộng Đồng Người Việt Quốc Gia Sacramento

Ts. Nguyen Khac Lee & Báo Chính Văn

Ts. Trần Kiêm Đoàn và gia đình

Tran van Nga và gia đình

Xin Thành kính phân ưu cùng gia đình.

Ai rồi cũng sẽ phải ra đi, mong gia đình hãy cố gắng vượt qua
khoảng thời gian khó khăn này.

Nguyện xin Thiên Chúa, Đấng Giàu Lòng Thương Xót,
ban cho linh hồn Phê-Rô Huỳnh Hóa sớm hưởng Nhan Thánh Ngài.

BUÔNG

Lục đức Thuận

Một hôm, vợ tôi hỏi rằng "Người ham ăn ngon thường dễ mang nghiệp, vậy mình có nên bỏ ăn ngon để tu không ?". Tôi ngạc nhiên nhưng làm vợ tôi sửng sốt hơn với câu trả lời "tại sao phải bỏ thức ăn ngon ? có uổng phí không ? ai không ăn, đưa anh ăn, có chi phải bỏ". Rồi tôi giải thích " không phải bỏ thức ăn ngon để nhận thức ăn dỡ, mà là ăn cái gì cũng được, ăn chỉ giúp mình sống còn, không cầu ăn no, đó là ý nghĩa khất thực của sư sãi Tiểu Thừa". Ngon dỡ, đói no, đó chỉ là những niệm đối đãi của con người. Buông hết những niệm đối đãi đó thì chuyện ăn uống sẽ không còn là vấn đề nữa.

Từ những ngày còn trẻ 17, 20 tuổi, tôi đã thoáng hiểu chữ buông nhưng không biết buông làm sao với tuổi trẻ chưa đủ nhọc nhằn trên đôi vai. Buông làm sao với chưa trả được miếng ăn, manh áo mà cha mẹ đã cho. Tôi rất tâm phục, khẩu phục những chuyện về các quan lại thời xưa chăm lo việc dân khi làm quan, và tu khi hồi hưu lui về cư ẩn. Làm sao họ có thể làm vậy ? Làm sao vua Trần Nhân Tông về già trở thành vị tổ của Thiền phái Trúc Lâm? Làm sao tướng Trần Tung, em trai của Trần Hưng Đạo,

sau chiến thắng giặc Nguyên lại trở thành Tuệ Trung Thượng Sĩ với câu nói *"Thanh Văn ngồi thiền, ta không ngồi, Bồ tát thuyết pháp, ta nói thực"* cho được.

Cơ trời vần vũ, xoay một cái là tôi đã sang Mỹ trong dịp 30 tháng 4, bỏ lại hết tất cả. À đây là một cơ hội tốt để xoá bài làm lại, để buông đây? nhưng làm sao buông được khi đang ở xứ người, ngôn ngữ chưa thông và cơm áo gạo tiền là một gánh nặng? Rồi tôi bỏ hết, ừ bỏ hết những gì xưa cũ , những kiến thức đã biết về nghề thuốc, nhưng không phải bỏ để tu hành, mà để cái háo hức của một thanh niên với những kiến thức mới lạ ở xứ người, tôi xông vào lảnh vực computer mới chớm nở trong những ngày đầu của thập niên 80. Tôi khá thích thú và thành công với lảnh vực máy tính này, với bao nhiêu công ty đang tranh nhau computer hoá tất cả hệ thống vận hành kinh doanh của họ. Năm năm sau, một ngày ngẫm nghĩ lại chữ buông, tôi thấy mình rơi sâu hơn bao giờ hết vào cái hố thẳm của những suy nghĩ, lý luận của con người. Không lý luận giỏi thì sao lập trình tốt được? Mà làm sao buông hết cho được khi lý luận giỏi ? Không IF cái này thì bó buộc phải là ELSE cái khác cho trọn nghiã cái lý Nhị Nguyên của thế giới mở và tắt, 1 và 0, của binary mà thôi. Làm sao có con đường Trung Đạo? Mà con đường Trung Đạo thì lại vướng vào Trung hay không Trung thì cũng vẫn là Nhị Nguyên. Câu thơ ***Muôn nghiệp lặng an nhàn thể tính; nửa ngày rồi tự tại thân tâm*** trong Cư Trần Lạc Đạo lại lảng vảng trở về. Ừ một nghiệp lặng cũng không xong, làm sao để tự tại thân tâm?

Thôi thì đành dấn sâu vào cái lý Nhị Nguyên vậy, mà đã tiến thân thì phải làm đâu cho ra đó, tôi đi làm, tôi kinh doanh, tôi chơi chứng khoán, tôi viết sách, tôi mở tiệm làm thương mại, tôi cưới vợ... không những không Nhị Nguyên mà còn phân ra tám hướng cho đúng nghĩa đối đãi.

Cho đến ngày tôi về hưu, không còn phải làm gì nữa. Tôi tình nguyện làm chân gác chùa hai ngày trong tuần cho chùa Hoa Nghiêm ở gần nhà. Tôi có dịp dự những buổi học do các sư từ các tiểu bang khác về dạy Thiền, nào là Thiền với Tâm lý học, nào là Thiền với Sinh học, Thiền với Chánh Niệm. Đủ thứ như trăm hoa đua nở khi tiết Xuân về như Thiền đi, Thiền năm, Thiền lái xe, Thiền trà, Thiền nghe chuông, Thiền Chánh niệm, Thiền ngồi, Thiền ăn cơm, Thiền điện thoại mà chùa gọi là Pháp môn Căn bản ...nhiều lắm vì Thiền đang là một đề tài đang ăn khách ở các chùa, y như vi tính trong thời 1980's mà tôi đã trải qua.

Nhưng tôi chỉ thích ngồi trong văn phòng nghe lóm, nào là hypothalamus, neurone, thùy chẩm, thùy Thái Dương... nào là các từ quen thuộc như Adrenaline, Acetylcholine, Endorphine, Dopamine loáng thoáng trở về... lẫn lộn với Tánh Nghe, Tánh Thấy của kinh Lăng Nghiêm, làm tôi nhớ lại những giờ học biochem trong trường Dược. Ừ thì Dopamine mang lại hỷ lạc, an tâm, Endorphine làm giảm đau nhức đó, nhưng làm càng nghĩ tới thì càng rơi vào Sắc Không đối đãi, càng không buông được? Từ An Thân Hỷ Lạc mà Hỷ, tới Lạc đến An Tâm là cả một chuyện xa vời, huống chi nghĩ đến chuyện "đem

tâm ra đây, ta an cho". Tôi lại càng tưởng tượng đến chuyện viễn vông, hay có lẻ giác ngộ chỉ là mở các yếu huyệt trên các thùy mà khoa học ngày nay có thể giúp chúng sinh đi đường tắt đến giác ngộ? mà xưa kia các đức Phật hao tổn hàng ngàn tiền kiếp để đạt được? biết đâu có thể dùng tia laser bắn vào các thùy não mà cắt ngắn thời gian tu tập? Ừ Thân Tâm An Lạc thì sống lâu đó nhưng vẫn còn sinh diệt, dù ngay cả Methuselah trong Cựu ước của Hebrew ghi nhận đã thọ tới 969 năm. Ngay như cả tuổi thọ của dương điện tử là khoảng vài trăm tỷ tỷ lần tuổi thọ của vũ trụ, nghĩa là khoảng 10^{30} năm, tương đương gần như là vĩnh cửu, nhưng vẫn còn Sinh Diệt vì có tuổi thọ,vẫn không thoát ngoài cái Sắc Không đối đãi, để trở về lại cái Vô Minh của vòng Thập Nhị Nhân Duyên? Càng suy nghĩ, tôi càng thấy chuộng ra sau vườn của chùa, ngồi hưởng gió mát và nghe tiếng nhả nhạc của phong linh mà bớt suy nghĩ cho khoẻ hơn.

Ông sư già trong chùa còn khuyên tôi "Thuận có căn cơ, nên đi tu". Tôi thấy chùa rất bận rộn mà các sư càng bận rộn hơn, ừ lo đủ việc. Các sư ngày nay, ngoài những công việc thường xuyên phục vụ cho Phật tử như cầu siêu, cầu an, khoá tụng hằng tuần, thuyết pháp, còn có những sinh hoạt tạo nhóm riêng như nhóm Hộ Pháp, nhóm Hoa Anh Đào, nhóm Phật tử Yêu thích Hoà thượng Tịnh Không, còn tổ chức những buổi toạ đàm trong nhóm và những buổi học, thuyết trình để gây quỹ, mở rộng tông phái. Nhứt là còn phải suy nghĩ để tìm ra một phân khúc thị trường sáng giá nhứt mà "an cái tâm", an cái thân về già. Ai ai cũng bận bịu, còn hơn cả các cư sĩ nghỉ hưu như tôi. Làm sao để buông? hay đi tu để lại vướng mắc vào chùa, khoá tụng, cầu an, cầu siêu, vướng mắc vào cơm áo gạo tiền cho chùa? Đó là nghiệp hay buông? Tôi nói với ông sư già "con sẽ lập ra một đạo", ông hỏi "đạo chi?". Đạo buông, tôi trả lời. Làm chi trong nớ? Tôi nói "tuần ba bữa, tới chùa nhỗ cỏ dại hai giờ, phải ngồi cách xa nhau, không nghe nhạc, không phôn, không nói chuyện, chỉ im lặng chăm chú nhỗ cỏ cho ra nhỗ cỏ". Ôn sư già suy nghĩ hồi lâu rồi nói "Tu chi mà rắc rối rứa?".

Người đời không hiểu trọn vẹn chữ buông, buông nhưng vẫn đối đãi, như vợ tôi ở đầu bài viết, buông vẫn chuộng ăn chay, và không ăn ngon. Xem kinh Phật, các bạn thấy một ngày trong cuộc sống đi tu của các đệ tử của Cồ Đàm. Trong một góc rừng im lặng và dưới các gốc cây, không có ngôi chùa, mỗi thầy tự tu, không tụ họp, tự ngồi thiền, có nghe Pháp thỉnh thoảng từ Phật, mỗi trưa đi khất thực về tự ăn, tự uống, không nấu nướng linh tinh. Ngay cả không được ngồi dưới một gốc cây quá ba ngày, để tránh cái sở, cái hửu, của tôi, của anh. Các sinh hoạt chỉ có vậy thôi. Ngày nay bên Thái Lan, vẫn còn một ít chùa như vậy, giữ đúng sinh hoạt tu tập ngày xưa của Cồ Đàm. Tôi có đọc tin về một tiến sĩ người Việt đỗ đạt ở xứ ngoài viết trên báo về hành trình tu tập của ông mà nay bỏ hết bằng cấp, tiền bạc để về Việt Nam tu trong một thiền viện danh giá ở Đà Lạt. Ông có nói đến việc đã từng gặp và tu thử trong loại chùa mà tôi vừa nói trên ở Thái Lan trong hai tuần, mà theo ông đó không phải là ngôi chùa, là một căn nhà nghèo

nàn thì đúng hơn, mỗi sáng có nói Pháp 15 phút, thế thôi, còn là sinh hoạt trọn ngày, giặt dũ, tắm rữa, khất thực, tự tu, tự cởi bỏ cái phiền não. Không có ai dạy Thiền, không có Thiền đi, Thiền đứng, Thiền nằm, không có giảng pháp, chánh niệm, gõ chuông để chánh niệm sau mỗi mười lăm phút... sau hai tuần, ông đã bỏ đi vì cách tu này quá chán, mà về một thiền viện ở Đà Lạt mà tu cho đúng bài bản. Còn chấp buông, chấp hết, chấp tự kỷ, ngay cả chấp vô kỷ là như vậy đó. Đi tu mà chọn chùa cho thích hợp, nghe Pháp lại chọn sư nói lọt tai mình, đề tài cho hay dễ hiểu, chùa phải sạch sẽ tươm tất thì cũng rứa thôi!

Vào thế kỷ 21 này, còn bao nhiêu sư sãi nghĩ đến chuyện đi tu để tìm giải thoát ? Đa số nói tới tu phước, tu đức để phước đức lại cho con cháu, tu chầm chậm vì không hiểu mình đang đi tới hay đi lùi, ở đâu trên con đường giác ngộ? Đi tu, làm lành, bố thí để phúc lại cho con cháu như ký will nhượng chia phúc đức cho con cháu có được không? Cũng có lý với luật pháp của con người vào thế kỷ 21 này nhưng không hiểu có hợp với nghiệp quả chăng?

Như vậy, tập cái tính không vì mình trong khi chỉ xem cầu nguyện như lời chúc lành là chánh tín. Tuy nhiên huân tập một pháp mà tu miết một cách cho thuận lợi, mà quay lại trở thành chấp là sai ! Thiền miết trở thành nghiệp, kiếp sau còn bé đã theo cha mẹ đi chùa, gia nhập Gia Đình Phật Tử, rồi lại đi tu, vô chùa, ăn chay, ngồi Thiền, cầu an cầu siêu cho bá tính không phải vì Thiền chưa rốt ráo, mà chỉ vì Thiền đã thành nghiệp chướng, thành bịnh. Đã nghĩ tới ngã là còn xoay vần với ngã, với người, với vị kỷ hay không vị kỷ; đã nghĩ tới pháp là còn quanh quẩn trong pháp hay ngoài pháp. Buông là buông hết, chứ không tập buông một, buông năm, buông mười, buông chỉ vì mình hay chỉ vì người thôi. Buông hết không có nghĩa là buông tròn trịa, cạo đầu đi tu, vào rừng không thấy ai như ý nghĩ của chữ "hết là tất cả" vì nào có ai biết đâu là hết ? Mà buông như bỏ cũng như không bỏ, không chấp vào buông hay không buông, mới là buông tròn nghĩa. Ngữ lục có câu chuyện:

"Tăng hỏi: "Tu một mình trên chót núi cheo leo thì như thế nào? "Thiền sư Chiêu Hóa đáp: "Tăng đường bảy gian trống rỗng sao ngươi không ở, lại lên chót núi cheo leo mà ở để làm gì?".

Buông hết cũng không có nghĩa là buông hết trơn, hết trọi, buông tất cả. Buông mà còn lo nghĩ đến buông cách sao cho hết, cho đúng cách chưa? đã buông hết thật hay chưa, còn gì sót lại không thì cũng là chưa hết. Vậy đến bao giờ mới hết? Khi nào không còn nghĩ đến chuyện buông hay không buông nữa, chuyện hết hay chưa hết nữa thì xong. Lúc đó buông chỉ là một phương tiện giúp mình thấy được mặt trăng, không cần quan tâm đến buông hay không buông nữa. Tiểu Thừa có để tâm đến chuyện ăn chay, ăn mặn gì đâu? Ăn là để sống mà thôi. Việc chay mặn không có trong đầu họ, nhưng Đại Thừa thì vấn đề chay mặn to bằng cái xe bò. Dính đến ăn uống là trở thành vấn đề quan trọng. Có người còn dùng đó là một giải pháp cho việc tài chính. Thầy trụ trì mà biết nấu cơm chay ngon là có nhiều lợi thế, Phật tử đông đảo, nhất là có thể trở thành một

hình thức kinh doanh. Cả thầy, cả trò, cả chùa vướng vào nghiệp ăn chay. Đó là tôi nói thật cho các ông bà nghe thôi. Nhưng phải nhớ là khi đã buông được chuyện gì thì đừng trở lại, hãy lấy cái biết đó mà đi tới, dùng để buông những điều khác, đã biết buông thì sẽ thấy rất dễ dàng hơn để buông tới. Buông được ăn chay ăn mặn rồi, thì buông được mỗi sáng chủ nhật phải đến chùa nghe thầy thuyết pháp cho thân tâm thanh tịnh, buông chuyện cúng dường để cầu phúc cho con, buông dần được những khúc mắc trong cuộc sống mà trở về với Tự Tánh. Đó là ý nghĩa trong câu thơ cuối cùng " *Suối nguồn xa ngược nước xuôi ngàn*" của thầy Tuệ Sĩ trong bài thơ Vô đề.

Có một câu chuyện mà tôi thấy tận mắt khá buồn cười về chủ nhật đi chùa nghe pháp. Một tăng ở Florida thường đến chùa Hoa Nghiêm mỗi vài tháng, một hôm tăng tự dưng thắc mắc hỏi các Phật tử ngồi đầy trong chánh điện, sắp nghe pháp:

- Có phải các ông bà không hiểu những gì tôi giảng? vì sao tôi thường thấy mỗi tuần các ông bà ngồi đây nghe tôi nói? cũng đều những khuôn mặt quen thuộc này? tôi nghĩ nếu hiểu tôi nói gì thì sẽ ở nhà mà tu, chứ sao mỗi tuần đều thấy mặt ở đây? như vậy là tôi giảng mà không hiểu?

Phật tử đều ớ mặt ra. Tôi nghĩ không phải Phật tử không hiểu, mà chỉ vì nghiện chùa, nghiện nghe pháp, nghiện muốn thấy mình đang tu tập từ bi, chánh niệm.

Xin trích thêm một câu chuyện ngữ lục nữa để buông hết những phiền toái mà lo sống trong giây phút hiện tại.

Hôm nọ có vị Tăng đến tham vấn Thiền sư Triệu Châu :

– Người tham vấn mê muội, xin Sư chỉ dạy.

– Triệu Châu nói : Ăn cháo chưa?

– Tăng đáp : Dạ ăn rồi.

– Triệu Châu nói : Hãy rửa bát đi.

Ừ làm chuyện hằng thường mỗi ngày đi. Đói ăn, khát uống như vua Trần Nhân Tông. Nhỗ cỏ cho ra nhỗ cỏ. Đi trên đường, hãy chăm chú để không đạp nhằm phân chó, đừng vừa đi vừa phân tâm thở hít. Đừng thiền lái xe để tránh tai nạn giao thông, lái xe nên chú ý vào lái xe. Chú tâm vào việc mà các ông bà cần làm. Đó là buông rốt ráo.

HỘP THƯ TÒA SOẠN

Ban Biên Tập chúng tôi hân hạnh đón nhận thư từ - Ý kiến của Văn Hữu, Thân Hữu Độc Giả khắp nơi ...

Mọi Thư từ và Bài vở xin gởi về :

Báo Chính Văn
7005 Walter Avenue Sacramento CA 95828 - USA

Email : baochinhvan@gmail.com
hoặc : amyngoc@rocketmail.com

Tel: 916 230 6172 - 916 509 4445

Xin chân thành cảm tạ những lời khen tặng Khích Lệ của Độc Giả, cũng như những Phê Bình của Thân Hữu - Văn Hữu.

Xin chân thành cảm tạ quý Văn Hữu: -TS Trần Kiêm Đoàn, Nhà thơ Lê Trọng Nghĩa, Nhà thơ Lão Moc Hoàng Ngân Hà, Nhà thơ Duy An Đông, Nhà thơ Cao Mỹ Nhân, Nhà Báo Sơn Tùng, nhà thơ Nguyễn Phúc Sông Hương và nhiều Văn hữu khác... đã gởi tặng những Tác Phẩm và đồng ý đăng trên Giai Phẩm Chính Văn.

Ban Biên Tập chúng tôi đang và sẽ cố găng khắc phục để Giai Phẩm Chính Văn của chúng ta được hoàn hảo Tốt đẹp dù trong hoàn cảnh Báo chí thời Lưu vong rất ư là khó khăn.

THÂN KÍNH.

TIẾNG CHUÔNG (TRONG) CHÙA

Chuyện xảy ra cách đây hơn 30 năm mà nhiều khi cứ lởn vởn trong đầu tui mỗi lần nghe ai than thở "bị con cái đối xử tệ bạc".

Hôm đó tui có hẹn đến ngôi chùa trong vùng gặp một ông bạn có chân trong ban trị sự để cùng trình bày với sư trụ trì về ý tưởng làm "bức tường tưởng nhớ". Lúc ấy chùa đang gây quỹ xây lớn mở rộng, cần khoảng 200k.

Đề nghị của tui là ngoài những hoạt động gây quỹ khác, chùa nên xây một bức tường thật đẹp cao chừng 2 m, dài 12 m trong sân, ngay những bậc tam cấp bước vô chánh điện. Trên tường sẽ gắn những viên gạch men khắc tên những người đã khuất với hàng chữ "Tưởng nhớ công cha" hoặc "Tưởng nhớ nghĩa mẹ" (hoặc cả hai nếu người đã khuất là hai vợ chồng). Có 3 loại gạch men lớn nhỏ "giá" ngàn rưỡi, một ngàn, và 5 xấp. Ông bạn tui tính toán số tiền kiếm được cũng bộn nên thích lắm, muốn "trình Thầy" làm liền.

Đúng giờ hẹn, tui gặp ông bạn, cùng vào phòng họp gặp thầy. Thầy còn trong phòng riêng, làm cái cóc gì chẳng biết, để tụi tui và ban trị sự đợi hơn hai chục phút. Tui thờ Ông Bà, có kính Phật nhưng không phải là "Phật tử thuần thành thờ Phật kính sư" nên trong đầu lúc bấy giờ loáng thoáng đã có vài chữ Nho đợi (âm thầm) xổ tặng thầy.

Khoảng mười phút sau, thầy đủng đỉnh bước ra, ngồi vào ghế chủ tọa, "Nam Mô A Di …" một phát xong, thầy với tay cầm cái chuông nhỏ trước mặt leng keng leng keng mấy tiếng. Ngay lập tức có hai bà khá lớn tuổi mặc áo lam vội vã từ cửa bên hông bước vào. Thầy nghiêm trang ra lệnh: "Pha trà!"

Hai bà khúm núm cũng "A Di Đà …" xong quay lưng đi lấy trà bưng ra cho Thầy và mọi người.

Nói thiệt, lúc đó tự nhiên tui cụt hứng, không "năng nổ" như lúc nói ý kiến của mình cho ông bạn nghe cách đó mấy ngày.

Trong đầu tui có ý nghĩ "chú em sư này" chỉ khoảng ba mươi mấy, nhỏ hơn hoặc quá lắm là bằng tuổi tui lúc bấy giờ, mà nó làm bộ tịch rung chuông sai bảo hai bà già y như là… cha của họ.

Hình ảnh một vị sư già khiêm tốn hiền hòa tui thường nghĩ đến liền biến mất. Trước mắt tui là một anh sư béo tốt hành xử y như một ông vua trong cung đình của mình. Mắc mớ chi mà tui phải góp ý xây cung đình cho hắn?

Đại khái, sau mấy màn giới thiệu lỉnh kỉnh và màn ban trị sự báo cáo tài chánh cho thấy số tiền quyên được qua các lần tổ chức văn nghệ, rửa xe, v.v. trong mấy tháng qua chưa tới 10 ngàn thì bạn tui giới thiệu để tui trình bày đề nghị của mình.

Tui không vui vẻ lắm làm tròn lời hứa với bạn mình. Mọi người hứng thú lắng nghe. Ông bạn tui làm con tính, nói có thể gắn từ 500 đến 7,8 trăm viên gạch lên tường. Mắt thầy sáng rỡ. Một bác cao niên nói "cái giá" tui đưa ra mắc quá, sợ Phật tử chịu không thấu. Bác đề nghị "discount" xuống 100, 250, 500. Thầy nói ít, sợ kiếm không đủ tiền. Bàn tới lui một hồi, thầy quyết định 350, 750, ngàn hai năm chục. Đặc biệt còn có hàng gạch đặt cao nhất, to nhất, giá 3k mỗi viên.

Sau đó thầy tuyên bố "cứ như vậy mà làm" rồi chỉ định ông bạn tui lên kế hoạch. Họ lôi kéo tui vào "ban gây quỹ" nhưng tui viện lý do "nhà còn mẹ già con thơ" từ chối. Mình chỉ là "mưu/xúi sĩ", nói cho người khác làm chớ đâu có điên mà vừa miệng nói vừa tay làm?

Hết phận sự, tui ra phía sau chùa hút thuốc, gợi chuyện với cái bà lớn tuổi bưng trà lúc nãy bây giờ đang ở trong bếp làm công đức lăn xăn chuẩn bị cơm trưa cho thầy.

Trả lời những câu hỏi "bắt chiện" của tui như "Bác hay quá, lớn tuổi mà còn có lòng, siêng năng làm công đức quá ha! Bác qua đây lâu chưa? Gia đình bác có qua hết không…" là một tràng kể lể thở than:

"Trời ơi tui khổ lắm chú ơi. Chắc là kiếp này bị nghiệp hay sao mà qua đây bị con cái nó đuổi ra khỏi nhà. Tui qua đây ba năm, được thằng con trai bảo lãnh qua ở với vợ chồng con cái nó. Mà nó giam tui suốt ngày trong nhà, xa chợ xa quán, tui không biết lái xe, không

biết tiếng, coi như không chưn không cẳng, tui như ở tù. Đã vậy nó đi làm về lăn ra ngủ không nói chuyện với tui cũng đành, con dâu đi làm về lo cơm nước xong cũng rúc vô phòng, mấy đứa cháu thì ngọng "Nội Nội" mấy câu rồi cũng chạy tuốt. Còn nữa, tui ở nhà kho cá nấu cơm cho tụi nó thì nó biểu hôi nhà , không cho kho nấu. Tui cho mấy đứa cháu ăn thịt ăn cá tui kho thì đứa nào cũng nói cái gì "Dất ky, dất kiết" gì đó không chịu ăn. Rồi con dâu tui còn biểu tui đừng cho mấy đứa nhỏ ăn cá mắc cổ. Tui nói nó tao nuôi thằng chồng mày từ nhỏ tới lớn bằng cá rô cá giếc cá linh cá sông cá đồng xương không là xương mà nó có mắc cái xương nào đâu? Nó mạnh ù ù, còn có mấy đứa con với mày kia kìa!"

Bà quẹt quẹt cái mũi, nói tiếp:

"Tui chỉ nói sơ vậy thôi mà con vợ nó ghìm tui. Hôm bữa đi chợ với vợ chồng nó, thấy có cá rô đồng mập ú nhập ở bển qua ngon quá, tui biểu thằng con mua mấy vĩ đem về định kho với nấu canh ăn. Vậy mà con dâu tui nó ghìm tui. Nó dụt mấy vĩ cá tui mua đâu mất tiêu rồi đem về mấy vĩ cá sao mông sao đít gì gì đó đỏ lòm đã lóc sẵn, biểu tui có muốn ăn thì đợi nó nấu cho ăn. Chú nghĩ coi dâu con mà nó khinh nó đối xử với mình như vậy làm sao mình ở với nó được? Mình nuôi con mình lớn, tưởng đâu về già được nó lo, tưởng đâu dâu mình cháu mình nó thương mình dè đâu tụi nó coi mình như hủi như cùi vậy thì làm sao tui sống với tụi nó được? Nói không phải nói chớ hồi tui qua Mỹ đến giờ con dâu tui nó chưa bưng cho tui một ly nước nữa đó!"

Bà bưng cái nồi trên bếp xuống, tắt lửa, đổi giọng khoe với tui:

"Nè, chú coi nè. Tui nấu nướng cũng giỏi lắm à nghen. Bữa nay tui lấy tàu hũ ky nấu y chang cà ri gà cho thầy ăn đó nghen. Bữa hổm tui nấu món canh chua ổng thích lắm đó. Mình biết nêm nếm thì lấy tàu hũ ky nấu món chay ăn có khác gì món mặn đâu. Vậy chớ cũng tội nghiệp cho thầy. Người tu hành bị giới cấm biết chi những món thịt món cá ngon lành như người mình?"

Tui hỏi bà:

Như vậy là bây giờ bà ở luôn trong chùa?

Bà đáp:

"Ờ. Tui với một bà nữa cũng chung hoàn cảnh. Bà kia ở đây gần nửa năm rồi. Tui thì mới mấy tháng thôi. Tui biểu thằng con tui chở tui lên chùa rồi tui ở lại luôn. Tui biểu nó về chớ tui nhứt định không về. Nó đứng ngoài xe nó khóc, nó năn nỉ cách mấy tui cũng không về."

Bà lại quẹt quẹt cái mũi, nói tiếp:

"Thầy cho hai đứa tụi tui ở cái phòng phía sau gần nhà bếp để tiện làm công quả lo cơm nước dọn dẹp cho thầy. Tội nghiệp ổng tu hành một thân một mình đâu có ai lo đâu."

Tui lý sự:

"Như vậy là bà muốn lên chùa ở chớ con bà đâu có đuổi bà đâu nà."

Bà hơi thở dài:

"Mình phải lo cho mình trước chớ bộ đợi nó đuổi đi à?"

Tui không nói gì nữa. Trong đầu lại hiện lên câu nói thầm:

"Đúng là số khổ cho bà. Giê Su A Men lạy Chúa tôi. Nam Mô A Di …. Số sướng cho ông sư. Bà 8,9 không bỏ làm 10 khi ở với con cháu, lại lên đây làm osin cho ông sư.

Tuổi già được con bảo lãnh qua đây làm osin chùa trong chùa. Thiệt là thiện tai thiện tai!"

Buổi họp đã tan đâu chừng cũng lâu, tui ở đằng sau không biết. Ông bạn chắc bị vợ réo vội vàng chạy về chẳng thèm đi kiếm tui. Từ trong phòng họp lại vang lên mấy tiếng chuông leng keng leng keng. Bà già nói chuyện với tui và bà "roommate" của bả cùng nhau vội vàn kẻ bưng mâm cơm người bưng ấm nước ly nước lên cho thầy.

Tui ra về với những câu niệm "A Di Đà Phật, Giê Su Ma Lạy Chúa Tôi, Thiện Tai Thiện Tai" trong đầu.

Nguyễn Thượng Đức
8/2024

CÂU CHUYỆN BẤT NGỜ PHÍA SAU "BỨC ẢNH GÂY CHẤN ĐỘNG THẾ GIỚI"

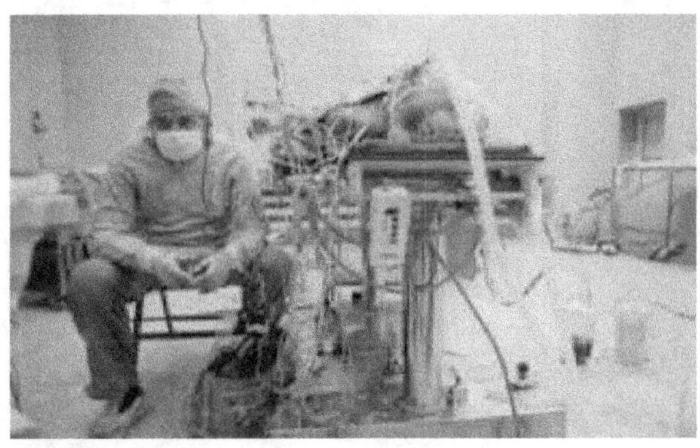

Năm 1987 Bác sĩ Zbigniew Religa đã ra đi nhưng bệnh nhân mà ông đã cứu sống và bức ảnh ghi lại khoảnh khắc lịch sử của nền y học vẫn còn sống mãi.

Bức ảnh này được nhiếp ảnh gia người Mỹ James Stansfield chụp lại vào tháng 8/1987. Có lẽ anh sẽ không bao giờ ngờ được thành quả của mình đã làm thay đổi cả thế giới khi được công bố.

Khoảnh khắc lịch sử trong bức ảnh còn được kênh National Geographic bình chọn là tấm ảnh đẹp nhất của năm 1987.

Trong tấm ảnh là một bác sĩ đang ngồi nghỉ cạnh giường bệnh nhân sau ca phẫu thuật ghép tim đầu tiên trên thế giới và cũng là ca phẫu thuật làm thay đổi nền y học cũng như cuộc sống của hàng triệu người sau này.

Tuy nhiên, phía sau bức ảnh lịch sử ấy là cả một câu chuyện đầy ý nghĩa mà nhân vật chính là bác sĩ Zbigniew Religa, người Ba Lan.

Năm 1963, Religa học xong Đại học Y khoa Warszawa. Năm 1973, ông đến thăm thành phố New York để học hỏi về cách phẫu thuật mạch máu, và năm 1975 ông đã được đào tạo về phẫu thuật tim tại Detroit.

Năm 1985, ông là người thực hiện ca mổ ghép tim đầu tiên ở Ba Lan. Chỉ hai năm sau, khi đang làm Trưởng khoa Tim mạch tại Zabrze, ông đã quyết định tiến hành phẫu thuật cho bệnh nhân Tadeusz Zitkevits, 61 tuổi sau khi người này bị nhiều bác sĩ khác từ chối do tuổi quá cao. Tỷ lệ thành công của ca phẫu thuật là rất thấp, nếu không nói là bất khả thi.

2 năm trôi qua, khi tìm được quả tim phù hợp với bệnh nhân, bác sĩ Regila ngay lập tức lên lịch phẫu thuật. Ông cùng đội ngũ y bác sĩ của mình đã tiến hành phẫu thuật suốt 23 tiếng đồng hồ không ngủ nghỉ.

Sau khi kết thúc cuộc chiến giành sự sống, bác sĩ Religa thay vì nghỉ ngơi đã ngồi im lặng bên cạnh giường bệnh nhân để chờ đợi dấu hiệu sự sống. Ở phía góc phòng, một nữ y tá dường như đã kiệt sức, nằm ngủ ngay trên sàn giữa những trang thiết bị y tế ngổn ngang.

Tất cả khoảnh khắc, cảm xúc của những y bác sĩ đã được nhiếp ảnh gia James Stanfield ghi trọn. Ông cho biết ngày hôm sau, bệnh nhân đã hồi phục và cảm thấy khỏe mạnh trở lại.

Một câu chuyện khác nữa mà nhiều người vẫn chưa hề biết tới về những khó khăn mà vị bác sĩ đầy tài năng và y đức đã phải trải qua để có thể tiến hành ca ghép tim quan trọng.

Vào thời điểm quyết định phẫu thuật ghép tim, ông đã bị nhiều người phản đối vì tin rằng hành động đó là hủy hoại một phần cơ thể con người. Tất cả các bác sĩ và bệnh viện khác đều lo lắng sẽ bị tước giấy phép hành nghề nếu tiếp tục phẫu thuật và sợ rằng sẽ không thành công.

Không có nguồn hỗ trợ tài chính hay nguồn lực nào, bác sĩ và nhóm của ông đã tự gây quỹ riêng. Vượt qua mọi trở ngại, họ đã thành công và làm nên dấu ấn không ai có thể quên. Bác sĩ Religa đã cho thấy một khía cạnh khác của y học hiện đại và chứng minh rằng không gì là không thể.

Sau ca ghép tim này, bác sĩ Regila cống hiến cho ngành y của đất nước cho tới khi qua đời vào ngày 8/3/ 2009 vì bệnh ung thư phổi. Đám tang của ông đã được phát sóng trực tiếp trên truyền hình. Cả nhiếp ảnh gia James và bệnh nhân Zitkevits Tadeusz đều có mặt chứng kiến giây phút chia ly, trên tay cầm bức ảnh chụp lại giây phút trong phòng mổ ngày hôm đó.

Đến năm 2006, ông Zitkevits Tadeusz đã 90 tuổi và vẫn luôn giữ tấm hình giống như bùa hộ mệnh của mình. Mặc dù trái tim của bác sĩ Zbigniew Religa đã ngừng đập nhưng trái tim của

bệnh nhân mà ông đã cứu sống vẫn khỏe mạnh tới bây giờ.

The Bach Center - Tiến sĩ Bach

Hệ thống tinh chất từ thực vật và hoa được phát triển vào những năm 1930 bởi **Tiến sĩ Edward Bach**, một bác sĩ và người vi lượng đồng căn, người tin rằng sức khỏe tinh thần là chìa khóa cho sức khỏe tổng thể.

Tiến sĩ Bach đã dành cả cuộc đời mình để khám phá việc sử dụng hoa và cây để tạo ra phương pháp cân bằng cảm xúc một cách đơn giản, tự nhiên và nhẹ nhàng. Cuối cùng, ông thành lập **Trung tâm Bach ở Oxfordshire, Anh**, nơi ông phát triển các loại tinh chất mà chúng ta biết ngày nay. Khi nhu cầu về tinh chất tăng lên,

Trung tâm Bach hợp tác với Nhà thuốc Nelsons để giúp sản xuất và đóng chai tinh chất, và Nelsons chịu trách nhiệm về tinh chất thương hiệu đặc trưng kể từ đó. Nelsons là chủ sở hữu thương hiệu Bach® Original Flower Remedy và là nhà sản xuất duy nhất được The Bach Center ủy quyền.

Trung tâm Bách Khoa Ngôi nhà của bác sĩ Edward Bach và hệ thống chữa bệnh bằng hoa Bach Sự nghiệp y tế sớm Edward Bach học y khoa đầu tiên ở Birmingham và sau đó tại Bệnh viện Đại học Cao đẳng, London, nơi ông là Bác sĩ phẫu thuật nội trú.

Ông cũng làm việc tại phòng khám tư nhân, có một dãy phòng tư vấn ở Phố Harley. Là một nhà vi khuẩn học và nhà nghiên cứu bệnh học, ông đã thực hiện nghiên cứu ban đầu về vắc xin trong phòng thí nghiệm nghiên cứu của riêng mình. **Tiến sĩ Edward Bach** đủ tiêu chuẩn trở thành bác sĩ vào năm 1912.

Khi nhận bằng tốt nghiệp, ông tuyên bố "tôi sẽ phải mất 5 năm để quên tất cả những gì mình đã được dạy". *Năm 1917, bác sĩ Bach đang làm việc tại khu chăm sóc thương binh từ Pháp trở về. Một ngày nọ, anh bị ngã và được đưa vào phòng mổ vì xuất huyết nặng. Các đồng nghiệp của ông đã phẫu thuật cắt bỏ khối u nhưng tiên lượng rất xấu. Khi anh đến, họ nói với Bach rằng anh chỉ còn sống được ba tháng nữa. Ngay khi có thể ra khỏi giường, Bach quay trở lại phòng thí nghiệm của mình. Anh ấy dự định sẽ thúc đẩy công việc của mình đi xa nhất có thể trong thời gian ngắn còn lại. Nhưng nhiều tuần trôi qua, anh bắt đầu khỏe hơn. Ba tháng trôi qua và sức khỏe của anh tốt hơn bao giờ hết. Anh tin chắc rằng ý thức về mục đích đã cứu anh: anh vẫn còn việc phải làm*

Nghiên cứu vi lượng đồng căn Nghiên cứu về vắc-xin của ông đang tiến triển tốt, nhưng mặc dù vậy, bác sĩ Bach vẫn cảm thấy không hài lòng với cách các bác sĩ dự kiến sẽ tập trung vào bệnh tật và bỏ qua toàn bộ con người.

Ông khao khát một cách tiếp cận toàn diện hơn đối với y học. Có lẽ điều này giải thích tại sao, không phải là một người đồng tính, anh ấy đã đảm nhận một vị trí tại Bệnh viện đồng tính Hoàng gia London. Khi ở đó, ông sớm nhận thấy sự tương đồng giữa công việc nghiên cứu vắc xin và các nguyên tắc của vi lượng đồng căn. Ông đã điều chỉnh vắc-xin của mình để tạo ra một loạt bảy nút vi lượng đồng căn. Tác phẩm này và lần xuất bản tiếp theo của nó đã mang lại cho ông một số danh tiếng trong giới vi lượng đồng căn. Mọi người bắt đầu gọi ông là "Hahnemann thứ hai". *Bài thuốc chữa bệnh bằng hoa Cho đến nay Bach vẫn đang nghiên cứu vi khuẩn, nhưng ông muốn tìm ra những phương thuốc tinh khiết hơn và ít phụ thuộc vào sản phẩm của bệnh tật hơn. Ông bắt đầu thu thập các loại cây và đặc biệt là hoa* - bộ phận phát triển nhất của cây - với hy vọng thay thế các nút bằng một loạt các biện pháp khắc phục nhẹ nhàng hơn. **Đến năm 1930, ông quá nhiệt tình với hướng đi mà công việc của mình đang theo đuổi**

đến nỗi Tiến sĩ Bach đã từ bỏ công việc kinh doanh Harley Street béo bở của mình và rời London. *Bác sĩ Bach có ý định cống hiến phần đời còn lại của mình cho hệ thống y học mới mà ông tin chắc có thể tìm thấy trong tự nhiên.* **Ông dẫn theo trợ lý của mình là một bác sĩ chụp X-quang tên là Nora Weeks. Cũng như việc ông đã từ bỏ nhà cửa, văn phòng và nơi làm việc của mình, Tiến sĩ Bach bắt đầu từ bỏ phương pháp khoa học và sự phụ thuộc của nó vào các phòng thí nghiệm và chủ nghĩa giản lược.**

Thay vào đó, **Tiến sĩ Bach** *sử dụng năng khiếu bẩm sinh của mình như một người chữa bệnh, để trực giác hướng dẫn anh ấy đến những loại cây phù hợp. Qua nhiều năm thử và sai, bao gồm việc chuẩn bị và thử nghiệm hàng nghìn loại cây, ông đã tìm ra từng loại thuốc mà mình mong muốn. Hướng mỗi người vào một trạng thái tinh thần hoặc cảm xúc cụ thể. Khi điều trị tính cách và cảm xúc của bệnh nhân, ông nhận thấy sự bất hạnh và đau khổ về thể chất của họ sẽ giảm bớt một cách tự nhiên vì khả năng chữa lành trong cơ thể họ rõ ràng và được phép hoạt động trở lại.*cơ thể đã sạch sẽ và được phép làm việc trở lại. Cuộc đời của ông theo mô hình mùa vụ từ năm 1930 đến năm 1934.

Mùa xuân và mùa hè dành để tìm kiếm và chuẩn bị các phương thuốc; mùa đông đưa ra sự giúp đỡ và lời khuyên cho tất cả những ai đến tìm kiếm họ. Hầu hết mùa đông đều trải qua ở thị trấn ven biển Cromer. Tại đây anh đã gặp và kết bạn với một người xây dựng và chữa bệnh ở địa phương, Victor Bullen.

Hoàn thành Vào thời điểm bác **sĩ Bach và trợ lý Nora Weeks đến sống ở Mount Vernon**, bác sĩ Bach đã phát hiện ra 19 bài thuốc, và chính tại các con đường, cánh đồng xung quanh, ông đã tìm ra 19 bài thuốc còn lại để hoàn thiện bộ truyện. Lúc này, cơ thể và tâm trí của anh ấy đã hòa hợp với công việc đến mức anh ấy sẽ phải chịu đựng nhiều trạng thái cảm xúc khác nhau cho đến khi tìm được loại cây có thể giúp ích cho mình. Bằng cách này, qua sự đau khổ và hy sinh cá nhân to lớn, ông đã hoàn thành công việc của đời mình. Một năm sau khi tuyên bố đã hoàn tất việc tìm kiếm phương thuốc, **bác sĩ Bach đã** ra đi thanh thản vào tối ngày **27/11/1936**. Ông đã để lại cho mình bao kinh nghiệm, công sức cả đời và một hệ thống y học đang giúp ích cho nhiều người trên khắp thế giới. . Bach đã có nhiều năm nghiên cứu thành công ở London. Công việc của ông đã mang lại cho ông danh tiếng và vị thế chuyên môn cao trong số các bác sĩ chính thống và vi lượng đồng căn.

Giờ đây, ông đã tìm ra một phương pháp chữa bệnh hoàn toàn mới, tập trung hoàn toàn vào sức khỏe cảm xúc và tinh thần của con người hơn là các triệu chứng thể chất của họ. Chúng ta có thể mong đợi rằng khi qua đời, ông sẽ để lại những kệ chứa đầy những ghi chú và bài viết đã xuất bản. Nhưng ở đây anh ấy cũng có ý định để mọi thứ rõ ràng và gọn gàng nhất có thể. Trong suốt quá trình tìm kiếm những phương thuốc mới, ông đã loại bỏ khỏi thực hành của mình những ý tưởng và lý thuyết không cần thiết.

Phòng thí nghiệm và nghiên cứu chính thống là những việc đầu tiên được thực hiện nhưng sau đó còn nhiều việc hơn nữa. Ông đã ngừng sử dụng phương pháp xoa bóp, điều tra và loại bỏ mối liên hệ giữa các loại phương pháp điều trị và chiêm tinh học của mình, từ bỏ việc chẩn đoán bằng triệu chứng thực thể và từ bỏ ý tưởng không cần thiết về các phương pháp điều trị khác nhau hoạt động trên các bình diện 'cao hơn' và 'thấp hơn'.

Cuối cùng, ông đốt lửa trại trong khu vườn ở Mount Vernon, nơi ông đốt nhiều ghi chú ban đầu của mình, xác định rằng chúng sẽ không tồn tại để khiến mọi người lạc lối trong tương lai. Tất cả những gì cần nói đã được nói trong 32 trang của Mười hai người chữa lành và các phương thuốc khác. Trong suy nghĩ của ông, công việc lỗi thời, giống như những lý thuyết bị bỏ rơi, chỉ đơn thuần là giàn giáo - hữu ích khi xây tường và lợp mái, nhưng cồng kềnh và không cần thiết khi ngôi nhà hoàn thành. Vào năm 1936, một số người bắt đầu thúc đẩy ý tưởng kết hợp 38 phương thuốc thành một loại thuốc tiên, tìm cách giải quyết vấn đề của mọi người chỉ bằng một hỗn hợp duy nhất – một ý tưởng mà Tiến sĩ Bach đã thử và đã từ bỏ.

"Tôi nghĩ bây giờ bạn đã thấy mọi giai đoạn của công việc," anh viết cho người bạn Victor Bullen vào tháng 10 năm đó, một tháng trước khi anh qua đời.

"Đó là bằng chứng về giá trị công việc của chúng tôi khi các cơ quan vật chất xuất hiện để bóp méo nó, bởi vì sự xuyên tạc là một vũ khí lớn hơn nhiều so với nỗ lực hủy diệt." Trong cùng một bức thư, ông vạch ra con đường mà những người kế nhiệm ông nên đi theo: *"***Công việc của chúng tôi là kiên định tuân thủ tính đơn giản và tinh khiết của phương pháp chữa bệnh này; và khi cần đến ấn bản tiếp theo của Mười hai người chữa lành, chúng tôi phải có phần giới thiệu dài hơn, kiên quyết đề cao tính vô hại, tính đơn giản và khả năng chữa bệnh kỳ diệu của các phương thuốc.***"*

Bách hoa theo TS. Edward Bach Ngôi sao Bethlehem (Doldiger Milchstern) - Một loài hoa Bạch trong danh sách hoa Bạch Tiến sĩ người Anh Vào những năm 1930, Edward Bach đã phát triển 38 loại tinh chất hoa mà ông gán cho các trạng thái cảm xúc tương ứng. Cái gọi là hoa Bách đã ra đời. Để sản xuất hoa Bách, các loại hoa đặc biệt từ hoa dại và cây cối cũng như nước đá đặc biệt tinh khiết vẫn được sử dụng cho đến ngày nay. Hầu hết hoa và cây đều đến từ khu vườn của Trung tâm Bach ở Quận Oxford và vẫn được trồng cho đến ngày nay theo đúng hướng dẫn ban đầu của Tiến sĩ John John. Bách gia công trong các sản phẩm.

Để Chính Văn được tiếp tục phục vụ Quý vị... Độc giả xin hãy tiếp tục ủng hộ và giới thiệu đến bạn bè, thân hữu... đọc báo Chính Văn.

Chân thành cảm tạ.

Những điều bạn cần biết về lợi ích sức khỏe của Collagen Collagen là thành phần quan trọng trong xương, da, cơ và các bộ phận khác của cơ thể.

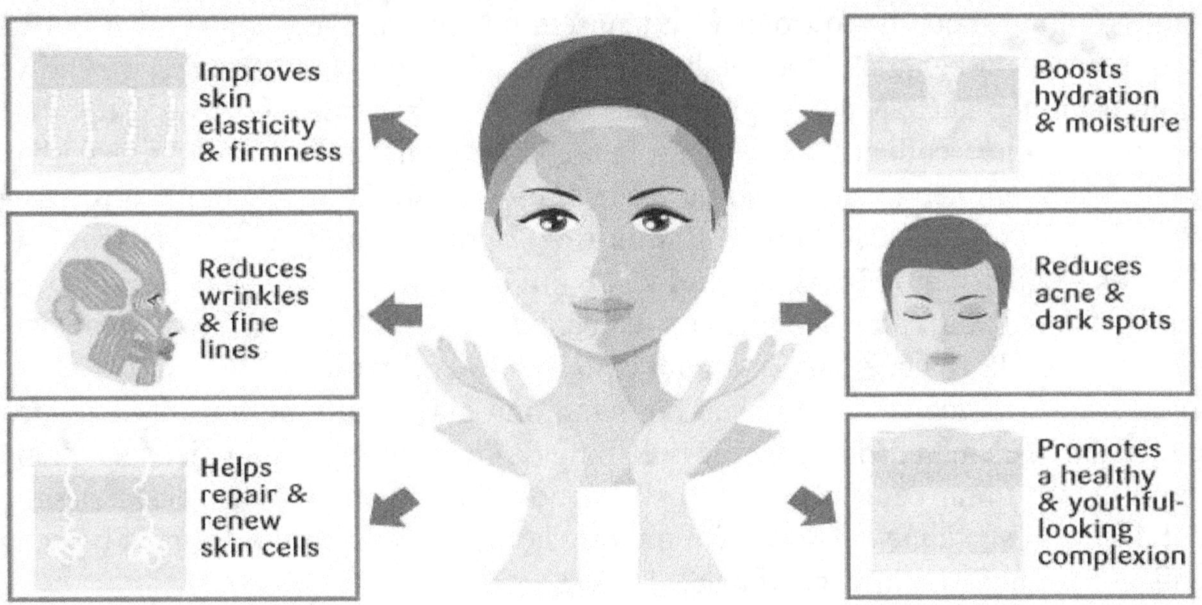

Nó có thể giúp cải thiện sức khỏe làn da, giảm đau khớp và ngăn ngừa mất xương, cùng nhiều tác dụng khác. Collagen là một loại protein. Cơ thể bạn tạo ra nó và nó rất quan trọng đối với các khớp, da, xương, cơ bắp khỏe mạnh, v.v.

Nhưng khi bạn già đi - ngay khi cơ thể bạn khó tạo ra collagen hơn - lượng collagen mà bạn có bắt đầu bị phá vỡ.

Vì vậy, bạn có thể đang cân nhắc việc bổ sung collagen và tự hỏi chúng thực sự giúp ích được bao nhiêu. Dưới đây là 9 lợi ích sức khỏe đã được khoa học chứng minh khi sử dụng collagen.

Collagen là loại protein có nhiều nhất trong cơ thể bạn. Nó là thành phần chính của các mô liên kết tạo nên một số bộ phận cơ thể, bao gồm gân, dây chằng, da và cơ. Nó có nhiều chức năng quan trọng, bao gồm cung cấp cấu trúc cho làn da của bạn và củng cố xương của bạn. Bạn có thể nhận collagen từ các thực phẩm như da heo và nước luộc xương, nhưng việc bổ sung collagen cũng đã trở nên phổ biến. Hầu

hết đều bị thủy phân, có nghĩa là collagen đã bị phá vỡ để dễ hấp thụ hơn. Những chất bổ sung này chủ yếu ở dạng bột nhưng cũng có ở dạng viên nang. Các loại collagen được tìm thấy trong các chất bổ sung khác nhau - một số chứa một hoặc hai loại, trong khi một số khác chứa tới năm loại. Bản tóm tắt Collagen là loại protein có nhiều nhất trong cơ thể bạn. Bạn có thể tăng lượng collagen bằng cách uống thực phẩm bổ sung hoặc ăn thức ăn động vật và nước hầm xương. Tuy nhiên, sự hấp thụ từ thực phẩm có thể không hiệu quả như từ thực phẩm bổ sung.
Lợi ích của việc uống collagen là gì?

Bổ sung collagen mang lại nhiều lợi ích cho sức khỏe.

1.   Có thể cải thiện sức khỏe làn da Collagen là thành phần chính của làn da của bạn. Nó đóng một vai trò trong việc tăng cường làn da, cũng như độ đàn hồi và hydrat hóa. Khi bạn già đi, cơ thể bạn sản xuất ít collagen hơn, dẫn đến da khô và hình thành nếp nhăn. Một số nghiên cứu đã chỉ ra rằng peptide collagen hoặc chất bổ sung có chứa collagen có thể giúp làm chậm quá trình lão hóa làn da của bạn bằng cách giảm nếp nhăn và khô da. **Một đánh giá của 26 nghiên cứu tập trung chủ yếu vào phụ nữ cho thấy rằng dùng 1–12 gam collagen mỗi ngày trong 4–12 tuần sẽ giúp cải thiện độ đàn hồi và độ ẩm của da.** Những chất bổ sung này có thể hoạt động bằng cách kích thích cơ thể bạn sản xuất collagen và các protein khác giúp cấu trúc làn da của **bạn, bao gồm cả đàn hồi và fibrillin.**
2.   Ngoài ra còn có nhiều tuyên bố mang tính giai thoại rằng bổ sung collagen giúp ngăn ngừa mụn trứng cá và các tình trạng da khác, nhưng những điều này không được chứng minh bằng bằng chứng khoa học. Bạn quan tâm đến việc bổ sung collagen cho sức khỏe làn da? Kiểm tra tổng hợp của chúng tôi về các chất bổ sung collagen tốt nhất. Là hữu ích không?
3.   *. Có thể giảm đau khớp Khi bạn già đi, lượng collagen trong cơ thể giảm đi và nguy cơ mắc các bệnh về khớp như viêm xương khớp tăng lên.*
4.   Một số nghiên cứu cho thấy bổ sung collagen có thể giúp cải thiện các triệu chứng của **viêm xương khớp và giảm đau khớp tổng thể.** Một đánh giá của các *nghiên cứu ở những người bị viêm xương khớp cho thấy dùng collagen dẫn đến những cải thiện đáng kể về độ cứng khớp nhưng không* gây đau hoặc hạn chế chức năng. Các nhà nghiên cứu đề xuất bổ sung collagen có thể tích tụ trong sụn và kích thích các mô của bạn tạo ra collagen, điều này có thể dẫn đến giảm viêm, *hỗ trợ khớp tốt hơn và giảm đau.* Nhưng cần có bằng chứng để khuyến nghị sử dụng collagen như một phương pháp điều trị viêm xương khớp.
5.   **Có thể ngăn ngừa mất xương** Xương của bạn được làm chủ yếu từ collagen. Khi bạn già đi, collagen suy giảm và khối lượng xương của bạn giảm đi. Điều này có thể dẫn đến các tình trạng như loãng xương, được đặc trưng bởi mật độ xương

thấp và nguy cơ gãy xương cao hơn. Nghiên cứu cho thấy chất bổ sung collagen có thể giúp ức chế quá trình phân hủy xương dẫn đến loãng xương. Trong một nghiên cứu kéo dài 12 tháng ở phụ nữ sau mãn kinh, một số người *đã bổ sung canxi và vitamin D với 5 gam collagen* và những người khác dùng thực phẩm bổ sung canxi và vitamin D không có collagen hàng ngày. *Những người dùng chất bổ sung canxi, vitamin D và collagen có nồng độ protein trong máu thúc đẩy quá trình phân hủy xương và mất mật độ xương ít hơn đáng kể so với* những người chỉ dùng canxi và vitamin D. *Một nghiên cứu khác cho thấy kết quả tương tự ở 66 phụ nữ sau mãn kinh uống 5 gam collagen mỗi ngày trong 12 tháng. Những người tham gia sử dụng collagen đã tăng tới 7% về mật độ khoáng xương (BMD), thước đo mật độ khoáng chất trong xương. Tuy nhiên, cần nhiều nghiên cứu hơn về con người.*

6.   Lợi ích của Collagen 1. Tăng độ đàn hồi và dưỡng ẩm cho da 2. Ngăn chặn tổn thương da do tia cực tím và lão hóa do ảnh 3. Giảm độ sâu và khối lượng nếp nhăn 4. Che giấu Cellulite và loại bỏ vết rạn da 5. Uống Collagen cải thiện làn da hơn các loại kem bôi

7.

8.   **Có thể tăng khối lượng cơ bắp** Là loại protein dồi dào nhất trong cơ thể, collagen là thành phần quan trọng của cơ xương. Trong một nghiên cứu kéo dài 12 tuần, 26 người đàn ông lớn tuổi bị thiếu cơ đã uống 15 gram collagen khi tham gia.
.

9.   *Tăng độ đàn hồi và dưỡng ẩm cho da Nhiều thử nghiệm lâm sàng đã cho thấy việc bổ sung protein collagen làm tăng độ đàn hồi của da và cấp ẩm cho da.* Trong một thử nghiệm, phụ nữ từ 35 tuổi trở lên cho thấy sự cải thiện đáng kể về mặt thống kê về độ đàn hồi của da và độ ẩm của da ở những đối tượng được cung cấp 2,5 hoặc 5 g collagen mỗi ngày trong 8 tuần. *Trong một nghiên cứu khác ở phụ nữ từ 40 đến 60 tuổi, việc bổ sung collagen trong 8 tuần giúp chống lão hóa vì nó cho thấy độ ẩm của da tăng trung bình 28% và 91% đối tượng cho biết da ít khô hơn sau khi bổ sung.*

Tại sao Collagen quan trọng để chống lão hóa?

Collagen có quan trọng để chống lão hóa không? Từ collagen có nguồn gốc từ tiếng Hy Lạp "kolla" có nghĩa là keo. Vì vậy, về cơ bản collagen chính là "chất keo" giữ toàn bộ cơ thể lại với nhau. Collagen là một loại protein được sản xuất trong cơ thể con người.

Nó là một loại protein cấu trúc chính, chiếm khoảng 75% làn da của chúng ta. Làn da có lượng collagen khỏe mạnh trông mịn màng, căng mọng và trẻ trung. Ở tuổi 21, khả năng sản xuất collagen mới của cơ thể chúng ta bắt đầu suy giảm và lượng collagen hiện có bắt đầu bị phá vỡ. Nó thậm chí còn giảm nhiều hơn ở phụ nữ sau khi mãn kinh. Ngoài ra, nó còn bị ảnh hưởng bởi các yếu tố khác như hút thuốc, ăn nhiều đường và tia cực tím. Không có cách nào để ngăn ngừa sự mất mát collagen trong cơ thể.

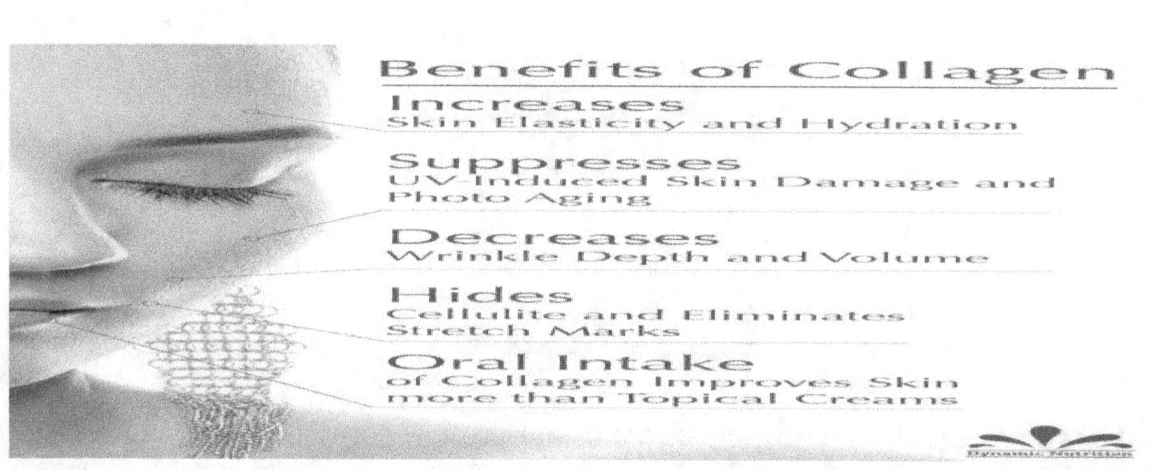

Lợi ích của Collagen 1. Tăng độ đàn hồi và dưỡng ẩm cho da 2. Ngăn chặn tổn thương da do tia cực tím và lão hóa do ảnh 3. Giảm độ sâu và khối lượng nếp nhăn 4. Che giấu Cellulite và loại bỏ vết rạn da 5. Uống Collagen cải thiện làn da hơn các loại kem bôi

Supplement Facts

SERVING SIZE 2 TABLESPOONS (10 G)
SERVINGS PER CONTAINER 20

	Amount Per Serving	%DV
Calories	30	
Total Carbohydrate	2g	1%**
Dietary Fiber	2g	7%**
Protein	7g	
Vitamin C (as ascorbic acid)	10mg	11%
Sodium	30mg	1%
Hydrolyzed Fish Collagen	8g	†
Prebiotic Fiber Beauty Blend	2g	†

Resistant Maltodextrin, Hyaluronic Acid (as Sodium Hyaluronate), Methyl Sulony Methane(MSM)

**Percent Daily Values(DV) are based on a 2000 calorie diet.
†Daily Value(DV) not established

CONTAINS: FISH (TILAPIA AND/OR CARP).

CONTAINS NO: any wheat or artificial flavors. GLUTEN-FREE. STORE IN A COOL DRY PLACE. WARNING: KEEP OUT OF REACH OF CHILDREN. Consult your physician prior to using this product if you are pregnant,nursing,taking any medication or have a medical condition. TAMPER EVIDENT DO NOT USE IF SAFETY SEAL IS BROKEN OR MISSING. Made in the USA from global ingredients. Distributed by Resilient Business LLC. Durham,NC 27701. (800)346-2922 ©2022 www.neocell.com This product does not contain common 66 genes or proteins.

1gen NON-GMO TESTED

KETO CERTIFIED

NGĂN NGỪA LOÃNG XƯƠNG
ĐAU NHỨC TOÀN THÂN

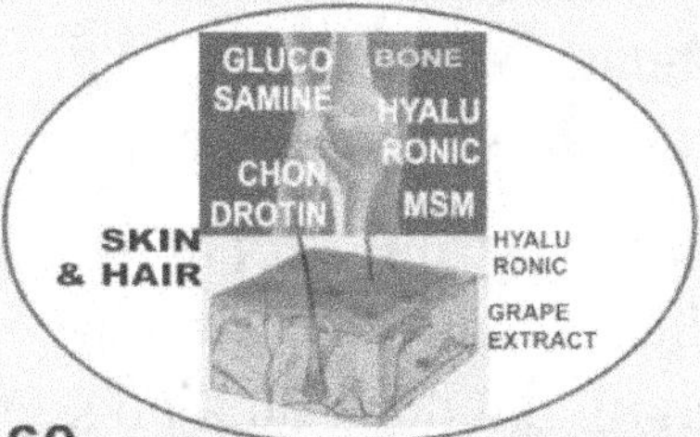

Ngăn ngừa Thấp khớp Loãng xương

Joint+Muscle+Haut+Osteroide Support

JOINT & YOUNG

www.truherbsusa.com
Distributed by TRUHERBS U.S.A.
P.O.Box 246357 Sacramento, CA 95824

NĂNG ĐỘNG HƠN TỪ KHỚP & LÀN DA TRẺ TRUNG
các thành phần đã được thử nghiệm lâm sàng

Thêm nữa, HA có nhiều lợi ích khác :
- Bổ sung thêm dưỡng chất cho da - Dưỡng ẩm da
- Làm cho làn da mềm mại và mịn màng
- Giảm và làm mờ nếp nhăn
- Thúc đẩy sự phát triển tóc
- Phục hồi màu tóc - Xây dựng lại mô liên kết da.

LỢI ÍCH SỨC KHOẺ CỦA KHỚP
- Hỗ trợ chức năng khớp bàng cách tăng cường sụn & bao khớp.
- Giúp thúc đẩy bôi trơn khớp bằng bổ sung chất lỏng hoạt dịch.
- Giúp khớp hoạt động thoải mái.
- Giúp tái tạo sụn.
- Bảo vệ gân & dây chằng khi tập thể dục cường độ cao.
- Thúc đẩy phục hồi gân, mô liên kết dây chằng sau khi tập thể dục cường độ cao.

CHIẾT XUẤT TỪ NHO & BỒ CÔNG ANH
- Thúc đẩy tiết niệu khoẻ mạnh.
- Nuôi dưỡng & củng cố màng mao mạch.
- Bổ sung vitamin C để hỗ trợ hệ thống miễn dịch.
- Bồ công anh bổ sung tính năng cay tự nhiên.
- Được sử dụng để hỗ trợ chức năng gan khoẻ mạnh từ xa xưa.

CÔNG NĂNG
- Giúp giảm đau nhức toàn diện.
- Giảm viêm khớp.
- Dược thảo thải chất độc dư đóng ở khớp xương gây đau nhức đầu gối và bàn tat.

Đau nhức Toàn thân

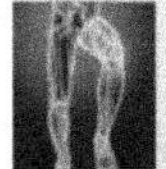

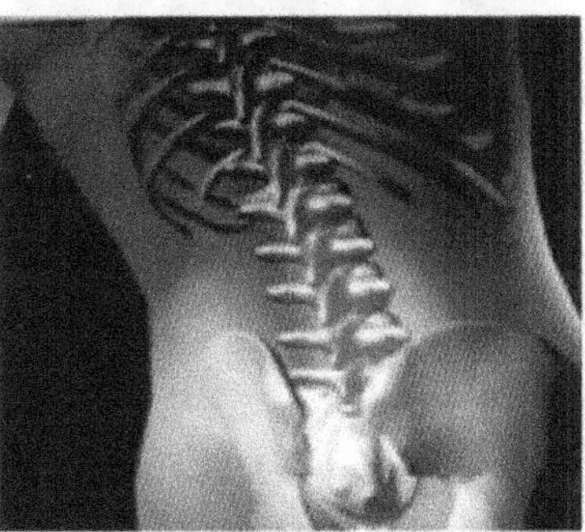
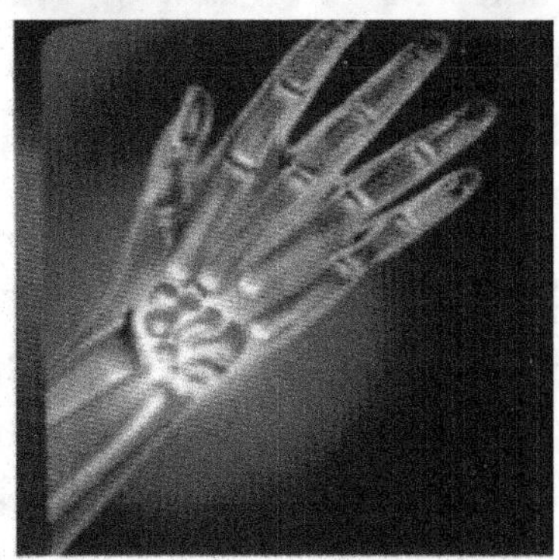

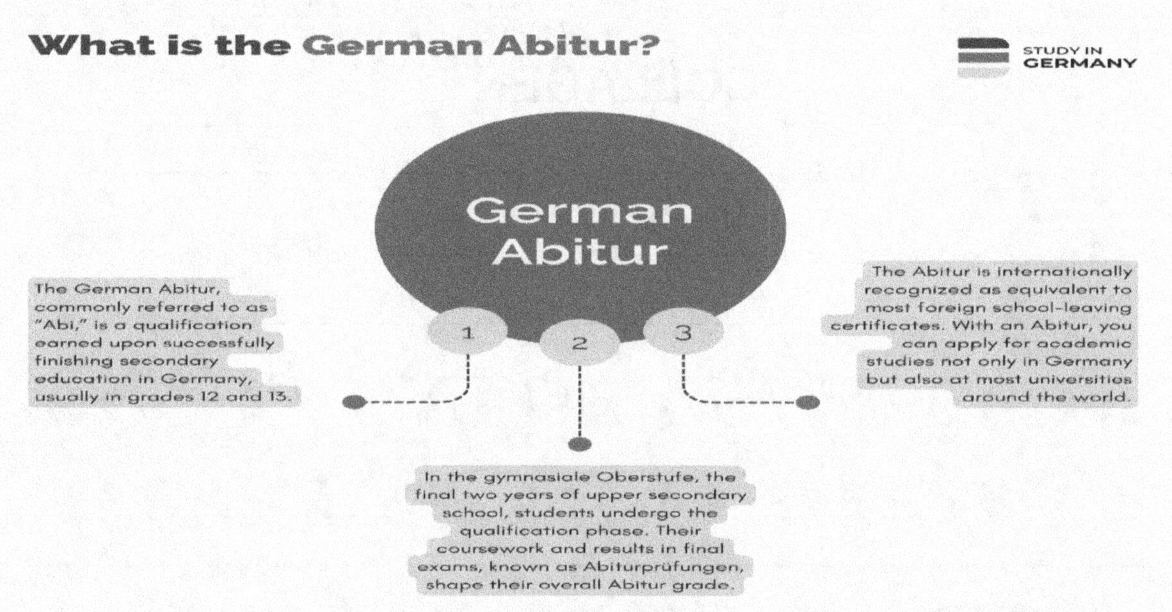

Cấu trúc và cách đánh giá Abitur của Đức như thế nào?

Abitur của Đức kết hợp điểm số từ hai năm cuối trung học phổ thông của bạn với kết quả kỳ thi cuối kỳ của bạn. Mỗi tiểu bang đặt ra các quy tắc riêng cho cấu trúc của kỳ thi, nhưng Hội nghị Bộ trưởng Bộ Giáo dục và Văn hóa luôn nhất quán với "Yêu cầu thi thống nhất trong Kỳ thi Abitur" (EPA).

Do đó, **kỳ thi Abitur của Đức thường bao gồm các yếu tố sau:**

Thành phần của kỳ thi. Kỳ thi Abitur thường bao gồm cả phần thi viết và phần thi vấn đáp. Kỳ thi viết bao gồm 3 đến 4 môn, bao gồm các khóa học nâng cao và một hoặc hai khóa học cơ bản. Mỗi kỳ thi viết kéo dài khoảng 4 giờ cho mỗi môn.

Yêu cầu về môn học.

Học sinh phải làm bài kiểm tra ở bốn hoặc năm môn, bao gồm ít nhất hai môn có yêu cầu cao hơn. Các môn bắt **buộc thường bao gồm tiếng Đức, một ngoại ngữ và toán học.** Các kỳ thi bao gồm ba lĩnh vực rộng: ngôn ngữ-văn học-nghệ thuật, khoa học xã hội và toán học-khoa học-kỹ thuật. Đánh giá. Kỳ thi được đánh giá bởi ít nhất hai giám khảo.

Ngoài kỳ thi, trình độ chung của học sinh và điểm trung bình Abitur bao gồm thành tích từ giai đoạn đủ điều kiện, là hai năm cuối của giáo dục trung học phổ thông.

Bằng tốt nghiệp. Zeugnis der Allgemeinen Hochschulreife, là chứng chỉ chính thức được trao vào cuối khóa, đại diện cho đỉnh cao của quá trình giáo dục của học sinh, bao gồm thành tích của họ trong các **kỳ thi Abitur.**

Một bằng tốt nghiệp đại học chung được cấp nếu học sinh đạt được ít nhất điểm trung bình đủ. Điểm tối thiểu để đỗ Abitur là bao nhiêu?

Như đã đề cập, *điểm Abitur được xác định bằng cách cộng điểm từ các khóa học đã học trong bốn học kỳ của giai đoạn đủ điều kiện (gọi là Khối 1) và điểm từ các kỳ thi Abitur (gọi là Khối 2). Khối 1 bao gồm bốn học kỳ (Q1 và Q2), trong đó học sinh phải tích lũy ít nhất 200 điểm từ các khóa học để đủ điều kiện tham gia Abitur, với tối đa 600 điểm có thể đạt được. Điểm được tính dựa trên kết quả học tập trong tất cả các khóa học, với các khóa học nâng cao được tính gấp đôi.*

Ở Khối 2, học sinh cần đạt được ít nhất 100 điểm trong tổng số 300 điểm có thể đạt được trong kỳ thi Abitur ex

Bằng Abitur của Đức là gì? Bằng Abitur của Đức, thường được **gọi là "Abi",** là bằng cấp đạt được sau khi hoàn thành chương trình giáo dục trung học phổ thông tại Đức, thường là lớp 12 và 13.

Trong chương trình trung học phổ thông Oberstufe, hai năm cuối của trường trung học phổ thông, học sinh sẽ trải qua giai đoạn cấp bằng. Các khóa học và kết quả trong kỳ thi cuối kỳ, được gọi là Abiturprüfungen, sẽ định hình điểm Abitur tổng thể của bạn. **Bằng Abitur được công nhận trên toàn thế giới là tương đương với hầu hết các chứng chỉ tốt nghiệp phổ thông nước ngoài.**

Với bằng Abitur, **bạn có thể nộp đơn xin học không chỉ ở Đức mà còn ở hầu hết các trường đại học trên thế giới.**

Giải thích về bằng Abitur của Đức >>

Tìm hiểu thêm về hệ thống giáo dục của Đức. Bằng Abitur của Đức được cấu trúc và đánh giá như thế nào? Bằng Abitur của Đức kết hợp điểm từ hai năm cuối của trường trung học phổ thông với kết quả kỳ thi cuối kỳ của bạn.

Mỗi tiểu bang đặt ra các quy tắc riêng cho cấu trúc của kỳ thi, nhưng Hội nghị Bộ trưởng Giáo dục và Văn hóa luôn nhất quán với "Yêu cầu thi thống nhất trong Kỳ thi Abitur" (EPA). Do đó, kỳ thi Abitur của Đức thường bao gồm các yếu tố sau:

Thành phần của kỳ thi. **Kỳ thi Abitur thường bao gồm cả phần thi viết và phần thi vấn đáp.** Kỳ thi viết bao gồm 3 đến 4 môn, bao gồm các khóa học nâng cao và một hoặc hai khóa học cơ bản. Mỗi kỳ thi viết kéo dài khoảng 4 giờ cho mỗi môn.

Yêu cầu về môn học. Học sinh phải làm bài kiểm tra ở bốn hoặc năm môn, bao gồm ít nhất hai môn ở mức yêu cầu cao hơn. Các môn bắt buộc thường bao gồm tiếng Đức, ngoại ngữ và toán học. Các kỳ thi bao gồm ba lĩnh vực rộng: ngôn ngữ-văn học-nghệ thuật, khoa học xã hội và toán học-khoa học-kỹ thuật.

Đánh giá. Các kỳ thi được đánh giá bởi ít nhất hai giám khảo. Ngoài các kỳ thi, trình độ chung của học sinh và điểm Abitur trung bình bao gồm thành tích từ giai đoạn trình độ, là hai năm cuối của giáo dục trung học phổ thông.

Bằng tốt nghiệp. *Zeugnis der Allgemeinen **Hochschulreife**,* là chứng chỉ chính thức được trao vào cuối khóa học, đại diện cho sự hoàn thiện quá trình giáo dục của sinh viên, bao gồm cả thành tích của họ trong các kỳ thi Abitur. Một bằng cấp đầu vào đại học chung được cấp nếu sinh viên đạt được ít nhất điểm trung bình đủ. Điểm tối thiểu để đỗ Abitur là bao nhiêu? Như đã đề cập, điểm Abitur được xác định bằng cách cộng điểm từ các khóa học đã học trong bốn học kỳ của giai đoạn đủ điều kiện (gọi là Khối 1) và điểm từ các kỳ thi Abitur (gọi là Khối 2). Khối 1 bao gồm bốn học kỳ (Q1 và Q2), trong đó sinh viên phải tích lũy ít nhất 200 điểm từ các khóa học để đủ điều kiện tham gia Abitur, với tối đa 600 điểm có thể đạt được

Điểm được tính dựa trên thành tích trong tất cả các khóa học, với các khóa học nâng cao được tính gấp đôi. Ở Khối 2, học sinh cần đạt ít nhất 100 điểm trong tổng số 300 điểm có thể đạt được trong kỳ thi Abitur để đỗ, với điểm từ sự kết hợp của các bài kiểm tra viết và vấn đáp ở các môn chính. Làm thế nào để tính Điểm Abitur trung bình? Để tính điểm Abitur trung bình, hãy kết hợp các điểm từ giai đoạn đủ điều kiện và các kỳ thi Abitur.

Tổng điểm có thể đạt được dao động từ 300 (điểm tối thiểu cần đạt) đến 900 (điểm tối đa có thể đạt được). Điểm Abitur trung bình được xác định bằng cách sử dụng tổng điểm trên thang điểm từ 1,0 (xuất sắc) đến 6,0 (trượt). Để đỗ, bạn cần đạt điểm ít nhất là 4,0, tương ứng với số điểm tối **thiểu là 300 điểm.**

(Amy)

Chiết xuất bạch quả có thể tăng tốc độ phục hồi não trong những tuần đầu tiên sau đột quy

Nghiên cứu mới cho thấy chiết xuất bạch quả có thể hữu ích sau đột quy. Marcel/Stocksy

Một nghiên cứu sơ bộ gần đây nhấn mạnh sự phát triển đầy hứa hẹn trong điều trị phục hồi sau đột quy. **Các nhà nghiên cứu phát hiện ra rằng** những bệnh nhân bị đột quy do thiếu máu cục bộ - những người bị đột quy do cục máu đông - đã chứng minh được sự cải thiện về chức năng nhận thức trong giai đoạn hồi phục sớm khi tiêm tĩnh mạch chiết xuất bạch quả trong vòng hai tuần đầu tiên sau cơn đột quy. Khám phá này nhấn mạnh tiềm năng của các phương pháp điều trị truyền thống trong thực hành y học hiện đại và khơi dậy một cuộc đối thoại về việc tích hợp các phương pháp điều trị đó vào các phác đồ phục hồi sau đột quy.

Theo một nghiên cứu sơ bộ, được trình bày tại Hội nghị Đột quy Quốc tế năm 2024, những người bị đột quy do thiếu máu cục bộ đã cho thấy chức năng nhận thức được cải thiện trong giai đoạn đầu của quá trình hồi phục khi được điều trị bằng tiêm tĩnh mạch có chứa hỗn hợp các thành phần hoạt tính từ **ginkgo biloba** trong hai tuần đầu tiên sau khi khởi bệnh. đột quy. Được **chiết xuất từ lá và hạt khô của cây bạch quả, một trong những loài cây sống lâu đời nhất có nguồn gốc từ** Đông Á, bạch quả là một loại thảo dược nổi **tiếng trong y học cổ truyền Trung Quốc và cũng có sẵn dưới dạng thực phẩm bổ sung ở Hoa Kỳ.**

Ở Trung Quốc, các liệu pháp tiêm tĩnh mạch (IV) sử dụng các hợp chất hoạt tính của bạch quả thường được sử dụng để điều trị đột quy, do đặc tính chống oxy hóa tiềm năng của nó có thể bảo vệ tế bào thần kinh khỏi bị tổn thương. Tuy nhiên, FDA chưa phê chuẩn ginkgo biloba đối với bất kỳ ứng dụng y tế nào và theo Trung tâm Sức

*Nhữ*ng người tham gia này, có độ tuổi trung bình là 63 tuổi và 36% trong số đó là phụ nữ, đã được điều trị tại 100 cơ sở ở Trung Quốc. Trong vòng 48 giờ đầu tiên sau cơn đột quỵ, khoảng một nửa được chọn ngẫu nhiên để tiêm tĩnh mạch hàng ngày 25 mg hỗn hợp có nguồn gốc từ bạch quả được gọi là GDLM trong hai tuần. Những người còn lại được tiêm giả dược hàng ngày trong cùng thời gian. Các nhà nghiên cứu đã đánh giá khả năng tâm thần của họ bằng cách sử dụng Đánh giá nhận thức Montreal (MoCA), một bài kiểm tra trực tiếp gồm 30 điểm thường được sử dụng cho bệnh nhân đột quỵ, vào lúc bắt đầu, sau hai tuần và sau ba tháng. Ban đầu, trước khi điều trị và ngay sau khi bị đột quỵ, điểm năng lực tâm thần trung bình của những bệnh nhân này khá thấp, ở mức 17/30. Ginkgo biloba cải thiện chức năng nhận thức như thế nào

Sau hai tuần, những người được tiêm chiết xuất bạch quả cho thấy sự cải thiện nhiều hơn về điểm số chức năng tâm thần so với những người dùng giả dược, với điểm số tăng trung bình 3,93 điểm so với 3,62 điểm. Đến ngày thứ 90, khoảng cách ngày càng mở rộng, với

nhóm dùng bạch quả cho thấy sự gia tăng đáng kể hơn về điểm số chức năng tâm thần, cải thiện trung bình 5,51 điểm, so với mức tăng 5,04 điểm ở nhóm dùng giả dược. Các nhà nghiên cứu giải thích rằng nhóm nhận GDLM nhận thấy tỷ lệ bệnh nhân đạt được mức cải thiện nhận thức có ý nghĩa lâm sàng cao hơn 20%, cho thấy rằng tiêm GDLM có thể tăng cường chức năng nhận thức ở những người bị đột quỵ do thiếu máu cục bộ cấp tính. Tuy nhiên, họ lưu ý rằng thời gian theo dõi của nghiên cứu được giới hạn trong 90 ngày, ngụ ý rằng cần phải có nghiên cứu mở rộng hơn để hiểu tác động lâu dài của các phương pháp điều trị GDLM. Giải thích rõ hơn về các lợi ích, các nhà nghiên cứu đã đề cập rằng GDLM dường như mang lại khả năng bảo vệ thần kinh thông qua các cơ chế khác nhau.

Các nhà nghiên cứu đã đánh giá khả năng tâm thần của họ bằng cách sử dụng Đánh giá nhận thức Montreal (MoCA), một bài kiểm tra trực tiếp gồm 30 điểm thường được sử dụng cho bệnh nhân đột quỵ, vào lúc bắt đầu, sau hai tuần và sau ba tháng. Ban đầu, trước khi điều trị và ngay sau khi bị đột quỵ, điểm năng lực tâm thần trung bình của những bệnh nhân này khá thấp, ở mức 17/30. **Ginkgo biloba** cải thiện chức năng nhận thức như thế nào Sau hai tuần, những người được tiêm chiết xuất bạch quả cho thấy sự cải thiện nhiều hơn về điểm số chức năng tâm thần so với những người dùng giả dược, với điểm số tăng trung bình 3,93 điểm so với 3,62 điểm. Đến ngày thứ 90, khoảng cách ngày càng mở rộng, với nhóm dùng bạch quả cho thấy sự gia tăng đáng kể hơn về điểm số chức năng tâm thần, cải thiện trung bình 5,51 điểm, so với mức tăng 5,04 điểm ở nhóm dùng giả dược. **Các nhà nghiên cứu giải thích rằng nhóm nhận GDLM nhận thấy tỷ lệ bệnh nhân đạt được mức cải thiện nhận thức có ý nghĩa lâm sàng cao hơn 20%, cho thấy rằng tiêm GDLM có thể tăng cường chức năng nhận thức ở những người bị đột quỵ do thiếu** máu cục bộ cấp tính. Tuy nhiên, họ lưu ý rằng thời gian theo dõi của nghiên cứu được giới hạn trong 90 ngày, ngụ ý rằng cần phải có nghiên cứu mở rộng hơn để hiểu tác động lâu dài của các phương pháp điều trị GDLM.

Giải thích rõ hơn về các lợi ích, các nhà nghiên cứu đã đề cập rằng GDLM dường như mang lại khả năng bảo vệ thần kinh thông qua các cơ chế khác nhau. Chúng *bao gồm việc mở rộng các mạch máu của não, tăng cường khả năng chịu đựng lượng oxy thấp của tế bào não và tăng cường lưu lượng máu não.* Họ cũng nhấn mạnh rằng GDLM có tác dụng chống oxy hóa, chống viêm và chống apoptotic (ngăn ngừa chết tế bào).

Thuốc thay thế có rủi ro gì không? Tuyên bố khoa học của Hiệp hội Tim mạch Hoa Kỳ năm 2022 về việc sử dụng các loại thuốc bổ sung và thay thế trong quản lý bệnh suy tim đã nhấn mạnh rằng mặc dù có thể có những lợi ích nhưng cũng có những rủi ro đáng kể liên quan đến các phương pháp điều trị này, nhấn mạnh tầm quan trọng của việc có sự tham gia của các chuyên gia chăm sóc sức khỏe trong việc ra quyết định.

Các chuyên gia nhấn mạnh rằng các khuyến cáo về việc thận trọng sử dụng thực phẩm bổ sung ở bệnh nhân suy tim cũng nên áp dụng tương tự đối với việc điều trị tất cả các bệnh tim mạch, bao gồm cả đột quỵ. Họ khuyên bệnh nhân đột quỵ không nên sử dụng bạch quả hoặc bất kỳ chất bổ sung nào mà không hỏi ý kiến nhà cung cấp dịch vụ chăm sóc sức khỏe của họ. Mặc dù nghiên cứu về bạch quả có thể hứa hẹn cho việc chăm sóc sau đột quỵ trong tương lai nhưng tính hiệu quả và an toàn của nó phải được chứng minh thông qua các thử nghiệm lâm sàng để đáp ứng các tiêu chuẩn khắt khe cần thiết để được FDA chấp thuận.

Tiến sĩ José Morales, nhà thần kinh học mạch máu và bác sĩ phẫu thuật can thiệp thần kinh tại Viện khoa học thần kinh Thái Bình Dương ở Santa Monica, CA, người không tham gia vào nghiên cứu này, nói với Medical News Today rằng "Gingko biloba có lịch sử lâu dài về các tác dụng liên quan đến việc tăng cường chức năng nhận thức ở mức độ vừa phải". Ông nói: "Sức mạnh của nghiên cứu này nằm ở thiết kế nghiên cứu (tức là thử nghiệm kiểm soát lâm sàng ngẫu nhiên mù đôi) và ở những người có biến cố nghiêm trọng (tức là đột quỵ do thiếu máu cục bộ cấp tính) được biết là ảnh hưởng lâu dài đến nhận thức". "Tuy nhiên, mức độ ảnh hưởng không được tiết lộ trong bản tóm tắt này, vì vậy cần thêm thông tin để đánh giá sức mạnh của các phát hiện. Ngoài ra, nghiên cứu này không phải là một thử nghiệm quốc tế, vì vậy tính khái quát của các phát hiện đối với các nhóm dân cư khác nhau đang bị nghi ngờ," ông nói thêm. *Rachael Miller, một nhà dinh dưỡng, nhà thảo dược học và là người sáng lập Zhi Herbals, người cũng không tham gia vào nghiên cứu, nói với MNT rằng "người ta biết rằng* terpene lacton trong bạch quả phần lớn chịu trách nhiệm về khả năng giảm viêm và tăng cường tinh thần. thị lực và trí nhớ." *Miller đã chỉ ra nghiên cứu trước đây hỗ trợ khả năng bảo vệ các tế bào thần kinh bị tổn thương của bạch quả sau khi thiếu máu cục bộ. "Nghiên cứu mới này rất thú vị và phù hợp với kết quả của nghiên cứu trước đây được thực hiện về bạch quả và tổn thương do thiếu* máu cục bộ." — Rachel Miller Tôi có nên dùng bạch quả không kê đơn không? Tiến sĩ Morales chỉ ra rằng *"Ginkgo biloba có cơ chế hoạt động giả định giúp bảo vệ tế bào thần kinh chống lại nhiễm độc thần kinh beta-amyloid, tình trạng thiếu oxy máu và stress oxy hóa". "Các tác giả nên được khen ngợi vì đã* hoàn thành thử nghiệm này và chứng minh được những kết quả có ý nghĩa lâm sàng, thường khó nắm bắt ngay cả với các cơ chế hoạt động hợp lý. Nghiên cứu trong tương lai nên được tiến hành tại nhiều địa điểm trên toàn thế giới với các nhóm dân cư đa dạng để xác minh và xác nhận những phát hiện này cũng như để xác định liều lượng an toàn và hiệu quả nhất. Việc tiến hành các thử nghiệm quốc tế sẽ nâng cao độ tin cậy và tạo điều kiện thuận lợi cho việc phê duyệt đối với các quần thể lâm sàng lớn có nhu cầu nếu kết quả được nhân rộng ở quy mô đó." - Tiến sĩ José Morales Miller lưu ý rằng "sự cải thiện về điểm MoCa là rất đáng kể và có thể mang lại hy vọng cho những người [trải

qua] kết quả lâu dài của đột quỵ thiếu máu cục bộ cấp tính." "Sẽ rất khó khăn cho một người lay chuyển.

Tiến sĩ José Morales, nhà thần kinh học mạch máu và bác sĩ phẫu thuật can thiệp thần kinh tại Viện khoa học thần kinh Thái Bình Dương ở Santa Monica, CA, người không tham gia vào nghiên cứu này, nói với Medical News Today rằng *"Gingko biloba có lịch sử lâu dài về các tác dụng liên quan đến việc tăng cường chức năng nhận thức ở mức độ vừa phải"*. Ông nói: "Sức mạnh của nghiên cứu này nằm ở thiết kế nghiên cứu (tức là thử nghiệm kiểm soát lâm sàng ngẫu nhiên mù đôi) và ở những người có biến cố nghiêm trọng (tức là đột quỵ do thiếu máu cục bộ cấp tính) được biết là ảnh hưởng lâu dài đến nhận thức". "Tuy nhiên, mức độ ảnh hưởng không được tiết lộ trong bản tóm tắt này, vì vậy cần thêm thông tin để đánh giá sức mạnh của các phát hiện. Ngoài ra, nghiên cứu này không phải là một thử nghiệm quốc tế, vì vậy tính khái quát của các phát hiện đối với các nhóm dân cư khác nhau đang bị nghi ngờ," ông nói thêm.

Rachael Miller, một nhà dinh dưỡng, nhà thảo dược học và là người sáng lập Zhi Herbals, người cũng không tham gia vào nghiên cứu, nói với MNT rằng "người ta biết rằng **terpene lacton trong bạch quả phần lớn chịu trách nhiệm về khả năng giảm viêm và tăng cường tinh thần. thị lực và trí nhớ.**" Miller đã chỉ ra nghiên cứu trước đây hỗ trợ khả năng bảo vệ các tế bào thần kinh bị tổn thương của bạch quả sau khi thiếu máu cục bộ. "Nghiên cứu mới này rất thú vị và phù hợp với kết quả của nghiên cứu trước đây được thực hiện về bạch quả và tổn thương do thiếu máu cục bộ." — Rachel Miller Tôi có nên dùng bạch quả không kê đơn không? *Tiến sĩ Morales chỉ ra rằng "Ginkgo biloba có cơ chế hoạt động giả định giúp bảo vệ tế bào thần kinh chống lại nhiễm độc thần kinh beta-amyloid, tình trạng thiếu oxy máu và stress oxy hóa".*

"Các tác giả nên được khen ngợi vì đã hoàn thành thử nghiệm này và chứng minh được những kết quả có ý nghĩa lâm sàng, thường khó nắm bắt ngay cả với các cơ chế hoạt động hợp lý. Nghiên cứu trong tương lai nên được tiến hành tại nhiều địa điểm trên toàn thế giới với các nhóm dân cư đa dạng để xác minh và xác nhận những phát hiện này cũng như để xác định liều lượng an toàn và hiệu quả nhất. Việc tiến hành các thử nghiệm quốc tế sẽ nâng cao độ tin cậy và tạo điều kiện thuận lợi cho việc phê duyệt đối với các quần thể lâm sàng lớn có nhu cầu nếu kết quả được nhân rộng ở quy mô đó."

- Tiến sĩ José Morales Miller lưu ý rằng "sự cải thiện về điểm MoCa là rất đáng kể và có thể mang lại hy vọng cho những người [trải qua] kết quả lâu dài của đột quỵ thiếu máu cục bộ cấp tính." "Sẽ rất khó để một người bình thường có thể lặp lại kết quả tại nhà, vì hầu hết mọi người không thể tiếp cận được phương pháp tiêm và các chất bổ sung bạch quả thường không có hàm lượng lactone được tiêu chuẩn hóa hoặc dán nhãn. Hàm lượng của lá bạch quả thay đổi rất nhiều tùy thuộc vào cách chúng được thu hoạch".

Ông Einstein đã phát biểu về Đạo Phật như sau:

"Tôn giáo của tương lai sẽ là một tôn giáo toàn cầu, vượt lên trên mọi thần linh, giáo điều và thần học. Tôn giáo ấy phải bao quát cả phương diện tự nhiên lẫn siêu nhiên, đặt trên căn bản của ý thức đạo lý, phát xuất từ kinh nghiệm tổng thể gồm mọi lĩnh vực trên trong cái nhất thể đầy đủ ý nghĩa. Phật giáo sẽ đáp ứng được các điều kiện đó"

(The religion of the future will be a cosmic religion. It would transcend a person God and avoid dogmas and theology. Covering both the natural and the spiritual, it should be based on a religious sence, arising from the experience of all things, natural and spiritual, as a meaningful unity. Buddhism answers this description).

Đồng thời, một lần khác ông cũng khẳng định rằng: "Nếu có một tôn giáo nào đương đầu với các nhu cầu của khoa học hiện đại thì đó là Phật giáo. Phật giáo không cần xét lại quan điểm của mình để cập nhật hóa với những khám phá mới của khoa học. Phật giáo không cần phải từ bỏ quan điểm của mình để xu hướng theo khoa học, vì Phật giáo bao hàm cả khoa học cũng như vượt qua khoa học"

(If there is any religion that would cope with modern scientific needs, it would be Buddhism. Buddhism requires no revision to keep it up to date with recent scientific finding. Buddhism need no surrender its view to science, becauseit embrances science as well as goes beyond science). (Cả hai câu trên được trích từ Collected famous quotes from Albert Einstein).

Danh tiếng ! ?

Vợ của Albert Einstein thường khuyên ông phải ăn vận cho chỉnh tề hơn khi tới chỗ làm. Ông sẽ luôn phản bác lại rằng:

- "Tại sao nhỉ? Mọi người ở đó đều biết tôi mà".

Khi Einstein tới dự một cuộc họp lớn, bà lại nài nỉ ông hãy mặc những bộ đồ đẹp đẽ hơn. Ông lại bảo:

- "Tại sao chứ? Ở đấy có ai biết tôi đâu!"

Người ta thường yêu cầu Albert Einstein giải thích thuyết tương đối. Ông phân trần:

- "Bạn giơ tay trên bếp lò, một phút dài như một giờ. Bạn ngồi với một cô nàng xinh đẹp, một giờ chỉ như một phút. Ấy chính là sự tương đối!"

Một hôm, hồi còn làm việc tại đại học Princeton, khi đang trên đường về, ông quên mất địa chỉ nhà mình. Tài xế taxi không nhận ra ông. Ông hỏi anh ta có biết nhà của Einstein không. Anh ta đáp rằng:

- "Ai mà không biết địa chỉ của Einstein chứ nhỉ? Ai ở Princeton này chả rõ. Ông muốn gặp ông ấy à?"

Và Einstein nói:

- "Tôi là Einstein đây. Tôi quên địa chỉ nhà mình rồi, anh chở tôi về đó được không?"

Tài xế chở ông về và còn chẳng lấy tiền cước xe.

Có lần, Einstein đi tàu hỏa từ Princeton và người soát vé đi xuống để bấm vé của các hành khách. Khi anh ta tới chỗ Einstein, ông tìm trong túi áo vest. Chẳng thể nào mò ra được tấm vé, ông chuyển sang túi quần. Không thấy, ông lại tìm trong cặp nhưng cũng không có luôn. Và rồi tiếp đến, ông tìm cả chiếc ghế bên cạnh mình. Vẫn chẳng thấy gì. Người soát vé nói:

- "Tiến sĩ Einstein, tôi biết ngài mà. Chúng tôi đều biết ngài. Tôi chắc rằng ngài đã mua vé rồi. Xin đừng lo lắng gì cả".

Einstein gật đầu một cách lịch sự. Người soát vé tiếp tục đi tới những hàng ghế phía sau. Lúc sắp sang toa khác, anh ta quay lại và thấy nhà vật lý vĩ đại của chúng ta vẫn đang loay hoay quỳ xuống tìm tấm vé. Anh ta vội vã đi tới và bảo:

- "Thưa tiến sĩ Einstein, xin đừng lo , tôi biết ngài là ai mà. Không vấn đề gì đâu. Ngài không cần vé đâu. Tôi tin là ngài đã mua vé rồi".

Einstein nhìn anh ta và nói:

- "Chàng trai à, tôi cũng biết tôi là ai . Nhưng tôi quên béng mất mình đang đi đâu rồi".

Khi Einstein gặp Charlie Chaplin.

Einstein nói:

- "Tôi rất ngưỡng mộ nghệ thuật của ông, nhất là sự phổ quát trong ấy. Ông chẳng cần nói gì... Vậy mà cả thế giới vẫn hiểu được."

Charlie Chaplin đáp lời:

- "Đúng vậy. Nhưng danh tiếng của ông còn vĩ đại hơn mà. Cả thế giới ngưỡng mộ ông, dù chẳng ai hiểu được ông nói gì."

<u>Đời sống</u>

LUẬT LỆ VÀ NHÂN CÁCH MỸ LÀ ĐÂY.

*******Bài học bình đẳng và dân chủ***
Những ông khoa bảng, doanh gia "Giao Chỉ trên đất Mỹ" thành đạt khệnh khạng, quan liêu, hách dịch giành giựt, bon chen chiếm đoạt chiếu trước, bàn trên, chỗ tốt và trước ống kính truyền thông, truyền hình cần học bài học "bình đẳng và dân chủ" của tỷ phú Bill Gates (đứng xếp hàng giữa trời tuyết lạnh trước cửa hàng bán thức ăn nhanh "fast food", hiếm khi xuất hiện với áo khoác cổ cồn cà vạt và không mặc nhiên tự xếp hạng bản thân mình là VIP), hay sự chờ đợi kiên nhẫn đáng khâm phục của Steve Jobs về quyền bình đẳng tối thượng trong lúc đứng giữa đường biên sự sống và cái chết.

Cái nhân cách này đã có từ cuộc nội chiến Nam Bắc của Hoa Kỳ rồi.
Cái khó là hầu như những quốc gia khác không học hoặc không áp dụng được.

- LUẬT LỆ VÀ NHÂN CÁCH MỸ LÀ ĐÂY.

Steve Jobs được làm phẫu thuật ghép gan vào năm 2009 – 2 năm trước khi ông qua đời.

Vào năm 2009, CEO của Apple Steve Jobs được phát hiện mắc ung thư gan giai đoạn cuối. Bác sĩ nói với ông rằng, cần phải lập tức làm phẫu thuật ghép gan mới có thể giữ được sinh mạng.

Steve Jobs đồng ý với phương án phẫu thuật ghép gan. Phía bệnh viện lập tức đăng ký cho ông tại trung tâm ghép gan California và chờ đợi nguồn gan.

Tuy nhiên phía bệnh viện thấy rằng, số người phải làm phẫu thuật ghép gan quá đông, nếu xếp hàng thì ít nhất, nhà sáng lập Apple phải đợi ít nhất là 10 tháng.

Để cứu chữa cho Steve Jobs một cách nhanh nhất có thể, bệnh viện đã tiến hành đăng ký cho ông ở các bang khác của nước Mỹ và việc này được luật pháp chấp nhận, mục đích là để tranh thủ từng giây, từng phút để cứu người bệnh.

Trong số các bang được phía bệnh viện đăng ký thì Tennessee là bang nhanh nhất, chỉ cần đợi 6 tuần. Và như thế, Steve Jobs là bệnh nhân cuối cùng trong số các bệnh nhân cần ghép gan trong vòng 6 tuần đó.

Đối với các bệnh nhân cần ghép gan, mỗi giây đều vô cùng quý giá. Và do đó, có người đã tìm gặp riêng viện trưởng của Viện Cấy ghép Bệnh viện Đại học Methodist ở Memphis, Tennessee nơi Steve Jobs sẽ phẫu thuật, hi vọng ông có thể dùng đặc quyền của mình một chút để nhà sáng lập Apple được làm phẫu thuật trước.

Thế nhưng nghe xong lời đề nghị đó, vị viện trưởng cau mày, nét mặt lộ rõ vẻ kinh ngạc. Ông nhún vai trả lời: *"Tôi làm gì có đặc quyền để Jobs được làm phẫu thuật trước? Nếu để ông ấy làm trước, vậy thì những bệnh nhân khác phải làm sao? Tất cả các sinh mệnh đều bình đẳng kia mà?"*

Người kia nghe vậy đành phải lầm lũi rời khỏi phòng của vị viện trưởng.

Lại có người tìm gặp thống đốc bang Tennessee – Phil Bredesen, hy vọng ông có thể giúp đỡ, sử dụng một chút đặc quyền của mình để nói với phía bệnh viện một tiếng, hoặc phê chuẩn một công văn để Jobs được làm phẫu thuật sớm hơn, nếu không, tính mạng của Jobs sẽ bị đe dọa.

Phil Bredesen nghe xong, nụ cười trên gương mặt ông lập tức vụt tắt. Ông nghiêm nghị nói:

"Tôi làm gì có đặc quyền đó? Nói với bệnh viện ư? Hay phê chuẩn một công văn ư? Ý của anh là gì? Tôi không hiểu! Không ai có đặc quyền có thể cho phép ai làm phẫu thuật ghép gan trước, ai làm phẫu thuật ghép gan sau. Tất cả mọi sinh mệnh đều bình đẳng, mọi người chỉ có thể chờ đợi lần lượt theo trình tự mà thôi."

Rồi lại có người nói với Steve Jobs: *"Anh xem có thể bỏ thêm chút tiền cho người có liên quan để họ sắp xếp cho anh làm phẫu thuật trước hay không?"*

Steve Jobs nghe xong, ông cũng kinh ngạc không kém những người trước: *"Điều này không thể được? Vậy chẳng phải là phạm pháp sao? Tính mạng của tôi và tính mạng của những người khác đều như nhau, mọi người chỉ có thể đợi theo đúng trình tự thôi!"*

Không ai có thể giúp đỡ Jobs kể cả bản thân ông. Những người đang chờ đời ghép gan trước ông, có người là nhân viên công ty, có người là chủ gia đình, có người già, người thất nghiệp, họ cũng đều phải đợi theo thứ tự để được làm phẫu thuật.

Sáu tuần sau, cuối cùng Steve Jobs cũng nhận được một lá gan. Tuy nhiên, do thời gian chờ đợi lâu, các tế bào ung thư của Steve Jobs đã di căn sang các bộ phận khác trên cơ thể ông. Ca ghép gan chỉ kéo dài sự sống của ông được khoảng 2 năm.

Tuy nhiên, ông không hề hối tiếc..

Trong 2 năm cuối đời, ông vẫn tiếp tục phát triển ngày càng nhiều sản phẩm sáng tạo cho Apple, cứ như thế cho đến phút cuối của cuộc đời.

Walter Isaacson – một nhà văn và cũng là một nhà báo người Mỹ đã nói rằng: *"Sinh mạng không phân biệt giàu nghèo, đẹp xấu, tất cả đều bình đẳng. Bình đẳng không phải là khẩu hiệu, càng không phải là sự trao đổi. Nó là biểu hiện sinh động nhất, cụ thể nhất trong cuộc sống này."*

Cho dù bạn là ai, ông chủ một tập đoàn danh tiếng, người quét rác bên đường, hay một ông cụ đã ở tuổi gần đất xa trời, thì khi đứng trước sự sống và cái chết, ai cũng như nhau.

CÁI GIÁ HAI CHỮ "VIỆT KIỀU "

THẠCH THẢO

Hầu hết người Việt mới sang định cư nước ngoài thường bị ghét. Sự khác biệt từ ý thức hệ, lời nói, suy nghĩ, khiến dễ người Việt lâu năm mang cảm giác dị ứng. Và đó lại là sự thật.

****Bản thân người Việt mới sang một quốc gia nào đó thường tự làm cho người ta không " ưa " mình.
****Chính họ tự làm người *ta dị ứng chứ không phải sự kỳ thị của lớp người đi trước.*

****Quan điểm của nhiều người ra nước ngoài ngày hôm nay đa số vì *kinh tế, muốn con cháu tiếp cận nền giáo dục tốt hoặc vì muốn mình trở thành Việt kiều- hơn là tị nạn chính trị.*
Đôi khi lời nói người mới qua dễ tổn thương các thế hệ đi trước - thế hệ trải qua đau thương lịch sử để được hôm nay cho thế hệ tiếp theo đón nhận. Thế hệ cha ông chính là người có công đặt viên gạch đầu tiên gây dựng nên cộng đồng với những khu phố Việt, hệ thống cơ sở thương mại Việt và cả ngân hàng nói được tiếng Việt.

***Các lớp người mới đến định cư hầu như không phải trải qua giai đoạn khó khăn cơ cực đi lên. Đa số đều được người thân trải đường giúp đỡ, không phải trả giá bằng mạng sống và nước mắt. Họ cũng không phải sống trên sự tiết kiệm, dành yêu thương trên từng thùng quà hay phải gởi tiền hàng tháng giúp gia đình còn lại bên kia bờ đại dương.

****Vì thế thái độ xem thường cho rằng đó là điều đương nhiên mình được hưởng những cái miễn phí tại xứ người. Người mới qua hầu hết trên 50% sống ích kỷ, đặt cái tôi hàng đầu- một sự khác biệt lớn giữa thế hệ trước hy sinh cho người thân.
Nhiều quan điểm, ý nghĩ sai lầm dẫn đến sự xa cách trong các mối quan hệ gia đình lẫn bạn bè.

***Thực ra bất kỳ điều gì cũng phải trả giá từ các thế hệ cha ông, và không gì trên trời rơi xuống. Ngay cả " Freedom is not free ".
Đừng vội vàng vô ơn quay lưng lại những người giúp mình. Đừng chê người ta nghèo hơn mình. Đừng than buồn không có tô phở nóng sáng sớm như quê nhà, toàn thực phẩm đông lạnh. Chán. Đừng than không ai nhậu bia, karaoke thường xuyên. Đừng nói thẳng "thà ở Việt nam vui hơn và có tiền Việt kiều gởi về" . Đừng chê ở Mỹ kiếm tiền khó, không bằng Việt nam.

****   Hãy biết trân quý những gì ta đang may mắn hơn hàng chục triệu người bởi lẽ không phải ai muốn xuất ngoại cũng được. Không phải ai bỏ tiền ra 50 hay 60 ngàn đô la/ mỗi đầu người là đi qua được trời Tây. Lấy giả chồng (vợ) chưa chắc đến nơi dù bỏ tiền. Diện đầu tư không hẳn lúc nào đều dễ dàng. THẠCH THẢO

Thay vì yêu quý cái mình có thì đừng tỏ ra ta đây hơn người và bất cần. Nếu yêu thiên đường thì nên về luôn, vé máy bay một chiều. Không nên xem đây như một quán trọ đi đi về về.

Con người đứng núi này trông núi nọ và thực sự không trung thành một tổ quốc nào thì con người ấy xem như bỏ.
Bản thân bạn đã làm cho người ta ghét và khó hết lòng với nhau.

****Không nên lợi dụng đất nước cho con cái mình hưởng miễn phí từ thuế nhiều công dân khác làm việc vất vả đóng thành ngân sách.
****Không nên về Việt nam hưởng thụ nhưng qua trời Tây lại gian dối lươn lẹo qua mặt chính phủ để hưởng các phúc lợi xã hội.

******Đó là sự không công bằng và làm xấu đi hai chữ người Việt hải ngoại.

* Những câu khó nghe nên về quê nhà nói hơn là vô tình hay cố ý chà đạp lên tinh thần yêu tự do, dân chủ mà người ta phải bỏ mạng trên biển Đông của hàng triệu đồng hương.
*Nếu ai cứ hay bào chữa chế độ cộng sản, khen vui khen sướng thì hãy về bên ở mới là có lòng tự trọng. Chê mà cứ nhờ vả thì nhục vô cùng.

*Anh là ai, chị là ai chẳng là cái quái gì nếu chưa cống hiến gì cho vùng đất mới mình sống. Hãy thể hiện trên hiệu quả công việc và sự đóng góp của một công dân. Còn đi hai mặt cuối cùng chỉ tự làm nghèo nhân cách mình mà thôi. Khó lấy niềm tin người Việt đồng hương nếu bạn thuộc thành phần khó tin. Ngay người nước ngoài bản xứ cũng không tin bạn và đánh giá thấp.

********Vấn đề quan trọng cần phải nhớ đến rằng các nước tự do nơi bạn đang sống cho bạn biết bao cơ hội vươn lên nhưng không bao giờ có cơ hội phách lối xem thường người khác.

********Là người, hãy gắng học hỏi văn hóa xứ người : sự biết ơn, trách nhiệm và sống trung thực.

********Nếu không chịu tiếp thu, bạn sẽ tự đào thải chính bản thân, khó hội nhập thế giới xung quanh.
********Hãy chọn một quê hương và sống hết mình làm gương cho con cháu.
Đừng đánh giá vội vàng ai là nghèo, là thua mình, bạn sẽ nhận lấy sự khinh bỉ xa lánh từ từ dù người ta không nói ra.
***Qua xứ người mà cứ suy nghĩ thiển cận, không mở cái trí óc ra nhìn thấy so sánh thì càng làm người ta ghét mình. Bảo thủ cố chấp không chịu tiếp thu thì trước sau ai cũng rời xa
*** Cái tính toán hơn thua quyền lợi, sống cho cái tôi và cái gian xảo học tại xứ thiên đường XHCN nên chôn sống nó đi.
***Sử dụng điều ấy trên đất tự do thì khó tránh pháp luật, nó sẽ chào hỏi bạn. Lúc đó mếu máo cười khóc không kịp.

Cuộc sống mới nên nhập gia tùy tục khi bỏ quê hương ra đi. Bạn đã xin vào nước người ta ở thì đừng để người ta khinh.

Không ai bắt bạn đến trước cửa nhà của đất nước họ , bạn tự nguyện cầu xin thì phải biết điều và chấp nhận mọi sự để làm người tử tế. (THẠCH THẢO)

Bước đầu tiên bắt đầu làm lại cuộc đời thì phải học cái nhân văn, học cái hay để không làm tổn thương cái chữ " người Việt nam ".

Còn sống xứ người mà hồn ở Việt nam thì nên về bên sống. Không nên tận dụng cái ưu điểm nơi mình định cư rồi lại làm lợi cho nước... bỏ ra đi! Cuối đời, lại quay về tận dụng chính sách ưu đãi người già xứ người thì chẳng khác nào tự vả vào mặt mình.

Hãy gắng sống chân thành bằng cái tâm của mình thì cuộc đời sẽ luôn mỉm cười với bạn.

--oOo--

Trong khoa học phổ thông, một số chất truyền tin (hormone, chất dẫn truyền thần kinh) có thể gây ra cảm giác vui vẻ hoặc hạnh phúc thường được gọi là hormone hạnh phúc. Chúng thường đạt được điều này thông qua tác dụng kích thích, thư giãn hoặc giảm đau/làm tê.[1] Ví dụ về hormone hạnh phúc là: Dopamin Serotonin Norepinephrine endorphin Oxytocin Phenetylamin (PEA) Do tác dụng tương đương của thuốc hướng tâm thần, hormone hạnh phúc còn được gọi là "thuốc của chính cơ thể"[2] hoặc "thuốc nội sinh". văn học.

TRUHERBS USA

KIM Điền Thảo Dược

www.truherbsusa.com

👍 Trị đau nhức rất hiệu quả.

👍 100% nguyên liệu từ thiên nhiên.

👍 Tuyệt đối không hóa chất và phản ứng phụ.

👍 Sử dụng dễ dàng, nhẹ nhàng.

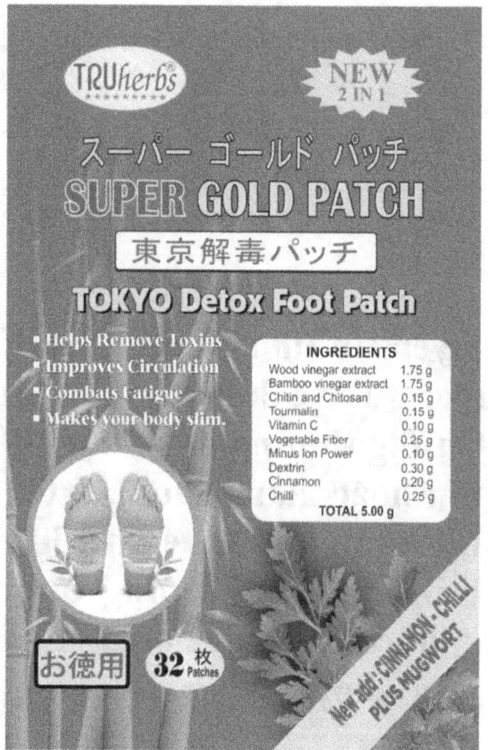

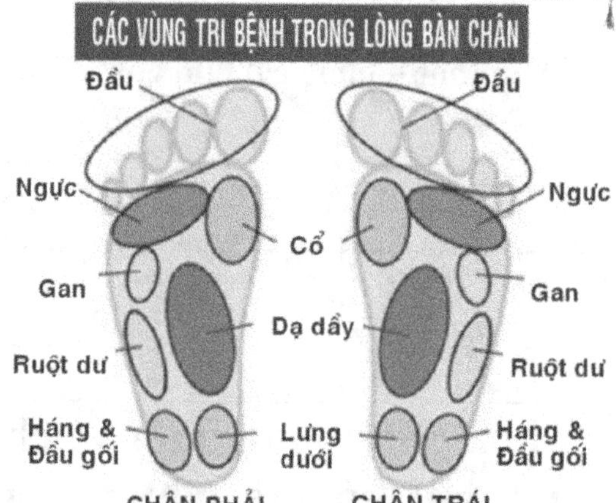

Foot Patch Truherbs cảm ứng mạnh mẽ qua các vùng trị bệnh trong lòng bàn chân, thải toàn bộ các độc tố tồn đọng nơi đầu, cổ, ngực, phổi, gan, dạ dày, sống lưng, ruột v.v…

Đặc biệt Foot Patch Truherbs giúp gan tiêu hao lượng mỡ dư, kiện toàn bộ máy tiêu hóa đem lại làn da tươi đẹp và cơ thể cân đối.

Do đó, chỉ cần dùng Foot Patch Truherbs một thời gian, tất cả những độc tố trong cơ thể sẽ bị thải ra ngoài, đem lại một sức khỏe

FDA REGISTRATION 10194727946

FSSC 22000

ISO22000

GMP

Natural Products Association — GMP Japan Cetificate

100% NATURAL INGREDIENTS

ASSEMBLED

GMO free

Gluten Free

ĐẠI LÝ TRUHERBS

Chuyên viên tư vấn
Amy Ngọc: 916 230 6172

- TAMMY   Tel: 408-420-1042
- THANH   Tel: 916-267-5680
- Angels Beauty (khu Grand Mall Sanjose) Tel: 408-297-1688
- Tina Thanh   Tel: 916-267-5680
- Hao Nguyen MN   Tel: 612-790-5846
- HONG PHAT GIFTSHOP   Tel: 972-495-0282 / 214-470-0223
- AV-DIRECK   Tel: 714-829-8224
- MY TIEN   Tel: 916-743-1447
- HONG PHUC   Tel: 916-266-1430
- KIM THANH   Tel: 408-420-1042

CƠ SỞ XUẤT BẢN
Clover Leaves Publishing

20885 Redwood Rd #117, Castro Valley, CA 94546

Cơ sở xuất bản Clover Leaves Publishing góp một phần nhu cầu phổ biến và phát hàng sách báo về lịch sử, chính trị, văn hóa xã hội và văn học nghệ thuật rất cần thiết cho sự truyền tải thông tin cũng như kiến thức được phổ cập đến mọi người và đồng thời giúp và hỗ trợ phương tiện những cá nhân, nhóm không có khả năng thực hiện.

Chúng tôi *hoàn tất các tiến trình từ hiệu đính bản thảo, trình bày nội dung, hình bìa và giao đợt đầu 25 cuốn đến tác giả. Với phương thức xuất bản theo nhu cầu, khách* hàng đặt ấn tống sách *không* trả trước lệ phí, không bị ràng buộc bởi số lượng sách tối thiểu và có thể in theo số lượng cần bất cứ lúc nào sau khi phát hành, gởi trực tiếp cho độc giả trong và ngoài nước Hoa Kỳ với tiền cước phải chăng. Giá thành hoàn tất đợt đầu với 25 cuốn sách bao gồm Sách được đưa lên Amazon và các nơi tiêu thụ khác bán dùm. (Xin l/l với nhà xuất bản) cũng như giúp đỡ ra mắt sách vùng Bắc Cali (Giai phẩm Chính Văn sẽ giới thiệu miễn phí , Giai Phẩm Chính Văn có ấn phẩm gởi đi khắp nơi trên nước Mỹ cũng như toàn thế giới qua Amazon). Nhà Xuất bản Cỏ ba lá hy vọng có dịp được gặp các đồng hương vùng Sacramento trong thời gian gần và được giới thiệu các cuốn sách đã và sẽ phát hành.

Mọi liên lạc với nhà XB xin gởi điện thư về:
cloverleavespublishing@gmail.com
hay gởi thơ về:

Cloverleaves Publishing LLC
20885 Redwood Rd #117, Castro Valley, CA 94546

CLOVER
LEAVES
PUBLISHING

Liem H Bui

510-329-2634
cloverleavespublishing@gmail.com

Dinh dưỡng GẠO TRẮNG: Nó tốt cho sức khỏe hay có hại cho bạn?

Gạo trắng thường bị chỉ trích là nguồn cung cấp carbs và calo rỗng về mặt dinh dưỡng. Tuy nhiên, dinh dưỡng từ gạo trắng được coi là thành phần chính trong các nền văn hóa và ẩm thực trên toàn thế giới. Có cả lợi ích và nhược điểm cần cân nhắc khi nói đến loại gạo phổ biến này.

Ngoài việc được chế biến và tinh chế ở mức độ cao, nó có thể chứa lượng asen

cao và có thể làm tăng nguy cơ mắc bệnh mãn tính. Mặt khác, nó dễ tiêu hóa, không chứa gluten và thường được bổ sung nhiều chất dinh dưỡng quan trọng.

Vậy gạo trắng có tốt cho sức khỏe không?

Dưới đây là những điều bạn cần biết về dinh dưỡng của gạo trắng và liệu nó có xứng đáng có một vị trí trong bữa ăn luân chuyển hàng tuần của bạn hay không.

Thành phần dinh dưỡng gạo trắng

Gạo trắng là một loại ngũ cốc tinh chế đã được xay xát và chế biến để loại bỏ cám và mầm của hạt, giúp cắt giảm chi phí cho nhà sản xuất và kéo dài thời hạn sử dụng của sản phẩm. Tuy nhiên, nhiều chất dinh dưỡng bị mất đi trong quá trình xay xát và gạo thường bị **loại bỏ chất xơ, mangan, magie, selen và phốt pho. Một số loại gạo trắng cũng được làm giàu, nghĩa là một số vitamin và khoáng chất nhất** định được thêm vào gạo trong quá trình chế biến để tăng giá trị dinh dưỡng. Đặc biệt, các nhà sản xuất thường *bổ sung sắt gạo và các vitamin B như thiamine* và folate.

Dinh dưỡng gạo trắng chứa các vi chất dinh **dưỡng như mangan, folate, thiami**ne **và selen.** Ngoài ra còn có một lượng carbs tinh chế tương đối cao trong dinh dưỡng gạo trắng, cùng với một lượng nhỏ protein, chất béo và chất xơ.

Một cốc dinh dưỡng gạo trắng nấu chín (khoảng 158 gram) chứa các chất dinh dưỡng sau: Lượng calo: 205 Tổng lượng carbohydrate: 44,6 g Chất xơ: 0,6g Đường: 0,1 g Tổng chất béo: 0,4g Chất béo bão hòa: 0,1 g Chất béo không bão hòa đa: 0,1 g Chất béo không bão hòa đơn: 0,1 g Chất béo chuyển hóa: 0g Chất đạm: 4,3g Natri: 1,6 mg (0,1% DV) Mangan: 0,7 mg (30% DV) Thiamine: 0,3 mg (25% DV) Folate: 91,6 mcg (23% DV) Selen: 11,8 mcg (21% DV) Niacin: 2,3 mg (14% DV) Axit Pantothenic: 0,6 mg (12% DV) Sắt: 1,9 mg (11% DV) Đồng: 0,1 mg (11% DV) Kẽm: 0,8 mg (7% DV) Phốt pho: 67,9 mg (5% DV) Magiê: 19 mg (5% DV)*

***Giá trị hàng ngày**: Tỷ lệ phần trăm dựa trên chế độ **ăn 2.000 calo mỗi** ngày. Dinh dưỡng gạo trắng cũng chứa một lượng nhỏ canxi và kali.

* Gạo trắng so với gạo lứt

Có một số điểm khác biệt giữa gạo lứt và gạo trắng, bắt đầu từ cách chế biến và sản xuất từng loại gạo. Trong khi gạo lứt chứa đủ 3 phần hạt thì gạo trắng được xay để loại bỏ cám và mầm, chỉ để lại nội nhũ. Những điều này dẫn đến một số khác biệt chính về thành phần dinh dưỡng của gạo trắng so với gạo lứt. Ngoài việc có nhiều chất xơ hơn, ***thành phần dinh dưỡng của gạo lứt còn tự hào về lượng vi chất dinh dưỡng đa dạng hơn, bao gồm mangan, magie và selen.*** Mặt khác, gạo trắng thường được **làm giàu vitamin và khoáng chất, nghĩa là chúng được thêm trở lại vào hạt trong quá trình chế biến.** *Vì lý do này, gạo trắng được làm giàu thường có hàm lượng sắt, folate và thiamine cao hơn.*

Có một số khác biệt nhỏ về dinh dưỡng giữa gạo trắng và gạo lứt. Ví dụ, lượng calo từ gạo trắng trong mỗi khẩu phần ăn thấp hơn một chút so với gạo lứt, cộng với lượng protein, chất béo và carbohydrate thấp hơn.

Ngoài ra, không giống như loại gạo trắng, gạo lứt về mặt kỹ thuật được coi là ngũ cốc nguyên hạt. Ngũ cốc nguyên hạt có liên quan đến một danh sách dài các lợi ích sức khỏe, với nghiên cứu cho thấy rằng chúng có thể bảo vệ chống lại các bệnh mãn tính, chẳng hạn như bệnh tim, ung thư và tiểu đường.

Lợi ích sức khỏe tiềm năng Mặc dù chắc chắn có một số nhược điểm liên quan đến việc ăn gạo trắng hàng ngày nhưng cũng có một số lợi ích tiềm năng cần xem xét. Dưới đây là một số lợi ích sức khỏe hàng đầu của dinh dưỡng gạo trắng.

1. **Giàu vitamin và khoáng chất** Một trong những lợi ích lớn nhất của gạo trắng là nó thường được bổ sung nhiều vitamin và khoáng chất quan trọng mà nhiều người có thể thiếu. Ví dụ, sắt là một khoáng chất quan trọng có liên quan đến việc sản xuất hồng cầu. Thiếu sắt có thể gây ra các tác dụng phụ nghiêm trọng, chẳng hạn như mức năng lượng thấp, chóng mặt và tim đập nhanh. Các vitamin B như thiamine và folate cũng thường được thêm vào gạo trắng, cả hai đều cần thiết cho việc sản xuất năng lượng, chức năng não và tổng hợp DNA. Chúng cũng rất cần thiết để đảm bảo sự tăng trưởng và phát triển thích hợp trong thai kỳ và có thể giúp ngăn ngừa một số dị tật bẩm sinh.

Ví dụ, folate có thể hỗ trợ ngăn ngừa dị tật ống thần kinh trong thời kỳ đầu mang thai.

2. **Thích hợp cho chế độ ăn không có gluten**

Nhiều người thường thắc mắc: **Gạo trắng có chứa gluten không**?

 Giống như gạo lứt, nó có thể được **thưởng thức một cách an toàn như một phần của chế** độ ăn không chứa gluten lành mạnh. Tuy nhiên, nếu bạn mắc bệnh celiac hoặc nhạy cảm với gluten, bạn vẫn nên kiểm tra nhãn cẩn thận và chọn các sản phẩm được chứng nhận không chứa gluten bất cứ khi nào có thể.

 Ví dụ, một số hỗn hợp gạo thường được kết hợp với các thành phần khác có thể **chứa gluten**. Các sản phẩm gạo khác có thể được chế biến tại các cơ sở cũng chế biến thực phẩm có chứa gluten, điều này có thể làm tăng nguy cơ lây nhiễm chéo.

3. Dễ tiêu hóa Vì gạo trắng ít chất xơ nên dễ tiêu hóa và thường được khuyên dùng cho những người có vấn đề về tiêu hóa. Trên thực tế, tuân theo chế độ ăn ít chất xơ có thể hạn chế lượng chất thải thực phẩm di chuyển qua ruột già, điều này có thể có lợi cho những người mắc các bệnh như hội chứng ruột kích thích, viêm túi thừa hoặc bệnh Crohn. Gạo trắng cũng là thành phần quan trọng trong chế độ ăn BRAT, một loại chế độ ăn nhạt đôi khi được khuyến nghị sau một số bệnh về dạ dày. Mặc dù nghiên cứu về hiệu quả của chế độ ăn BRAT đã cho ra nhiều kết quả khác nhau nhưng đây có thể là một lựa chọn tốt để giảm bớt các triệu chứng trong thời gian ngắn.

 4. Có thể hỗ trợ sức khỏe tim mạch Đã có nhiều báo cáo trong nhiều năm rằng có lẽ việc tiêu thụ gạo trắng có thể có tác động tiêu cực đến sức khỏe tim mạch, nhưng nghiên cứu hết lần này đến lần khác cho thấy điều này không đúng. Trên thực tế, nhiều nghiên cứu trên khắp thế giới đã phát hiện ra rằng không có mối liên hệ nào giữa việc tăng lượng gạo trắng ăn vào và nguy cơ mắc các vấn đề về tim mạch cao hơn. Một nghiên cứu thậm chí còn kết luận: "Thói quen tiêu thụ gạo trắng hoặc gạo lứt nhiều hơn không liên quan đến nguy cơ mắc bệnh tim mạch. Những phát hiện này cho thấy rằng việc tiêu thụ gạo có thể không gây ra rủi ro đáng kể về bệnh tim mạch ở Hoa Kỳ. dân số khi được tiêu thụ ở mức hiện tại.” Ngoài ra, hàm lượng folate trong gạo trắng thực sự có thể tăng cường sức khỏe tim mạch và giúp giảm các yếu tố nguy cơ mắc bệnh tim mạch.

5. **Cung cấp năng lượng** Là một loại thực **phẩm giàu carb**, gạo trắng có thể giúp tăng mức năng lượng. Chúng ta **biết carbohydrate là nguồn nhiên liệu tốt và có thể giúp cải thiện thành tích thể thao, nhưng điều quan trọng là phải tiêu thụ** carbohydrate chất lượng cao một cách vừa phải để tránh tiêu thụ quá mức và tối đa hóa hiệu suất thể chất.

*Nhược điểm (Rủi ro và tác dụng p*hụ) Vậy gạo trắng có hại cho bạn không? Có một số rủi ro và tác dụng phụ liên quan đến thành phần phổ biến này, bắt đầu từ lượng carbs gạo trắng có trong mỗi khẩu phần. *Nó cũng ít chất xơ và có chỉ số đường huyết cao, nghĩa là nó có thể làm tăng lượng đường trong máu rất nhanh.* Việc tiêu thụ thường xuyên ngũ cốc tinh chế không chỉ làm giảm khả năng kiểm soát lượng đường trong máu mà một nghiên cứu lớn được công bố trên BMJ còn phát hiện ra rằng tiêu thụ gạo trắng có liên quan đến nguy cơ phát triển bệnh tiểu đường loại 2 cao hơn.

*Một nghiên cứu khác cho thấy gạo trắng có khả năng liên quan đến việc tăng nguy cơ mắc hội chứng chuyển hóa, là một nhóm các tình trạng xảy ra cùng nhau có thể làm tăng nguy cơ mắc bệnh tim, đột quỵ và tiểu đườn*g. Hơn nữa, mặc dù có tương đối ít calo trong dinh dưỡng gạo trắng so với các loại ngũ cốc khác, nhưng các nghiên cứu về mối liên hệ giữa gạo trắng và giảm cân đã cho ra nhiều kết quả khác nhau.

Mặc dù chế độ ăn kiêng bao gồm gạo đã được chứng minh là có tác dụng ngăn ngừa tăng cân, nhưng các nghiên cứu khác lại phát hiện ra rằng chế độ ăn nhiều ngũ cốc tinh chế có thể liên quan đến việc tăng trọng lượng cơ thể và mỡ bụng. Asen là một mối quan tâm lớn khác đối với việc tiêu thụ gạo, vì cây lúa có xu hướng tích lũy lượng asen cao hơn khi tiếp xúc với nước hoặc đất bị ô nhiễm. Ngoài việc có độc tính cao, phơi nhiễm asen còn có thể góp phần gây ra các vấn đề về tim, tiểu đường, bệnh thần kinh và một số loại ung thư. **Mặc dù gạo trắng có hàm lượng asen thấp hơn gạo lứt nhưng tốt nhất bạn vẫn nên ăn ở mức độ vừa phải và bổ sung nhiều loại ngũ cốc nguyên hạt trong chế độ ăn uống để hạn chế tiếp xúc và giảm nguy cơ ngộ độc asen.**

Phần kết luận

Gạo trắng là một loại ngũ cốc tinh chế đã trải qua quá trình xử lý để loại bỏ cám và mầm. *Điều này làm giảm đáng kể thành phần dinh dưỡng của gạo trắng, dẫn đến sản phẩm cuối cùng có ít chất xơ và một số vi chất dinh dưỡng nhất* định. Tuy nhiên, , **có thể nâng cao đáng kể thành phần dinh dưỡng của gạo trắng và cung cấp một lượng sắt, thiamine và folate** tốt. Nó có tốt cho bạn không? *Bên cạnh việc cung cấp một số chất dinh dưỡng quan trọng, nó còn dễ tiêu hóa và không chứa gluten.*

Tuy nhiên, nó cũng có chỉ số đường huyết cao, có thể góp phần gây ra hội chứng chuyển hóa và có thể chứa asen.
Cũng có một số khác biệt giữa dinh dưỡng giữa gạo lứt và gạo trắng.

Ngoài việc cung cấp lượng calo, protein và chất béo từ gạo trắng thấp hơn trong mỗi khẩu phần ăn, gạo trắng còn có ít chất xơ và một số vitamin và khoáng chất quan trọng khác.

*Mặc dù thỉnh thoảng có thể thưởng thức gạo trắng ở mức độ vừa phải, nhưng tốt nhất nên **thay thế bằng ngũ cốc nguyên hạt bất cứ khi nào có thể, bao gồm gạo lứt, yến mạch, quinoa, kiều mạch hoặc lúa mạch**.*

(Amy tổng hợp)

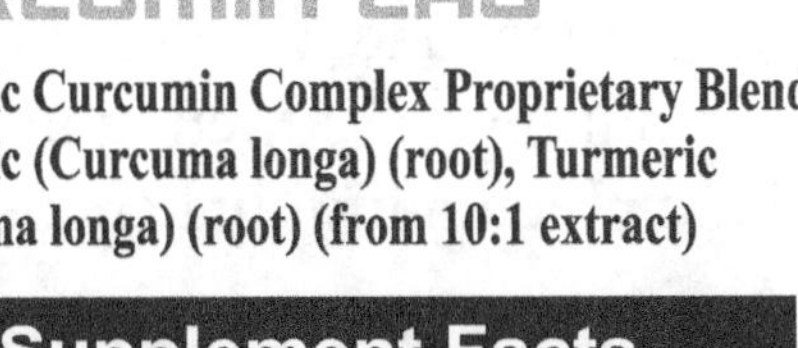

Turmeric Curcumin Complex Proprietary Blend
Turmeric (Curcuma longa) (root), Turmeric
(Curcuma longa) (root) (from 10:1 extract)

Supplement Facts

·Serving Size: 1 Quick Release Capsule
·Servings Per Container: 180

Amount Per Serving	% Daily Value
Turmeric Curcumin Complex Proprietary Blend Turmeric (Curcuma longa) (root), Turmeric (Curcuma longa) (root) (from 10:1 extract)	800 mg

*Daily Value not established.

Other ingredients:
Gelatin Capsule, Rice Powder,
Vegetable Magnesium Stearate, Silica

Directions:
For adults, take 1 quick release capsule daily,
preferably with a meal.

WARNING:
If you are pregnant, nursing, taking any medications or have any medical condition, consult your healthcare professional before using this or any other nutritional supplement. If any adverse reactions occur, immediately stop using this product and consult your doctor. Not intended for use by persons under the age of 18. If seal under cap is damaged or missing, do not use. Keep out of reach of children. Store in a cool, and dry place.

Bạn đã tìm thấy One-Stop-Shop cho Vitamin & Thực phẩm bổ sung tại Công thức của chúng tôi được chế tạo tại cơ sở sản xuất "Được chứng nhận GMP" của riêng chúng tôi. Chúng tôi xác minh sản phẩm với các cơ quan bên thứ ba đã đăng ký với FDA để đảm bảo chất lượng và độ tinh khiết. Mỗi sản phẩm đều trải qua hàng trăm lần kiểm tra, trong quá trình sản xuất và sau sản xuất. Hơn nữa, chúng tôi có thể đảm bảo với bạn rằng mọi thứ trên nhãn của chúng tôi đều phù hợp với những gì có trong Vitamin & Thực phẩm bổ sung của chúng tôi.

Không có Gluten	Không có hương vị nhân tạo	Không có men
Không biến đổi gen	Không có chất tạo ngọt nhân tạo	Không có sữa
Không có đậu nành	Không có chất bảo quản	Không có đường lactose
Không có màu nhân tạo	Không có lúa mì	

About Turmeric:
A Tropical perennial native to South and Southeastern Asia, Turmeric (Curcuma longa) can reach a height of 6 feet. It is a member of the ginger family, and bears long, dark green leaves that sprout from a brightly colored yellow-orange system of roots, or rhizomes. Turmeric's rhizomes have seen a wide range of use, from culinary applications as a spice (most notable giving curry its signature color) to Hindu religious ceremonies and folk wellness practices.

Ingredients: Organic Turmeric (Curcuma longa) Root

Directions: As a spice, add 1/8 teaspoon to your favorite dishes.

PRODUCT OF INDIA
MADE IN USA

Best before
12/31/2023

BROWN RICE

Sự khác biệt giữa gạo lứt và gạo trắng

Gạo lứt là loại ngũ cốc nguyên hạt có chứa cám và mầm. Chúng cung cấp chất xơ và một số vitamin và khoáng chất. Gạo trắng là loại ngũ cốc tinh chế đã được loại bỏ những phần này nên gạo mềm hơn và nấu nhanh hơn.

Dinh dưỡng Dinh dưỡng Màu nâu Vs. Gạo trắng —

Có tốt hơn cho sức khỏe của bạn không? Chúng khác nhau như thế nào Gạo lứt là ngũ cốc nguyên hạt trong khi gạo trắng đã bị loại bỏ một số phần hạt. Mỗi loại cung cấp một lượng chất dinh dưỡng hơi khác nhau. Gạo là một loại ngũ cốc đa năng được người dân trên khắp thế giới tiêu thụ.

Nó phục vụ như một loại thực phẩm chủ yếu cho nhiều người, đặc biệt là ở các nước như Trung Quốc, Nhật Bản, Ấn Độ, Indonesia và Hàn Quốc. Có hơn 7.000 loại gạo với nhiều màu sắc, hình dạng và kích cỡ khác nhau. Các loại gạo phổ biến nhất ở Hoa Kỳ là gạo trắng và gạo lứt.

Gạo trắng là loại được tiêu thụ phổ biến nhất nhưng gạo lứt cũng là một lựa chọn được nhiều người lựa chọn.

Sự khác biệt giữa gạo lứt và gạo trắng

Tat cả các loại gạo đều chủ yếu bao gồm carbs, với một lượng nhỏ protein và thực tế không có chất béo .

Tuy nhiên, gạo lứt là một loại ngũ cốc nguyên hạt. Điều đó có nghĩa là nó chứa tất cả các phần của hạt - bao gồm cả cám xơ, mầm dinh dưỡng và nội nhũ giàu carb. Nó dai và mất nhiều thời gian để nấu do lớp vỏ cám cứng bên ngoài.

Mặt khác, gạo trắng đã được loại bỏ cám và mầm. Vì đây là những phần giàu dinh dưỡng nhất của hạt nên gạo trắng còn lại rất ít chất dinh dưỡng thiết yếu. Tuy nhiên, gạo trắng mềm hơn và có xu hướng nấu nhanh hơn.

Bản tóm tắt Gạo lứt là loại ngũ cốc nguyên hạt có chứa cám và mầm. Chúng cung cấp chất xơ và một số vitamin và khoáng chất. Gạo trắng là loại ngũ cốc tinh chế đã được loại bỏ những phần này nên gạo mềm hơn và nấu nhanh hơn. Lợi ích của gạo lứt Gạo lứt có một số lợi ích từ góc độ sức khỏe. Giàu dinh dưỡng

Gạo lứt có lợi thế hơn một chút so với gạo trắng về hàm lượng chất dinh dưỡng.

Nó có nhiều chất xơ và chất chống oxy hóa hơn, cũng như nhiều vitamin và khoáng chất hơn. Tuy nhiên, những khác biệt này không quá đáng kể. Để so sánh, 100 gam (3,5 ounce) gạo lứt nấu chín cung cấp 1,6 gam chất xơ, trong khi 100 gam (3,5 ounce) gạo trắng chỉ cung cấp 0,4 gam chất xơ

Danh sách dưới đây so sánh các vitamin và khoáng chất khác về tỷ lệ phần trăm trong lượng khuyến nghị hàng ngày của một người (2, 3): Nâu trắng Thiamin 15% 14% Niacin 16% 9% Vitamin B6 7% 5% Magiê 9% 3% Phốt pho 8% 3% Sắt 3% 7% Kẽm 6% 4% Tác động tích cực đến lượng đường trong máu Gạo lứt có nhiều magie và chất xơ, cả hai đều giúp kiểm soát lượng đường trong máu. Nghiên cứu cho thấy rằng thường xuyên ăn ngũ cốc nguyên hạt, như gạo lứt, giúp giảm lượng đường trong máu và giảm nguy cơ mắc bệnh tiểu đường loại 2

. Thậm chí chỉ cần thay thế **gạo trắng bằng gạo lứt cũng đã được chứng minh là làm giảm lượng đường trong máu và giảm nguy cơ mắc bệnh tiểu đường loại 2** .

Mặt khác, ăn nhiều gạo trắng có liên quan đến việc tăng nguy cơ mắc bệnh tiểu đường . Điều này có thể là do chỉ số đường huyết (GI) cao. GI đo lường tốc độ thức ăn làm tăng lượng đường trong máu của bạn.

***Gạo lứt có GI khoảng 50 và gạo trắng có GI khoảng 89**, nghĩa là gạo trắng làm tăng lượng đường trong máu nhanh hơn nhiều so với gạo lứt. Tuy*

nhiên, cả hai đều chứa lượng carbs rất cao, điều này sẽ khiến lượng đường trong máu của bạn tăng lên .

Tuy nhiên, bạn có thể hạ thấp chỉ số GI của gạo trắng bằng cách để nguội. Điều này tạo thành tinh bột kháng tiêu, di chuyển qua đường tiêu hóa của bạn không thay đổi và hoạt động tương tự như chất xơ hòa tan.

Nếu có thể, hãy nấu cơm một ngày trước khi bạn muốn ăn. Sau đó, bảo quản trong tủ lạnh qua đêm. Hãy hâm nóng lại khi bạn đã sẵn sàng để ăn.

Gạo trắng đã được nấu , để nguội và hâm nóng có GI là 53 (10, 11, 12)

Bạn cũng có thể kết hợp cơm với các thực phẩm như giấm hoặc dầu để làm giảm chỉ số GI.

Hơn nữa, bạn có thể thử các loại gạo khác có GI thấp hơn, chẳng hạn như

Gạo trắng tốt cho sức khỏe hay có hại cho bạn? Mặc dù gạo trắng đã được chế biến nhưng nó thường được bổ sung nhiều chất dinh dưỡng hơn. Ngoài ra, hàm lượng chất xơ thấp có thể giúp giải quyết các vấn đề về tiêu hóa.

Tuy nhiên, gạo lứt giàu dinh dưỡng hơn, chứa nhiều chất xơ hơn và là lựa chọn tốt hơn cho bệnh tiểu đường, bệnh tim và duy trì cân nặng.

Nhiều cộng đồng y tế coi gạo trắng là một lựa chọn không tốt cho sức khỏe. Nó được xử lý kỹ lưỡng và thiếu vỏ (lớp phủ bảo vệ cứng), cám (lớp ngoài) và mầm (lõi giàu chất dinh dưỡng).

Trong khi đó, gạo lứt chỉ bỏ vỏ. Vì lý do này, gạo trắng thiếu nhiều vitamin và khoáng chất có trong gạo lứt.

Tuy nhiên, **có một số trường hợp gạo trắng là lựa chọn tốt hơn gạo lứt**. Gạo trắng và gạo lứt là những loại gạo phổ biến nhất và có nguồn gốc tương tự nhau. Gạo lứt đơn giản là toàn bộ hạt gạo. Nó chứa cám giàu chất xơ, mầm chứa đầy chất dinh dưỡng và nội nhũ giàu carbohydrate.

Mặt khác, gạo trắng được loại bỏ cám và mầm, chỉ để lại nội nhũ. Sau đó, nó được xử lý để cải thiện hương vị, kéo dài thời hạn sử dụng và nâng cao đặc tính nấu ăn .

Gạo trắng được coi là carbs rỗng vì nó mất đi nguồn dinh dưỡng chính. Tuy nhiên, ở Mỹ và nhiều quốc gia khác, gạo trắng thường được bổ sung nhiều chất dinh dưỡng, *bao gồm sắt và vitamin B như axit folic, niacin, thiamine, v.v. . Bảng này cho thấy 3,5 ounce (100 gram) của các loại gạo khác nhau so sánh về mặt dinh dưỡng khi nấu chín.*

Chất dinh dưỡng Gạo trắng, không làm giàu Gạo trắng, làm giàu gạo lứt, không làm giàu Calo 123 123 111

Chất đạm 2,9 gam 2,9 gam 2,6 gam **Tinh bột** 30 gam 26 gam 23 gam **Chất béo** 0,4 gam 0,4 gam 0,9 gam **Chất xơ** 0,9 gam 0,9 gam 1,8 gam **Folate** 1% RDI 20% RDI 1% RDI **Mangan** 18% RDI 18% RDI 45% RDI **Thiamine** 5% RDI 14% RDI 6% RDI **Selenium** 13% RDI 13% RDI 14% RDI **Niacin** 12% RDI 12% RDI 8%

RDI Sắt 1% RDI 10% RDI 2% RDI **Vitamin B6** 8% RDI 8% RDI 7% RDI **Phốt pho** 6% RDI 6% RDI 8% RDI **Đồng** 4% RDI 4% RDI 5% RDI **Magiê** 2% RDI 2% RDI 11% RDI **Kẽm** 2% RDI 2% RDI 4% RDI

khẩu phần gạo lứt 3,5 ounce (100 gram) có ít calo và carbs hơn gạo trắng và nhiều chất xơ gấp đôi.

Nhìn chung, gạo *lứt cũng có* **lượng vitamin và khoáng chất cao hơn gạo trắng. Tuy nhiên, gạo trắng được làm giàu có** *hàm lượng sắt và folate cao hơn.*

(Amy tổng hợp và chuyển ngữ)

HỒ XUÂN HƯƠNG và Tiếng Anh

Nhà thơ John Balaban

Thơ Hồ Xuân Hương và những bản dịch tiếng Anh

Còn nhớ, trong lần viếng thăm Việt Nam sau khi cuộc chiến tranh chấm dứt, năm 2000, Tổng thống Hoa Kỳ Bill Clinton đã nhắc đến Hồ Xuân Hương nhân sự kiện cuốn sách "Spring Essence: The Poetry of Ho Xuan Huong" do nhà thơ Mỹ John Balaban biên soạn và dịch sang tiếng Anh. Sách do Copper Canyon Press xuất bản vào tháng 10/2000 tại Hoa Kỳ, trong đó "Spring Essence" là tên gọi của "Bà Chúa Thơ Nôm" Hồ Xuân Hương được tác giả chuyển ngữ sang tiếng Anh trong một tác phẩm viết bằng 3 thứ tiếng: Tiếng Anh, Tiếng Việt và cả chữ Nôm.

Trong cuộc viếng thăm một đất nước "cựu thù" sau chiến tranh Việt Nam, Tổng thống Bill Clinton đã nhắc đến Hồ Xuân Hương trong bữa tiệc với các quan chức người Việt và ông coi John Balaban như một nhà thơ "cầu nối" giữa hai dân tộc.

Hồ Xuân Hương (1772- 1822) là một trường hợp làm thơ bằng chữ Nôm hiếm có trong lịch sử văn chương Việt Nam. Thơ Hồ Xuân Hương ngày nay được nhiều người tìm đọc và thưởng thức vì pha trộn lẫn "ý tục" được diễn tả dưới dạng "chữ thanh" rất ý nhị, pha lẫn cách dùng chữ theo kiểu "tả chân mà lại không phải là… tả chân".

John Balaban là giáo sư văn chương tại Đại học North Carolina, ông cũng là người nước ngoài đầu tiên dịch ca dao Việt Nam sang tiếng Anh, tiếp đó là tập thơ Hồ Xuân Hương và truyện Kiều.

Phải nói, thơ Hồ Xuân Hương thật "bí hiểm"… với những vần thơ thuộc loại "tự sự", những ngôn từ rất bình dị nhưng không hiểu sao người đọc cứ bị… ám ảnh bởi những chuyện "thầm kín" của nam nữ.

Tác phẩm về thơ Hồ Xuân Hương của John Balaban

Chẳng hạn như trong bài thơ "Quả mít", bà nói đến động tác "đóng cọc" lên trái mít cho mau chín vẫn được dân gian thực hiện một cách bình thường nhưng nhà thơ lại khiến người đọc phải… "nghĩ bậy":

"Thân em như quả mít trên cây

Da nó xù xì, múi nó dầy
Quân tử có thương thì đóng cọc
Xin đừng mân mó, nhựa ra tay"

John Balaban đã dịch sang tiếng Anh bằng 4 câu khá mạnh bạo nhưng người nước ngoài chắc hẳn không thể hiểu hết ý nghĩa của thói quen "đóng cọc" lên trái mít cho chảy nhựa, mau chín để ăn được. Cụm từ "pierce me with your stick" không diễn tả hết nghĩa bóng và nghĩa đen của việc… "đóng cọc" trong bản dịch "Jack Fruit":

"My body is like the jackfruit on the branch:
My skin coarse, my meat thick
Kind sir, if you love me, pierce me with your stick
Caress me and sap will slicken your hands"

Marilyn Chin, một thi sĩ người Mỹ khác cũng có một bản dịch từ tiếng Việt của Hồ Xuân Hương, mang cùng tựa đề "Jack Fruit". Đây là một trong 5 bài thơ mà bà chọn dịch để người đọc bản xứ có dịp thưởng thức tài làm thơ của "Bà Chúa Thơ Nôm":

"My body is like a jackfruit swinging on a tree
My skin is rough, my pulp is thick
Dear prince, if you want me pierce me upon your stick
Don't squeeze, I'll ooze and stain your hands"

Để mô tả công việc bình thường của người phụ nữ ngày xưa bên khung cửi với "con cò", "con suốt"… Hồ Xuân Hương đã khéo léo dẫn người đọc đến chuyện phòng the nam nữ vốn được coi là "vùng cấm" trong thơ văn thời Nho học qua bài thơ "Dệt vải":

"Thắp ngọn đèn lên thấy trắng phau,
Con cò mấp máy suốt đêm thâu.
Hai chân đạp xuống năng năng nhắc,
Một suốt đâm ngang thích thích mau.

"Rộng, hẹp, nhỏ, to, vừa vặn cả.
Ngắn, dài, khuôn khổ cũng như nhau.
Cô nào muốn tốt ngâm cho kỹ,
Chờ đến ba thu mới dãi mầu.

Bài thơ "Dệt vải" được Balaban đặt tựa đề là "Weaving at Night". Tuy nhiên việc đặt tựa đề khi dịch không quan trọng bằng việc diễn tả hết ý của nguyên tác:

"Lampwick turned up, the room glows white.
The loom moves easily all night long
As feet work and push below.
Nimbly the shuttle flies in and out.

"Wide or narrow, big or small, sliding in snug.
Long or short, it glides smoothly.
Girls who do it right, let it soak
Then wait a while for the blush to show

Có người cho rằng thơ Hồ Xuân Hương mang đậm sắc thái của người bị ám ảnh quá nhiều về tình dục. Điều này cũng đúng qua bài "Đánh Đu" với câu kết lấp lửng "Cột nhổ đi rồi, lỗ bỏ không". Tuy nhiên, nếu nhìn tổng thể, bài thơ là cả một bức tranh sống động với những từ láy được gieo vần một cách tài tình như

"khéo khéo trồng", "khom khom cật",
"ngửa ngửa lòng"…

"Tám cột khen ai khéo khéo trồng,
Người thì lên đánh, kẻ ngồi trông.
Trai đu gối hạc khom khom cật,
Gái uốn lưng ong ngửa ngửa lòng.

"Bốn mảnh quần hồng bay phất phới.
Hai hàng chân ngọc duỗi song song.
Chơi xuân ai biết xuân chăng tá!
Cột nhổ đi rồi, lỗ bỏ không.

Balaban cũng chơi chữ khá nhuần nhuyễn khi dịch "A boy pumps, then arcs his back / The shapely girl shoves up her hips". Và bài thơ "Swinging" của ông cũng không kém phần… "gợi hình" với câu kết "Swinging posts removed, the holes lie empty:

"Praise whoever raised these poles
for some to swing while others watch
A boy pumps, then arcs his back.
The shapely girl shoves up her hips.

"Four pink trousers flapping hard,
Two pairs of legs stretched side by side.
Spring games. Who hasn't known them?
Swinging posts removed, the holes lie empty

Là một phụ nữ tài hoa, có cá tính mạnh mẽ nhưng đời tư lại có nhiều bất hạnh, Hồ Xuân Hương lấy chồng muộn mà đến ba lần đi lấy chồng, cả ba lần đều làm lẽ với các ông Tổng Cóc, quan Tri phủ Vĩnh Tường, và cuối cùng là quan Tham hiệp trấn Yên Quảng Trần Phúc Hiển.

Giai-nhân Dị-mặc – Sự-tích và thơ-tứ Xuân Hương

Có thể thấy Hồ Xuân Hương không phải là một phụ nữ bình thường của thời phong kiến cho nên thơ Hồ Xuân Hương là "tiếng nói uất ức của người phụ nữ" trong một xã hội đa thê của những thế kỷ trước. Ta hãy nghe bà tâm sự trong bài thơ "Lấy chồng chung":

"Kẻ đắp chăn bông kẻ lạnh lùng,
Chém cha cái kiếp lấy chồng chung.
Năm chừng mười hoạ hay chăng chớ,
Một tháng đôi lần có cũng không.

"Cố đấm ăn xôi xôi lại hỏng,
Cầm bằng làm mướn mướn không công.
Nỗi này ví biết dường này nhỉ,
Thà trước thôi đành ở vậy xong.

Linh Dinh, một thi sĩ người Mỹ gốc Việt, đã chuyển ngữ sang tiếng Anh bài "Lấy chồng chung" với tựa đề "Sharing a Husband" để nói lên một phận người "làm bé" trong cái xã hội "năm thê, bảy thiếp":

"One under the quilt, one freezes.
To hell, father, with this husband-sharing.
Once in a while, twice a month, maybe,
I might as well not have it.

"Trade punches for rice, but rice is moldy.
And work's work, but I'm working for free.

Had I known things would turn out this way,
I would have settled for being alone!

Một nhà thơ người Việt khác, ông Huynh Sanh Thong, dịch bài thơ "Bánh Trôi Nước" của Hồ Xuân Hương với tựa đề "The cake that drifts in water". Sở dĩ phải dùng nhiều chữ để giải thích món bánh trôi nước vì tác giả biết độc giả Mỹ khó mà hình dung được một loại bánh "quốc hồn, quốc túy" của người Việt:

"My body is both white and round
In water I may sink or swim.
The hand that kneads me may be rough
I still shall keep my true-red heart.

Thật ra thì món "Bánh Trôi Nước" rất đơn giản:

"Thân em vừa trắng, lại vừa tròn,
Bảy nổi ba chìm với nước non.
Lớn nhỏ mặc dù tay kẻ nặn,
Mà em vẫn giữ tấm lòng son

Một tác phẩm khác của John Balaban về Việt Nam

Trở lại với John Balaban, ngoài việc dịch thơ của Hồ Xuân Hương, ông còn thành lập Hội Bảo tồn Di sản Chữ Nôm tại Hoa Kỳ cùng với một dự án "số hóa Hán Nôm" đầu tiên ở Việt Nam. Khi được hỏi về những khó khăn khi dịch thơ của "Bà Chúa Thơ Nôm", Balaban cười: "Dịch thơ Việt sang tiếng Anh đã khó, đằng này lại là thơ Hồ Xuân Hương. Do Hồ Xuân Hương hay dùng cách nói lái. Thơ Hồ Xuân Hương không chỉ gây nên sự ngạc nhiên mới của người Mỹ về Việt Nam mà còn giúp chúng tôi tìm thấy một Việt Nam với những tầng sâu văn hóa khác".

Bản thân ông là nhà thơ nên Balaban cũng sáng tác những vần thơ lục bát viết bằng tiếng Việt trong thời gian dịch thơ Hồ Xuân Hương:

"Ở bên trời Mỹ vẫn mơ
Nguồn sông còn chảy tình lờ lai rai
Trăm năm tiếng khéo ngân dài
Trên sông Cổ Nguyệt (*) nhớ hoài Xuân Hương!
(*) Cổ Nguyệt nhìn ra hồ Tây xanh ngát mầu sen. Thời gian sinh sống tại Cổ Nguyệt bên hồ Tây, Hà Nội, là phần đời an bình nhất của nữ sĩ Hồ Xuân Hương.

"Trăm năm tiếng khéo ngân dài
"Trên sông Cổ Nguyệt nhớ hoài Xuân Hương!

(Thơ lục bát của John Balaban)

Nguyễn Ngọc Chính

LỬA HÒA BÌNH

Truyện dài của nhà văn Sơn Tùng

Kỳ 4

CHƯƠNG 4

Sau gần ba năm bị giam cầm về tội "phản động", Nhàn được ra khỏi nhà tù, cũng bất ngờ như khi bị tống vào đấy.

Một buổi chiều đầu năm 1978, sau một ngày lao động trở về trại, Nhàn được gọi lên văn phòng trưởng ban an ninh trại.

- Chị ở đây bao lâu rồi?
- Hai năm bảy tháng sáu ngày.
- Tội của chị đáng bị ngồi tù ít nhất là mười năm nhưng cách mạng khoan hồng… sau khi chị đã học tập tốt. – Viên trưởng ban an ninh đưa cho Nhàn tờ giấy ra trại.
-- Kìa, sao trông chị không có vẻ vui mừng gì cả? Chị không thích được tự do à?

Nhàn giật mình, đáp:

- Có chứ! Ai mà không thích tự do? Bác đã nói là "không có gì quý hơn độc lập, tự do" mà!
- Nhớ trình giấy này cho công an địa phương đấy và nhớ là chị còn bị quản chế sáu tháng đấy nhá.

Nếu có điều gì đã làm Nhàn thay đổi sau hơn hai năm học tập cải tạo, đó là không nên nói thật ý nghĩ của mình

với một anh Việt Cộng. Nói thật là một trọng tội. Nói dối là công dân tốt. Trong một xã hội khi mọi người đều tiêu bạc giả, kẻ xài bạc thật không những là người dại dột mà còn là kẻ có tội. Tội ấy Nhàn đã phải trả bằng ba mươi mốt tháng tù.

Khi nghe báo tin được ra trại, Nhàn đã không tin ở lỗ tai của mình. Cô không còn hy vọng vào ngày về nữa sau một năm bị tù. Tuy không bị tòa nào xét xử và tuyên án,

Nhàn còn biết tội của mình – *tội nói thật* – trong khi nhiều người khác không biết là họ đã phạm tội gì, và một số người đã chết ở đây – tự tử, bệnh hoạn, tai nạn…

Nhàn đã hối hận về việc tranh cãi với các anh công an ở xã, ở huyện, và cảm thấy có tội với ba đứa con, với cha mẹ già. Cô sẵn sàng làm mọi điều để lo cho các con và giúp đỡ cha mẹ, nhưng cô không im được trước những hành động ngang ngược và những lời lẽ chói tai. Cô biết cãi lý với những người điếc chẳng những vô ích mà còn mang họa vào thân. Nhưng làm sao thay đổi được tính trời? Nhàn đã nổi tiếng là đứa hay cãi bướng từ thuở nhỏ.

Bây giờ Nhàn đã thay đổi – không phải thay đổi tư tưởng, nhưng là thay đổi bằng cách không bộc lộ tư tưởng để biến thành một kẻ tiêu bạc giả với những ai tiêu bạc giả với mình. Đó là một thành công lớn của những nhà tù được mệnh danh là trại học tập cải tạo. Một thành công khác của các trại học tập cải tạo là đã làm những người chống cộng trở nên thù ghét chế độ ấy hơn. Nó cũng hạ thấp con người xuống gần hàng thú vật, chỉ còn biết xoay xở để sinh tồn. Nhưng không phải trại học tập

cải tạo chỉ có toàn chuyện xấu xa. Trong độc ác, tàn bạo và tuyệt vọng người ta mới thấy được những viên ngọc quý của tình người. Như hoa sen đã ngoi lên và nở ra trong trắng trên mặt nước bùn.

Nhàn cầm tờ giấy ra trại trở về phòng giam, báo tin cho cho các bạn tù ở chung phòng.

"Xơ" Maria Trần Thị Tâm nắm tay Nhàn nói:

- Mừng cho em. Về nhà, đừng cãi nhau với Việt Cộng nữa. Các con cần em lắm đấy. Chị sẽ cầu nguyện cho em mỗi ngày.
- Em cũng sẽ cầu Trời khấn Phật cho "xơ" sớm ra khỏi nơi này.
- Nhưng em phải nhớ cầu khấn Phật Trời giác ngộ cho các ông lãnh đạo Việt Cộng thì mới có hiệu quả. Chị cũng vẫn cầu Chúa Giê-su như vậy. – "Xơ" Maria khôi hài. – Không thì ở đâu trên nước Việt Nam này cũng như ở trong tù. Chỉ khác là nhà tù lớn hay nhà tù nhỏ mà thôi.

"Xơ" Maria bị đưa vào trại cải tạo sau Nhàn vài tháng – về tội "quan hệ với một cha cố phản động". Trái với thân hình nhỏ bé, mảnh mai, "Xơ" Maria có một tinh thần vững chắc như một viên đá sỏi. Mỗi đêm, "xơ" đều ngồi đọc kinh trong bóng tối, mặc cho các cán bộ quản giáo chỉ trích, đe dọa. Bị trừng phạt bằng cách không cho thân nhân tiếp tế, thăm nuôi, "Xơ" Maria vẫn không nao núng. Cuối cùng, các anh quản giáo đành làm ngơ.

Những bạn tù khác cũng xúm vào chúc mừng và góp tiền giúp Nhàn làm lộ phí về nhà, vì từ ngày vào đây Nhàn không liên lạc được với gia đình. Những lá thư gửi về nhà đều không được hồi âm.

Nhàn lo lắng không biết việc gì đã xảy ra ở nhà và tưởng tượng ra nhiều bi kịch, nhưng không có tưởng tượng nào giống những bi kịch đã xảy ra trong lúc cô vắng mặt.

Khi Nhàn trở về, ngôi nhà xưa chỉ còn lại cái nền và vài bức tường nám khói đen. Một người đàn ông ở trần đi ngang, đặt bó củi đang vác trên vai xuống, bước lại gần Nhàn, hỏi nhỏ:

- Cô Tư mới về hả?

Nhàn ngỡ ngàng nhìn người đàn ông vài giây:

- Kìa, anh Sáu. Tôi nhìn không ra…
- Lần trước cô về sau mười năm, cô nhận ra tôi ngay. Nay mới có chưa tới ba năm mà tôi già đi như một ông cụ… -- Sáu Răng Vàng chỉ một ngón tay lên đầu -- Cô nhìn coi, đầu tôi bạc gần hết rồi… Nhàn thở dài, và không thể chờ đợi lâu hơn,

hỏi:

- Anh Sáu, nhà tôi sao ra nông nỗi này? Ba má tôi đâu? Các con tôi đâu? Anh Ba tôi đâu?
- Sau khi ông Hai bị bắt, nhà bị tịch thâu, cậu Ba đã nổi điên chế xăng đốt và tự thiêu luôn. Ông Hai cũng qua đời trong trại cải tạo rồi. – Sáu Răng Vàng nhìn Nhàn bằng đôi mắt đỏ ngàu – Nếu còn khẩu súng, tôi cũng bắn chúng nó vài phát rồi tự vẫn cho rồi.

Nhàn đứng chết trân vài giây và hỏi tiếp:

- Còn má tôi và ba đứa con tôi ở đâu, anh Sáu?

Sáu Răng Vàng chỉ tay về phía căn nhà nhỏ lợp tôn nằm ở cuối vườn cây:

- Tội quá! Không ai giúp gì bà Hai và ba đứa con của cô được.

Bà Hai Thế đã òa lên khóc và ôm lấy Nhàn khi cô bước vào nhà. Nhàn cắn môi để không bật khóc nhưng sự uất hận đã tạo thành hai dòng nước mắt cay đắng chảy dài trên má. Cô ôm chặt lấy mẹ như muốn hút lấy tất cả nỗi đau thương của bà. Khi cơn xúc động lắng xuống, Nhàn mới nhìn rõ cảnh tồi tàn trong căn nhà trước đây được dùng làm kho chứa vật liệu và dụng cụ làm vườn. Đồ đạc được dồn vào một góc, góc bên kia kê một chiếc giường gỗ rẻ tiền có trải chiếc chiếu rách, quần áo vắt trên một sợi dây thép treo ngang một góc nhà.

Không thấy ba đứa con đâu, Nhàn hỏi mẹ khi có thể nói được. Bà Hai Thế mếu máo trả lời:

-    Con Út đưa hai đứa nhỏ xuống Sài-Gòn. Còn Lisa ở lại đây với má. Nó lớn lắm rồi, đang làm việc ở ngoài vườn.

Bà Hai Thế kể, không bao lâu sau khi chồng bà bị bắt đưa đi cải tạo, "Má Bảy" đã bị giết chết một cách bí mật. Người ta tìm thấy xác bà bỏ nằm trong một vườn chôm chôm, đầu bị đập vỡ, hai con mắt lòi ra, và bị lấy mất một sợi dây chuyền vàng đeo ở cổ và một chiếc nhẫn hột xoàn. Không có kẻ tình nghi, không tìm ra thủ phạm, nhưng công an kết luận đây là một vụ giết người cướp của, và đóng hồ sơ. Sau đó, việc tập thể hóa các vườn trái cây được tiến hành suông sẻ, không còn ai chống đối. Chủ vườn được chia lời theo lao động, sau khi trừ tiền thuế còn thiếu cách mạng từ năm 1960. Lisa phải ra vườn làm việc vì trong nhà không còn ai khác.

Nhàn chạy ra vườn tìm con. Hai mẹ con gặp nhau trên một con đường mòn trong vườn. Lisa mặc một bộ bà ba đen và đang gánh hai thúng sầu riêng. Mới hơn 12 tuổi nhưng nó cao lớn gần bằng mẹ nên Nhàn không nhìn ra cho đến khi nó bỏ gánh sầu riêng, chạy lại ôm lấy mẹ. Lisa đã trở thành một cô gái đang tuổi dậy thì, và tính tình cũng đã thay đổi sau cuộc đổi đời khốc liệt với những cảnh kinh hoàng diễn ra trước mắt. Đứa bé mười tuổi bỗng nhận ra có một trách nhiệm trên vai phải mang gánh, và đã trở thành người lớn trước tuổi. Lisa đã không còn là đứa bé chạy về nhà, vừa khóc vừa mách bà ngoại vì bị chọc ghẹo ở trường học. Trong đôi mắt nâu màu hạt dẻ của Lisa lấp lánh nét u hoài Đông phương pha lẫn cái bùng cháy của người phương Tây.

-    Con của mẹ lớn quá rồi, và giỏi lắm. – Nhàn nói thầm bên tai con trong nước mắt.

Lisa đưa ngón tay thon dài quẹt nước mắt cho mẹ nói:

-    Con thương mẹ lắm. Con sẽ giúp mẹ lo cho bà ngoại và các em. Mẹ khổ nhiều rồi.

Nhàn ôm chặt lấy con và hôn như mưa lên mặt nó. Lisa nhắc cô nhớ tới McCoy, người chồng khác màu da đã bước vào đời cô và biến đi nhanh chóng như tất cả mọi cái phi lý của chiến tranh. Cùng một lúc, Nhàn có cảm giác vừa cay đắng vừa êm dịu. Lisa như một món quà vô giá mà định mệnh khắc nghiệt đã để lại cho cô sau những đau thương đã phải gánh chịu. Nhàn ôm con hồi lâu, sợ cái cảm giác hạnh phúc tung cánh bay đi như đã xảy đến với cô nhiều lần trong đời. Cuối cùng, Nhàn mỉm cười nói như trong một giấc mơ:

-    Cám ơn con, cám ơn con.

Nhàn tới Công an xã trình diện và hôm sau đi Sài-Gòn – nay đã đổi tên là Thành phố Hồ Chí Minh – để gặp hai đứa con nhỏ và Nhã, cô em út có chồng đang ở trong trại cải tạo. Nhã đã đậu Cử nhân Luật năm 1971, và có mộng trở thành một luật sư, nhưng sau khi lấy Hữu, một sĩ quan công binh, đã phải theo chồng di chuyển không ngừng, cho đến sau ngày 30-4 mới trở về căn nhà trong Khu Nguyễn Tri Phương mà hai vợ chồng đã mua được mấy năm nhưng ít khi ở. Hữu trình diện đi cải tạo, Nhã ở lại với đứa con trai chưa đầy một tuổi. Sau hơn một năm ở nhà ôm con chờ chồng, và bán dần đồ đạc để ăn, Nhã gửi con cho cô em chồng ở cùng xóm để ra bán chợ trời, khỏi chết đói.

Chợ trời là thành quả vĩ đại của cách mạng vô sản Việt Nam, là trung tâm của nền kinh tế xã hội chủ nghĩa, nơi mua bán và trao đổi mọi tài sản của xã hội từ vàng bạc kim cương cho tới quần áo cũ, nơi "bán cái gì cũng có người mua" và "mua cái gì cũng có người bán", là nơi tập họp đủ hạng người của xã hội cũ – kỹ sư, giáo sư, luật sư, vợ sĩ quan cải tạo, lưu manh… -- và những giai cấp của xã hội mới – cán bộ, bộ đội, và người Nga được mệnh danh là những "người Mỹ không có đô-la". Chợ trời ở Thành phố Hồ Chí Minh đã nuôi sống hàng triệu người sau cơn đổi đời bất ngờ, đã giúp hữu sản hóa cho giai cấp vô sản từ trong khu ra và từ miền Bắc vào. Qua chợ trời, tài sản của dân miền Nam sau bao năm làm ăn tích lũy đã được chuyển dần sang cho giai cấp thống trị mới.

Và như thế, Nhã đã xếp xó cái bằng cử nhân luật để trở thành một tay kinh doanh chợ trời, thay vì là một luật sư. Nay, sau khi mừng rỡ gặp lại Nhàn từ trại cải tạo trở về, Nhã cũng khuyên chị nên xuống Sài-Gòn bán chợ trời. Thấy Nhàn lưỡng lự, Nhã nói:

- Chị ôm lấy cái vườn làm gì? Trước sau gì cũng vào tay chúng nó. Bỏ đi cho xong. Ở trên ấy ngày nào chỉ để chúng hành hạ ngày ấy. Trước đây đã mấy lần em định đón má xuống đây nhưng má muốn ở lại chờ chị. Nay chị đã về, còn để má trong cái nhà kho ấy làm gì?
- Họ bắt chị phải trình diện công an xã mỗi ngày trong thời gian quản chế.
- Chị đã học tập tốt rồi đấy! – Nhã cười lớn – Tội nghiệp chị tôi quá. "Chấp hành nghiêm chỉnh chính sách đường lối của nhà nước cách mạng" chỉ còn được áp dụng trong các trại cải tạo thôi. Rồi chị sẽ thấy. Bây giờ chị nên nghe lời em, đưa mẹ và Lisa xuống đây ở với em. Nhà này chật nhưng còn hơn cái nhà kho ở LáiThiêu. Giấy tờ hộ khẩu để em lo. Thằng công an khu vực ở đây em biểu gì nó cũng làm, trừ hạ ảnh Bác Hồ đem liệng xuống cống!

Nhàn đã nghe lời em, đưa mẹ và con gái xuống Sài-Gòn. Thuyết phục được bà Hai Thế bỏ cái vườn trái cây ở Lái Thiêu ra đi là cả một sự khó khăn, vì đó là đời sống của bà, tình cảm của bà, quá khứ của bà, sự nghiệp của bà trong gần trọn một đời người. Bà sẵn sàng sống những ngày còn lại trong cái nhà kho ở xó vườn cho đến lúc nhắm mắt và được chôn vùi thân xác tại đây. Bà đã bằng lòng ra đi một phần cũng vì không thể sống tại đây mà thiếu cô cháu ngoại Lisa. Đứa cháu lai Mỹ, kết quả hành động nổi loạn của Nhàn mà trước đây bị coi như một vết nhơ cho gia đình, nay đã trở thành một phần đời sống của bà.

Bà Hai Thế gạt nước mắt theo con cháu xuống Sài-Gòn, dần dần cũng nguôi ngoai với mấy đứa cháu ngày đêm quây quần chung quanh.

Công an Lái Thiêu không thắc mắc về việc bà Hai Thế bỗng nhiên biến mất mà không xin giấy di chuyển hay xin phép "tạm vắng". Bà bỏ đi, vườn trái cây của bà trở thành "tài sản của xã hội chủ nghĩa" và do nhà nước quản
lý, thu hoạch hoa quả. Công an cũng không thắc mắc về việc Nhàn không tới trình diện mỗi ngày và không còn ở Lái Thiêu. Có thể họ đã trốn ra nước ngoài rồi, công an kết luận.

Xuống Sài-Gòn, hàng ngày Nhàn theo Nhã đi bán chợ trời. Lisa muốn theo giúp mẹ nhưng Nhàn không bằng lòng cho cô con gái ra phơi mặt nơi tập trung đủ hạng người trong những sinh hoạt làm hạ giá nhân phẩm. Nhàn không biết ngày mai ra sao nhưng cũng cố giữ gìn cho con được ngày nào hay ngày ấy. Lisa ở nhà săn sóc bà ngoại và giữ mấy đứa em, cùng nhau học bài làm bài được mẹ dạy mỗi đêm. Nhàn dạy chúng cả tiếng Anh với hy vọng mong manh một ngày nào đó có cơ hội đưa ba đứa con ra khỏi nước này. Có những người vẫn âm thầm ra đi và đã làm thành tin tức trên các chương trình tiếng Việt của các đài phát thanh ngoại quốc mà Nhàn đã lén nghe hàng đêm. Cô hy vọng Lâm sẽ trở về và cùng nhau trốn đi, dù chưa biết ra đi bằng cách nào. Cô vẫn chưa hoàn toàn tuyệt vọng về số phận của chồng, vẫn lặng lẽ chờ đợi, dù đã ba năm trôi qua không một tin tức, và dù Lâm có sống sót trở về cũng không biết tìm nhau ở đâu.

Nhàn hy vọng vu vơ một ngày nào đó sẽ trông thấy Lâm trong đám đông ở chợ trời, đi mua một cái áo sơ-mi cũ, hay bán một cái đồng hồ đeo tay, hay không mua bán gì cả, mà chỉ đi dạo quanh quẩn cho hết những ngày tháng rỗng không như nhiều người đang làm. Chợ trời đã trở thành một văn hóa của xã hội mới, và cũng là nơi xảy ra những cuộc hội ngộ bất ngờ giữa những người hiện ra như những bóng ma, thì thầm bên tai nhau vài lời và vội
vã bước đi, mắt nhìn lấm lét như những tên gian phi. Biết đâu Lâm sẽ không bất ngờ hiện ra như vậy?

Nhưng hy vọng ấy đã nhỏ dần theo ngày tháng, cùng lúc với sự lớn lên từng ngày của nỗi chán chường cảnh đứng chợ trời. Nhàn cảm thấy đời sống đã mất hết ý nghĩa và hoàn toàn bế tắc. Nhàn không thấy con đường nào mở ra trước mắt, ngoài con đường từ xóm Nguyễn Tri Phương tới khu chợ trời trên đường Hàm Nghi, nơi những con người bị đào thải từ một xã hội đã sụp đổ sống lây lất trên những món đồ cũ còn sót lại.

Một hôm, Nhàn tìm thấy một chút thú vị trong công việc bán chợ trời. Nói chuyện với một khách hàng người Nga biết tiếng Anh. Ông ta hỏi mua một chiếc cặp Samsonite và nói về cảm tình của ông với con người và đất nước Việt Nam, và trông cũng có vẻ hài hước như những người Mỹ. Nhàn cười trả lời:

- Người Mỹ cũng đã yêu chúng tôi như vậy nên chúng tôi mới khổ như thế này!"
- Chúng tôi là những… người Mỹ không có đô-la mà!

Người Nga cười lớn, trả tiền và xách chiếc cặp Samsonite đi. Nhàn cười theo và lấy một cuốn truyện gián điệp ra đọc tiếp trong khi chờ một người khách khác.

- Cô nói tiếng Anh giỏi quá!

Nhàn ngẩng lên và thấy một người đàn ông khoảng bốn mươi với cặp kính mát trên gương mặt không đến nỗi khó coi.

- Trước đây, chắc cô là một giáo viên dậy Anh văn?
- Ông tới đây mua hàng hay để điều tra lý lịch tôi? – Nhàn lấy giọng bông đùa.
- Tôi không có ý định mua hàng và cũng không điều tra lý lịch của cô. Tôi đang đi tìm một người dậy Anh văn.
- Tìm người dạy tiếng Anh ở chợ trời à? – Nhàn tròn mắt ngạc nhiên. Nhưng cho ai vậy?
- Cho tôi.
- Ông học tiếng Anh làm gì thời buổi này? Ông không thấy tôi đây sao?
- Dĩ nhiên là thấy chứ! Vì vậy tôi xin đề nghị cô một điều: bỏ cái chợ trời này đi, vì nó không xứng đáng với cô, một người trí thức có phẩm cách.

Câu nói của người đàn ông khiến Nhàn chú ý đến anh ta hơn, nhưng vẫn cố ý bông đùa:

- À, ông muốn đóng vai Lê-nin trong phim *"Chuông đồng hồ Điện Krem-li"* để khuyên bảo tôi hãy bỏ chợ trời để tìm một chỗ đứng trong xã hội mới như anh chàng kỹ sư đã nghe lời Lê-nin. Nhưng ông không phải là Lê-nin và tôi cũng không phải anh chàng kỹ sư dễ bị thuyết phục.
- Thế là cô có xem phim ấy rồi đấy. Tôi cứ tưởng…
- Cứ tưởng tôi chỉ là một con mẹ đứng chợ trời đầu óc tào lao… Ông không sai đâu. Sở dĩ tôi đi coi phim ấy

vì nghe cái tựa đề có vẻ như là một phim trinh thám ly kỳ, và đi xem cho đỡ buồn. Tôi thích truyện trinh thám, gián điệp. – Nhàn giơ cuốn truyện đang cầm trên tay.

Người đàn ông mỉm cười thú vị và nói:

- Tôi cũng thích đọc truyện trinh thám, và những gì không phải chỉ là lao động, ăn, ngủ và…hết. Vì vậy tôi đề nghị mình làm một cuộc trao đổi: cô dạy tôi tiếng Anh và tôi sẽ giúp cô khỏi phải đứng bán chợ trời nữa.

Nhàn thực sự tò mò. Người đàn ông này là ai mà lại đi tìm thầy học tiếng Anh và dám hứa một điều mà không một người bình thường nào có thể làm trong lúc này -- giúp một người nào khác, ngoài chính bản thân mình. Một cán bộ cách mạng cao cấp, hay chỉ là một tay bịp thuộc loại cao cường?

- Tôi biết cô đang nghĩ gì nên không dám thúc hối. – Người đàn ông nói tiếp. Để cô có thì giờ suy nghĩ, tôi xin đưa cô địa chỉ cùng tên của tôi. Mai tôi sẽ trở lại để biết quyết định của cô.

Người đàn ông viết tên và địa chỉ vào một miếng giấy và trao cho Nhàn, lễ phép cúi đầu chào rồi biến vào đám đông. Nhàn nhìn theo, nhưng không còn thấy anh ta đâu nữa trong đám người lố nhố ồn ào. Nhàn tò mò nhìn xuống miếng giấy của người khách lạ để lại và nhíu mày suy nghĩ. *"Nguyễn Quang Thái, số…….đường Tú Xương"*. Cái địa chỉ làm Nhàn băn khoăn. Cô nghĩ tới ngôi nhà của Xuân, người bạn đã di tản ra ngoại quốc trước ngày 30-4-1975. Cô không nhớ số nhà, nhưng nhìn tên đường, Nhàn có linh cảm chính là ngôi nhà của Xuân.

Tối hôm ấy, Nhàn kể lại với Nhã câu chuyện lạ lùng về người đàn ông tên Thái. Nhã nói:

- Có thể hắn là một anh Việt Cộng có hạng. Những ngôi nhà vô chủ trong khu ấy không đến phần bọn răng hô mã tấu đâu.
- Em có ý kiến gì về việc anh ta muốn học Anh văn với chị?
- Việc đó thì tùy chị, nhưng em nghĩ mọi việc làm kiếm ra tiền trong lúc này đều tốt cả. Cái bao tử của mình và của con cái mình là tối thượng.
- Có thể chị sẽ nhận dạy cho anh ta mỗi tuần vài giờ, kiếm thêm chút đỉnh tiền chợ.
- Ngoài ra, quen biết với một quan lớn cách mạng để dựa hơn lúc này cũng đỡ khổ lắm.

Ngày hôm sau, Thái trở lại như đã hứa. Anh ta mừng ra mặt khi Nhàn cho biết nhận lời dạy anh ta ba giờ mỗi tuần.

- Tôi tới nhà cô giáo hay cô giáo tới nhà tôi?

- Có lẽ để tôi tới nhà anh. Tôi không có nhà ở đây. Tôi ở nhà cô em chật chội, đông người không tiện.

Thế là mỗi tuần ba lần, Nhàn đạp xe tới dạy tiếng Anh cho Thái. Đúng là ngôi nhà của Xuân khiến Nhàn không

thể không nghĩ đến bạn mỗi khi bước chân tới đây. Nhàn thắc mắc không biết Xuân đang ở đâu, và đời sống ra sao. Nhưng không bao giờ Nhàn nói với Thái mối liên hệ giữa mình với ngôi nhà này. Ngôi nhà nay nhìn từ bên ngoài không có gì thay đổi, tuy trông cũ đi một chút, nhưng bên trong hoàn toàn khác với khi gia đình Xuân còn ở đây. Trước kia sang trọng ấm cúng, nay chỉ như một cái xác không hồn. Những món đồ đắt tiền đã biến mất, chỉ còn lại một ít bàn tủ chỏng chơ. Thái sống độc thân ở đây với một thằng cháu gọi bằng chú mà Nhàn ít khi gặp. Cô tới dạy học rồi đi về, không hỏi gì về đời tư của Thái. Anh ta cũng không tò mò lắm về gia cảnh của Nhàn. Anh ta tỏ ra là một con người biết điều và tế nhị.

Một hôm sau giờ học, Thái nói với Nhàn:

- Trước đây, tôi có đề nghị với cô một cuộc trao đổi. Cô đã nhận lời dạy tôi tiếng Anh, nhưng tôi chưa làm nghĩa vụ của mình và cô vẫn còn phải đứng bán chợ trời. Hiện nay đang có một cơ hội để mình sòng phẳng với nhau. Sở Du Lịch đang cần một số người giỏi tiếng Anh, lương bổng khá, ngoài ra còn có những thu nhập phụ. Tôi có thể giúp cô việc này.

Nhàn không có lý do gì để từ chối, và trở thành nhân viên của Sở du Lịch. Cuộc đời cô đã bước vào một khúc quanh mới. May mấy chiếc áo dài để mặc đi làm. Uốn lại đầu tóc. Son phấn mỗi ngày. Tiếp xúc với du khách nước ngoài.

Nhàn bỗng nhận ra mình đã thuộc về một phần của xã hội mới, thay vì là một món đồ phế thải của xã hội cũ. Mỗi buổi sáng, soi bóng mình trong gương khi trang điểm, Nhàn thường khó tránh khỏi mỉm cười. Mới hôm nào còn ngồi tù về tội phản động, nay đã trở thành công nhân viên nhà nước cách mạng! Cuộc đời đâu phải chỉ toàn bão tố? Nhàn tự ví mình như một con chim nhỏ đã bay qua cả một vùng trời mưa gió, và bây giờ dừng chân đứng bên khung cửa sổ một ngôi nhà lạ, vừa rỉa lông rỉa cánh, vừa hưởng nhờ chút hơi ấm từ bên trong. Nhàn thầm cám ơn Thái, một anh Việt Cộng có tình người. Ngoài việc giúp Nhàn một chỗ làm, thỉnh thoảng Thái còn cho Nhàn những món quà, tuy rất tầm thường nhưng trong một xã hội đang thiếu thốn mọi thứ làm chúng trở thành những món quà quý – những nhu yếu phẩm được phân phối cho các cán bộ có tiêu chuẩn cao, như xì-dầu, khăn lau mặt, vải tốt, tiêu sọ, thịt hộp, v.v… Nhàn đem những món đồ này về cho Nhã, một phần được dùng trong gia đình và một phần đưa ra chợ trời.

Trong khi Nhàn đã thay đổi, Nhã vẫn còn phải sống bám vào chợ trời. Nhàn rất thương cô em út, nhưng không thể làm gì để giúp, ngoài những món quà của Thái. Nhã tính thực tế và tâm hồn đơn giản hơn chị nên dễ xoay xở và dễ sống, và đã có sẵn một kế hoạch dứt khoát trong đầu. Ngày nào Hữu ra khỏi trại cải tạo là hai vợ chồng sẽ đem con đi vượt biên. Có lần Nhã nói với chị:

-    Chị thử nhìn ông già chồng và chú em chồng của em. Ông bố theo cách mạng hơn mười năm trong Nam, hai mươi năm tập kết ra Bắc bây giờ về đây, em phải

mua cho từng chiếc áo, đôi dép. Nghe em nói anh Hữu phải đi học tập cải tạo, ông già ngơ ngác hỏi "học tập gì vậy". Còn chú em chồng theo cha tập kết ra Bắc nay trở về với cái bằng phó tiến sĩ Liên-Sô thì vẫn còn đạp xe cọc cạch đi làm và ước mơ một cái xe Honda. Thử hỏi cái thứ dân "ngụy" như mình làm sao mà khá được?

Nhàn thở dài, nghĩ đến người chồng còn mất tích và tương lai của ba đứa con. Cuộc đời mình, Nhàn coi như không còn nữa nhưng không thể bỏ mặc cho những đứa trẻ cứ lớn dần như những cây cỏ dại trong một vũng lầy cạn. Từ ngày vào làm ở Sở Du Lịch, Nhàn thấy đời mình tạm yên nhưng tương lai ba đứa con vẫn còn mù mịt và hy vọng gặp lại Lâm hầu như đã lịm tắt.

Một lần Nhàn hỏi ý kiến Thái về số phận của chồng, anh trả lời:

-    Bốn năm rồi. Nếu còn sống và đang ở một trại cải tạo nào đó thì cũng đã có tin tức. Không phải chỉ có quân lính miền Nam mới mất tích, bộ đội miền Bắc còn mất tích nhiều hơn. Mất xác thì đúng hơn. – Thái nhìn vào mắt Nhàn. Tốt hơn nên quên đi để sống cuộc đời còn lại của mình…

Nhàn cảm thấy cái nhìn và câu nói của Thái chứa đầy xao xuyến. Nhàn quay đi chỗ khác để giấu một giọt nước mắt.

Cuối năm 1979, Hữu từ trại cải tạo trở về. Căn nhà nhỏ của Nhã ở khu Nguyễn Tri Phương rộn tiếng cười. Nhàn mừng cho em nhưng lại cảm thấy đau xót cho mình. Mỗi lần tới nhà Thái, Nhàn lưu lại lâu hơn sau giờ học để nói vài câu chuyện, tránh về nhà sớm chứng kiến cảnh vợ chồng cô em út quấn quýt bên nhau.

Sau giờ học cuối năm, Thái nói:

-    Để đền ơn cô giáo, tôi xin phép mời cô giáo dự buổi liên hoan đặc biệt mừng năm mới dương lịch.

Không suy nghĩ, Nhàn nhận lời ngay. Mục đích chỉ để tránh khỏi phải đóng vai phụ trong cuộc vui cuối năm ở nhà cô em. Nhàn trang điểm, mặc chiếc áo dài ưng ý nhất. Lisa đứng ngắm mẹ khen:

- Mẹ đẹp và sang quá! Nhàn hôn con:

- Các con ở nhà đón Tết Tây với ngoại và dì Út. Mẹ sẽ cố về sớm...

Hữu và Nhã nhìn nhau mỉm cười khi thấy Thái lái xe hơi mang bảng số nhà nước tới đón Nhàn. Nhã giễu với chồng:

- Anh là gia đình cách mạng thứ…dỏm. Em mới là gia đình cách mạng thứ thiệt!

Thái đưa Nhàn tới Khách sạn Độc Lập, tên mới của Caravelle. Trải qua một cuộc biển dâu, nơi đây vẫn là một thế giới khác với đời sống ở bên ngoài. Vẫn là ốc đảo biệt lập của những người da trắng và những người da vàng có quyền thế. Vẫn sực nức nước hoa ở giữa một xã hội lở lói tanh hôi. Vẫn lóng lánh kim cương ngọc thạch giữa những thân xác gầy còm đói rách.

Nhàn nghĩ thầm: "Chẳng lẽ với tất cả xương máu, đau thương của cả một dân tộc trong ba thế hệ chỉ là để đổi một cái tên."

- "Độc Lập" thì có cái gì khác với "Caravelle"? – Nhàn hỏi Thái.
- Khác chứ! Cái tên! – Và Thái cười lớn.

Họ cùng nhau hòa vào cuộc vui với mọi người. Khi tới tiết mục khiêu vũ, Thái mời Nhàn:

- Mình nhảy vài bản cho đỡ buồn.
- Sao anh biết tôi biết khiêu vũ?
- Phụ nữ Sài-Gòn, cô nào chẳng biết khiêu vũ?
- Anh lầm rồi. Đã hơn mười năm nay, tôi không hề nhảy.
- Tại sao?
- Khi người chồng đầu tiên của tôi chết. Còn anh, Việt Cộng mà cũng biết nhảy đầm?
- Tôi biết khiêu vũ khi học ở Mátxcơva, và cũng không bao giờ nhảy từ khi trở về Hà-Nội.

Họ ôm nhau nhảy hai bản, và Thái dìu Nhàn ra bao lơn. Trước mặt họ, bên dưới là thành phố Sài-Gòn đã đổi tên với hơn ba triệu con người đang trăn trở trong giấc ngủ không ngày mai, trên trời vẫn những ngôi sao nhấp nháy như bao biêu triệu năm trước.

Nhàn nghe rạo rực vì ảnh hưởng của ly Champagne. Bỗng cô nhìn thấy đôi mắt sáng của Thái như lẫn với những vì sao, và nghe hơi thở của anh.

- Anh yêu em.

Nhàn rùng mình. John McCoy đã nói với cô câu ấy cũng tại nơi này, mười lăm năm trước. Và những gì xảy ra sau đó theo nhau chạy vụt rất nhanh qua óc Nhàn. Cô cảm thấy chân tay lạnh ngắt.

- Em làm sao thế? – Thái ôm Nhàn hỏi.
- Tôi sợ.

Thái đưa Nhàn về. Nhưng thay vì về nhà của Nhã, anh đưa Nhàn về ngôi nhà ở đường Tú Xương. Nhàn không phản đối, ngoan ngoãn để Thái dìu vào nhà. Ngôi nhà tối thui. Thằng cháu của Thái chắc đang có cuộc vui riêng nơi khác. Thái đưa tay bật đèn. Nhàn rên:

- Anh tắt đèn đi. Em sợ ánh sáng.

Họ cùng nhau ngã xuống chiếc giường nệm của vợ chồng Xuân. Nhàn cắn môi, ôm chặt lấy Thái, bật ra những tiếng rên pha lẫn tiếng khóc. Trong bóng tối hiện ra hình ảnh của McCoy, của Lâm. Cô không biết đang làm tình với ai. Đang hạnh phúc hay đang đau khổ…

(Còn tiếp)

LUẬN BÀN VỀ ĐỀ TÀI: THẾ NÀO LÀ NGƯỜI TRÍ THỨC ?

Dưới thời thực dân phong kiến xưa kia nước ta là một nước nhược tiểu, chậm tiến, kém mở mang dân trí quá thấp. Nên thời đó người ta rất chuộng khoa bảng trí thức. Gia đình nào trong làng có con em dù chỉ đậu sơ bằng yếu lược (học lực lớp ba) hay bằng Certificate (tiểu học) hoặc cao hơn nữa là bằng Thành Chung (tức trung học đệ nhất cấp) đã là le lói lắm rồi và cha mẹ cũng đã có quyền nở mày nở mặt với hàng xóm láng giềng. Ấy là ở miền thôn quê làng xã, còn ở tỉnh thì có cơ hội học hỏi có trường ốc nhiều hơn nên con cái nhà ai có bằng Thành Chung đến tú tài cũng là ghê gớm lắm chứ không phải đùa. Cha mẹ lúc đó cũng đã có quyền lên mặt vênh váo với mọi người chung quanh.

Ngoài ra lại còn một loại giai cấp cao hơn nữa tức giai cấp thượng lưu trí thức như các quan đốc-tơ (bác sĩ), quan trạng (luật sư) hoặc quan án (chánh án) v.v.. Tội nghiệp đám dân đen thuở đó mỗi lần đi đâu mà "hân hạnh" được gặp các vị "quan" kể trên thì họ thường phải cúi rạp mình xuống để chào. Họ có biết đâu rằng nhờ có họ nên các quan án, quan đốc tơ và quan trạng mới có rượu ngon, gái đẹp, bơ sữa, nhà lầu xe hơi. Nếu không có họ là thân chủ thì bằng cấp của các quan còn thua cái lá đa. Thật vậy, người ta thường nói: "Một cái bằng đa bằng ba bằng giấy là như thế.

Qua đến Mỹ rồi người ta vẫn chưa nhận ra được điều đó, vậy nên vẫn có một thiểu số "quan" chưa chưa mở tầm mắt. Cứ vẫn như ếch ngồi đáy giếng vậy. Vì ở bên Mỹ này người ta coi khách hàng hay thân chủ là King (vua), vì người Mỹ họ ý thức rằng nếu không có khách hàng thì coi như bị đói. Vì ở đây "quan" đốc và "quan" nhiều hơn lá mùa thu.

Cũng và thuở xưa nước ta còn chậm niên, kém mở mang nên người ta đã liệt các "quan" kể trên thuộc loại thượng lưu trí thức nên mặt họ lúc nào cũng cứ vênh lên, nhưng thực ra họ đâu nhất thiết hoàn toàn phải được coi là thành phần tri thức. Và hình như từ sau năm 1945, sự tôn kính một cách phi lý đối với các "quan" kể trên đã dần dần biến mất.

Kẻ viết bài này được biết khi người Mỹ đưa quân đi đến bất cứ một quốc gia nào để trợ giúp đồng minh về quân sự, họ thường giáo dục cho binh sĩ họ phải biết về phong tục tập quán của nước họ sắp đến hầu tránh làm mất lòng người dân bản xứ đồng thời họ khuyên các binh sĩ mỗi người phải cố gắng đóng vai trò của một vị đại sứ ở xứ người hầu giữ thể diện cho quốc gia dân tộc. Đối với những giới chức cao hơn, chắc hẳn họ phải giữ gìn hơn gấp bội phần, nhất là giữ đối với thành phần khoa bảng trí thức.

Ngược lại ở hải ngoại hiện nay vẫn còn một thiểu số người từng được mệnh danh là thành phần trí thức, thay vì họ phải làm gương cho những người đồng hương đã không có cơ hội may mắn học hành như họ đã giữ thể diện cho quê hương xứ sở và quốc thể ở xứ người thì họ lại là những kẻ đã làm mất thế diện và làm nhục quốc thể trước hơn ai hết chỉ và lòng vị kỷ và và túi tham không đáy!

Thực ra, muốn là bậc tri thức không phải là chuyện dễ. Người xưa thường gọi những người trí thức là kẻ sĩ, hiền sĩ hay hiền tài v.v.. Phàm muốn được người đời gọi là hiền sĩ hay xứng danh là hiền sĩ thì người đó phải trên thông thiên văn, dưới thông địa lý, nghĩa là người đó phải thông kim bác cổ, kinh luận thao lược gồm đủ. Vì vậy, những người từ xưa đến giờ thường được mệnh danh là trí thức thì thực ra họ chưa xứng đáng được coi là trí thức, có chăng cũng chỉ là thiểu số hiếm hoi, hoặc họ có thể được mệnh danh là thành phần khoa bảng mà thôi.

Thường thì người ta có thể đo cái kiến thức tổng quát (general education) của mọi người ở trình độ trung học. Nghĩa là những ai đã có khả năng học vấn ở trình độ tú tài toàn phần thì thường đều có kiến thức tổng quát tương đương với nhau, khó có thể nói ai trí thức hơn ai. Thậm chỉ kế cả khi lên học ở bậc đại học. Mỗi người theo đuổi một ngành, ví dụ người này theo y khoa thì họ có thể có

một kiến thức chuyên môn về bịnh lý trị liệu và cơ thể học. Một người khác lại theo học về ngành luật nên người đó cũng chỉ có kiến thức chuyện biệt ngành đó thôi. (Trong khi đó cũng rất dốt nát về những môn khác. Tóm lại, nếu mỗi người trong chúng ta chỉ có một mở kiến thức giới hạn chuyên biệt về ngành học của mình trong khi vẫn còn dốt nát về nhiều lĩnh vực khác thì chưa đủ để mệnh danh là những thành phần ở trí thức được. Vì người xưa đã định nghĩa rõ ràng là kẻ trí thức hay hiền tài phải trên thông thiên văn, dưới thông địa lý, kinh luân thao lược gồm đủ cơ mà.

Tuy nhiên, nếu một người tỏ ra hiểu biết, có tư cách và luôn tự trọng cũng không thua gì bậc trí thức. Trái lại kẻ khoa bảng có bằng cấp cao mà tư cách nhỏ nhặt, thiếu lễ độ với mọi người không biết kính trên nhường dưới thì cũng chẳng hơn gì kẻ vô học. Vì người xưa đã dạy: "Tiên học lễ, hậu học văn" là như thế. Nhưng cũng nực cười thay đã có bao kẻ đã có tình khoác cho mình một bộ mặt trí thức bằng những mảnh bằng tiến sĩ to tổ bố hoặc cả bằng thạc sĩ (Agrégé) trong khi đó hệ thống giáo dục của Mỹ không hề có loại bằng cấp này, và bằng cấp cao nhất ở bên Mỹ là bằng tiến sĩ tức Ph. D. mà thôi. Đa số hiện nay người Việt ở hải ngoại đã có rất nhiều thành phần khoa bảng "tri thức” có bằng tiến sĩ. Như trong ngành chuyên viên chỉnh hình cũng có bằng "thạc sĩ" chẳng hạn! Thực ra bằng cấp tiến sĩ cũng có nhiều loại. Ngoài những bằng cấp có giá trị thực thụ thì còn có những loại bằng cấp khác như bằng cấp hàm thụ (Correspondence Degree) loại bằng này chỉ cần trả tiền đầy đủ cho nhà trường là được cấp ngay. (Vì ở xứ này có tiền mua tiên cũng được). Ngoài ra cũng còn một loại bằng cấp khác nữa được gọi là bằng hữu nghị (Friendship Degree). Loại bằng cấp này thường được cấp cho những sinh viên được gửi đi du học ở một nước bạn. Để tỏ tỉnh giao hảo của đôi bên nên đương sự không cần học gì cả và vẫn được cấp bằng. Ngoài ra cũng có một số khoa bảng trí thức khi đi tản có thể quên cả vợ con cha mẹ, nhưng nhất định không quên mang theo bằng cấp bản xứ của mình để giật le! Mặc dù một đôi khi bằng cấp đó chỉ là bằng tiến sĩ đệ tam cấp hay phó tiến sĩ, song lại cố quên đi để đánh lận con đen và một đôi khi không thêm gửi đi để xin tái lượng định bằng cấp (re-evaluated,) nhưng vẫn cứ tự xưng là tiến sĩ để loè thiên hạ với mảnh bằng vô giá trị đó (vì chưa được tái lượng định nên vô giá trị). Họ đâu có biết rằng ngay ở xứ này cũng có nhiều loại bằng cấp chuyên môn chỉ giá trị ở tiểu bang mình cư ngụ mà thôi. Nếu đương sự di chuyển sang bang khác, bằng cấp đó trở nên vô giá trị, nếu không xin thi lại, huống hồ bằng cấp được mang từ quốc gia khác đến. Hơn nữa, có bằng cấp là một chuyện, nhưng có kiến thức và khả năng tương đương với mảnh bằng đó không lại là chuyện khác.

Ở hải ngoại đã vậy, trong khi ở trong nước người ta cũng đang rất chuộng bằng cấp. Mặc dù trước đây bọn cộng sản thường của thành coi phần trí thức không đáng giá bằng "cục phân" cũng chỉ vì họ rất sợ trí thức và một phần cũng vì họ có mặc cảm dốt nát. Vì hầu hết những thành phần trong chính trị bộ (Polit Bureau) chỉ có trình độ văn hoá sơ bằng yếu lược mà thôi, thế mà giờ đây người nào ít nhất cũng có một mảnh bằng phó tiến sĩ to tổ bố để lộng kiếng. Ngoài ra họ cũng sản xuất được một số bác sĩ cực kỳ lỗi lạc!" Đa số là những y tá có tuổi đảng cao, tuyệt đối trung thành và có công với đảng nên được đề bạt lên làm bác sĩ! Đây cũng có thể mệnh danh là giai cấp trí thức thời đại hay "tân trí thức."

Nhưng thật ra, người trí thức không nhất thiết phải là thành phần khoa bảng, hay bác sĩ, luật sư, kỹ sư, nhưng người đó đòi hỏi phải có một kiến thức uyên bác về đủ mọi lãnh vực như khoa học, giáo dục, văn chương, chính trị, quân sự, kinh tế, luật pháp, và am tường về các vấn đề quốc tế v.v.. Ngoài ra kẻ trí thức còn phải biết thích nghi với mọi hoàn cảnh. Ở xứ nào phải biết thích nghi hoàn cảnh của xứ sở đó, kẻ trí thức không thể là người kém văn minh và quê mùa. Phải am tường phong tục tập quán của xứ sở đang tạm trú hầu hướng dẫn những đồng hương kém hiểu biết hơn mình. Kẻ trí thức phải có trách nhiệm và bổn phận tinh thần đối với quê hương đất nước để làm rạng danh cho quê hương xứ sở nơi xứ người.

Để kết luận, kẻ viết bài này xin mạo muội tóm lược rằng: Người trí thức phải có trách nhiệm với quê hương xứ sở, phải khoan dung độ lượng, phải luôn luôn thức thời, phải có cái nhìn bao quát toàn cầu về mọi lãnh vực, mọi vấn đề đề may ra có cơ hội hầu giúp dân giúp nước sớm được hưng thịnh. Và để lèo lái cho quê hương dân tộc thoát được sự khống chế của các thế lực siêu cường hầu mưu cầu phúc lợi cho toàn dân, nên tránh tiếp tục bàn chuyện xã ấp nhỏ nhặt viễn vông, nhất là phải biết tự trọng. Có như thế mới xứng danh là những hiền nhân, tri thức. Vì tiên nhân đã dạy: "quốc gia hưng vong, thất phu hữu trách."

Tưởng cũng nên minh định cho rõ là kẻ viết bài này hoàn toàn không hề nhắm đả kích bất cứ một cá nhân nào, nếu chẳng may vô tình đụng chạm đến ai thì đó chỉ là sự trùng hợp ngoài ý muốn. Và thực ra đây chỉ là một vấn đề được nêu lên để luận bàn mà thôi.

Nguyễn Trung Trực.

(Trích THỜI BÁO – Thứ Năm 17-11-1994)

HỘP THƯ TÒA SOẠN

Ban Biên Tập chúng tôi hân hạnh đón nhận thư từ - Ý kiến của Văn Hữu, Thân Hữu Độc Giả khắp nơi ...

Mọi Thư từ và Bài vở xin gởi về :

Báo Chính Văn
7005 Walter Avenue Sacramento CA 95828 - USA

Email : baochinhvan@gmail.com
hoặc : amyngoc@rocketmail.com

Tel: 916 230 6172 - 916 509 4445

Xin chân thành cảm tạ những lời khen tặng Khích Lệ của Độc Giả, cũng như những Phê Bình của Thân Hữu - Văn Hữu.

Xin chân thành cảm tạ quý Văn Hữu: -TS Trần Kiêm Đoàn, Nhà thơ Lê Trọng Nghĩa, Nhà thơ Lão Moc Hoàng Ngân Hà, Nhà thơ Duy An Đông, Nhà thơ Cao Mỹ Nhân, Nhà Báo Sơn Tùng, nhà thơ Nguyễn Phúc Sông Hương và nhiều Văn hữu khác... đã gởi tặng những Tác Phẩm và đồng ý đăng trên Giai Phẩm Chính Văn.

Ban Biên Tập chúng tôi đang và sẽ có gắng khắc phục để Giai Phẩm Chính Văn của chúng ta được hoàn hảo Tốt đẹp dù trong hoàn cảnh Báo chí thời Lưu vong rất ư là khó khăn.

THÂN KÍNH.

Giai phẩm Chính Văn xin hân hạnh giới thiệu
Tuyển tập phóng sự của nhà văn, nhà báo Tô Ngọc

1 TRONG 2 TÁC PHẨM CUỐI CÙNG CỦA NHÀ VĂN TÔ NGỌC

Cuốn Tuyển tập Tô Ngọc 1

"SỰ ĐỜI"

Gồm những phóng sự, bài viết đã được đăng trên báo Văn-Nghệ Tiền-Phong thập niên 60-70... để hồi ức lại những kỷ niệm đẹp của Sài-Gòn năm xưa.

"Anh rời Việt Nam, không nuối tiếc nhà cửa, không nuối tiếc quê hương nhiều khổ đau... Hành trang quan trọng của anh là va-ly đựng bản thảo của anh và Ông Cụ (nhà soạn kịch Ngô Văn Thuật), những trang giấy và trang báo pelure mỏng manh không còn nguyên vẹn. Anh để yên trong va-ly, lâu lâu soạn ra nhìn, nhưng không hề nghe anh có ý định tái bản, chỉ có vài cuốn do báo Thằng Mõ phát hành, vì anh đã nhìn thấy sự mai một của văn chương Việt ngữ hải ngoại. Và, tôi cũng quý hành trang, 'gia tài' anh để lại cho tôi... nên chỉ với ước mơ in ra thành Tuyển Tập để lưu lại chút kỷ niệm một đời của anh, và cũng hy vọng để lại ít nhiều hình ảnh của Sài-Gòn năm xưa."

Phát hành : Amazon/ Báo Chính Văn

https://www.amazon.com/gp/product/1087861829/ref=ppx_yo_dt_b_asin_image_o00_s00?ie=UTF8&psc=1

Rất mong sẽ được sự đón nhận của Quý vị độc giả gần xa. Xin trân trọng cám ơn.

Giai phẩm Chính Văn & Lệ Hằng

Quét mã QR này

Cuốn Tuyển tập Tô Ngọc 2

"KHÁT VỌNG ĐÔI MƯƠI"

Gồm những phóng sự, bài viết đã được đăng trên báo Văn-Nghệ Tiền-Phong thập niên 60-70... để hồi ức lại những kỷ niệm đẹp của Sài-Gòn năm xưa.

"Anh rời Việt Nam, không nuối tiếc nhà cửa, không nuối tiếc quê hương nhiều khổ đau... Hành trang quan trọng của anh là va-ly đựng bản thảo của anh và Ông Cụ (nhà soạn kịch Ngô Văn Thuật), những trang giấy và trang báo pelure mỏng manh không còn nguyên vẹn. Anh để yên trong va-ly, lâu lâu soạn ra nhìn, nhưng không hề nghe anh có ý định tái bản, chỉ có vài cuốn do báo Thằng Mõ phát hành, vì anh đã nhìn thấy sự mai một của văn chương Việt ngữ hải ngoại. Và, tôi cũng quý hành trang, 'gia tài' anh để lại cho tôi... nên chỉ với ước mơ in ra thành Tuyển Tập để lưu lại chút kỷ niệm một đời của anh, và cũng hy vọng để lại ít nhiều hình ảnh của Sài-Gòn năm xưa."

Phát hành : Amazon/ Báo Chính Văn

https://www.amazon.com/gp/product/1087861829/ref=
ppx_yo_dt_b_asin_image_o00_s00?ie=UTF8&psc=1

Rất mong sẽ được sự đón nhận của Quý vị độc giả gần xa. Xin trân trọng cảm ơn.

Giai phẩm Chính Văn & Lệ Hồng

Quét mã QR này

Tuyển tập phóng sự , ký sự của Bác sĩ

TRẦN QUÝ TRÂM

Với văn phong dí dỏm, vui nhộn....

Mục lục

Phát hành : Amazon/ Báo Chính Văn

Rất mong sẽ được sự đón nhận của Quý vị độc giả gần xa.
Xin trân trọng cảm ơn.

BS Trần Quý Trâm

Quét mã QR này

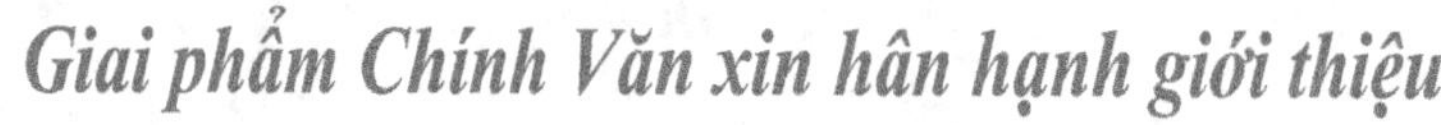

Tuyển tập về thảo dược của
Chuyên viên dược phòng Amy Ngọc

Chuyên viên Dược phòng AMY NGỌC

Phát hành : Amazon/ Báo Chính Văn

Rất mong sẽ được sự đón nhận của Quý vị độc giả gần xa.
Xin trân trọng cám ơn.

Dương Lệ Hồng

Amy Ngọc

Nhớ Mẹ Mùa Vu Lan

Mẹ ơi! Nếu có muôn ngàn vạn kiếp lai sinh...
con cũng chỉ xin được mãi làm con của Mẹ

***

Khi nắng xế bên hồ sen mãn nhụy
Hơi Hạ nồng lành lạnh thoảng hơi Thu
Mùa nhãn hết vỏ khô vàng dưới đất
Bầy dế mèn trũi mắt nhớ đêm mưa

Ngôi chùa cổ tiếng chuông chiều vọng tới
Mừng ân sư thêm tuổi Hạ cho đời
Thu lại tới mùa Vu Lan trở lại
Hoa nhà ai cài trắng rụng thay lời

Lưu lạc xứ người Thu xưa vẫn đến
Mẹ có về từ cuối nẻo chân quê
Thăm thẳm nhớ nửa đời sau vắng Mẹ
Hồn Vu Lan thương dáng cũ ai về

Đất vô tận Mẹ là hồn của đất
Trời bao la Mẹ là cánh chim mây
Nên hồn ấy chẳng bao giờ phai cũ
Và chim kia không xao xác lạc bầy

Rồi cũng đến tuổi Thu vàng tháng Bảy
Ngoái nhìn ta tóc bạc trắng bơ phờ
Trong hành lý tha hương còn giữ mãi
Hơi mẹ hiền manh áo cũ đơn sơ

Người ta dẫu có trăm ngàn vạn úc
Đời thênh thang lớp lớp nối phù vân
Nhưng chỉ có một Mẹ hiền duy nhất
Thêm tuổi đời thương Lòng Mẹ càng dâng

Trần Kiêm Đoàn

THƠ TRÍ THẮNG

Bổn Lai Tâm

Bổn lai tâm tánh con người

Thuần Tuệ chân chất rạng ngời thanh lương

Nghĩa tình Bi Trí yêu thương

Muôn loài vạn loại chân thường thiết tha

Bởi đời uế trược hằng sa

Theo duyên chấp bám cái ta ngông cuồng

Tham, sân,si, ái chẳng buông

Ngã cao danh lợi đóng tuồng diễn vai.

Trí Thắng.07/15/24

Sắn dây/ kudzu/ Japanese arrowroot/ Pueraria mirifica

Nó là gì Rễ Kudzu, còn được gọi là củ dong Nhật Bản, có nguồn gốc từ Trung Quốc, Nhật Bản và Hàn Quốc.

Water	12.1	%
Calories	346	
Protein	0.18	g
Fat	0.05	g
Carbohydrate (Total)	85.74	g
Carbohydrate (Fibre)	0.0	
Ash	1.89	g
Calcium	58.0	mg
Phosphorus	7.2	mg
Iron	0.55	mg
Riboflavin	0.0	
Niacin	0.0	

Source: Murai et al. 1958:104.

Những nền văn hóa này đã sử dụng nó rộng rãi trong nhiều thế kỷ. Ngày nay, sắn dây cũng phát triển ở nhiều nơi khác trên thế giới, kể cả ở miền Nam Hoa Kỳ.

Cây là loại dây leo thường mọc trên các loại cây và cây khác. Vì vậy, một số người coi nó là một loại cỏ dại xâm lấn.

Trong hơn 2.000 năm, người ta đã sử dụng rễ sắn dây trong y học cổ truyền Trung Quốc cho các mục đích như điều trị sốt, tiêu chảy, thậm chí cả bệnh tiểu đường và bệnh tim (. Ở dạng thô, rễ kudzu giống với các loại củ khác, chẳng hạn như khoai tây hoặc khoai mỡ. Nó có làn da rám nắng, thịt trắng và hình dạng thuôn dài. Cây sắn dây giống cây thường xuân độc nên điều quan trọng là phải biết cách nhận biết chính xác.

Người ta đã sử dụng nó trong nhiều năm trong y học cổ truyền Trung Quốc và nó giống với các loại củ khác, như khoai mỡ.

Công dụng Ngày nay, những cách phổ biến nhất để sử dụng rễ kudzu là bổ sung thảo dược hoặc trà rễ. Tuy nhiên, bạn cũng có thể tiêu thụ rễ sắn dây như một loại thực phẩm. Mọi người thường ăn sống các phần khác nhau của cây, xào, chiên giòn, nướng hoặc làm thạch. Bạn có thể ăn củ như các loại rau củ khác, như khoai tây hoặc rutabagas. Rễ sắn dây có thể được sấy khô và nghiền thành bột, một số người dùng làm bánh mì cho các món chiên hoặc làm chất làm đặc cho súp và nước sốt. Hơn nữa, lá cây sắn dây, ngọn nho và hoa hoa màu tím cũng có thể ăn được. Bản tóm tắt Mọi người thường sử dụng rễ sắn dây như một loại thảo dược bổ sung hoặc trà. Bạn cũng có thể nấu và ăn nó, hoặc sử dụng nó ở dạng khô và bột như một chất làm bánh mì hoặc chất làm đặc.

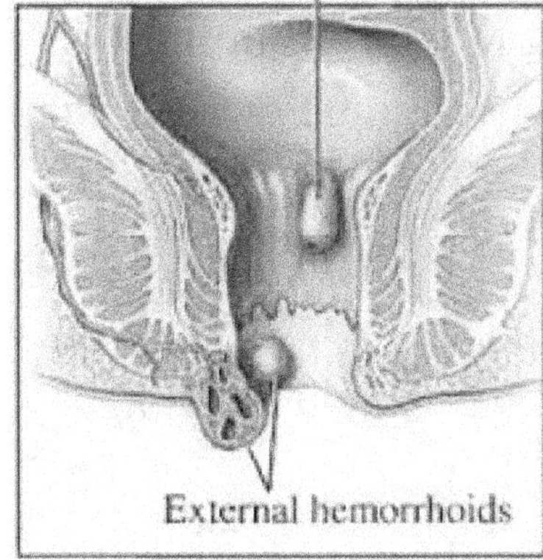

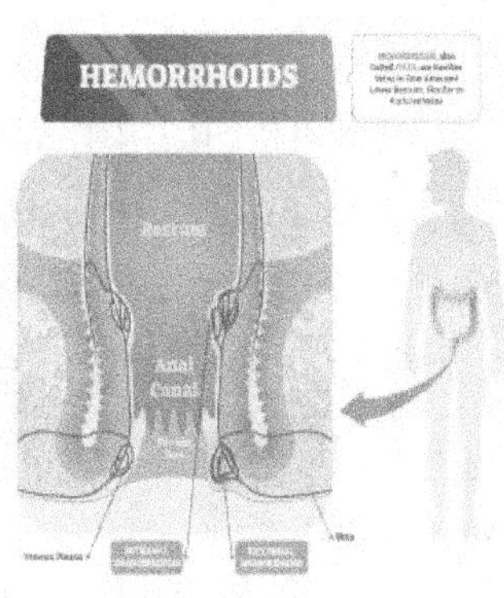

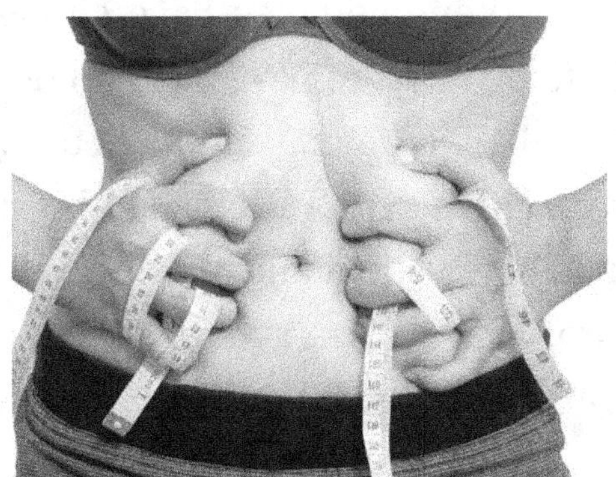

Lợi ích của rễ Kudzu Rễ sắn dây chứa hơn 70 hợp chất thực vật, một số hợp chất trong số đó có thể mang lại lợi ích sức khỏe tiềm ẩn của rễ . Có thể làm giảm sự phụ thuộc vào rượu *Một số nghiên cứu cho thấy rễ sắn dây có thể giúp điều trị chứng rối loạn sử dụng rượu hoặc nghiện rượu. Một nghiên cứu nhỏ đã xem xét tác dụng của kudzu ở 17 nam giới từ 21–33 tuổi cho biết họ uống khoảng 22–35 ly mỗi tuần. Các nhà nghiên cứu đã cho những người tham gia uống chiết xuất sắn dây hoặc giả dược mỗi ngày trong 4 tuần . Những người tham gia báo cáo mong muốn và tiêu thụ rượu của họ trong suốt thời gian nghiên cứu. Các nhà nghiên cứu phát hiện ra rằng chiết xuất sắn dây không có tác dụng làm giảm cơn thèm rượu nhưng nó làm giảm số lượng đồ uống có cồn hàng tuần xuống 34–57% . Hơn nữa, những người đàn ông dùng kudzu có ít ngày uống rượu nhiều hơn mỗi tuần và có nhiều ngày liên tục không uống rượu hơn .*

*Một nghiên cứu khác cho thấy những người dùng **puerarin**, một chất chiết xuất **isoflavone** từ cây sắn dây, trước khi uống rượu sẽ mất nhiều thời gian hơn để tiêu thụ đồ uống có cồn . Hiệu ứng này cũng đã được nhìn thấy trong các nghiên cứu khác. Trong một số trường hợp, ngay cả một liều chiết xuất kudzu cũng làm giảm mức tiêu thụ rượu và ngăn ngừa việc uống rượu say . Điều quan trọng cần lưu ý là những nghiên cứu này đã sử dụng chiết xuất sắn dây, có thể chứa các bộ phận khác của cây sắn dây ngoài rễ.*

Vì vậy, các nhà khoa học cần nghiên cứu thêm trong lĩnh vực này về tác dụng cụ thể của rễ sắn dây. Có thể giúp điều trị tổn thương gan Rễ sắn dây rất giàu chất chống oxy hóa, hợp chất bảo vệ tế bào khỏi stress oxy hóa có thể dẫn đến bệnh tật. Isoflavone puerarin là hợp chất chống oxy hóa dồi dào nhất trong cây kudzu . Một nghiên cứu trên chuột cho thấy chiết xuất cây kudzu rất có lợi trong việc điều trị tổn thương gan do rượu gây ra bằng cách loại bỏ các gốc tự do có hại và tăng cường hệ thống chống oxy hóa tự nhiên .

Không có nhiều bằng chứng khoa học về liều lượng củ kudzu như một chất bổ sung. Vì lý do này, thật khó để đưa ra khuyến nghị cho nhiều mục đích sử dụng khác nhau. Hơn nữa, có thể liều lượng đề xuất cho rễ **kudzu** sẽ khác nhau tùy thuộc vào nhà sản xuất và loại chất bổ sung mà bạn có thể đang xem xét. Một số nghiên cứu cụ thể về loài kudzu **Pueraria mirifica** cho thấy rằng liều 50–100 mg mỗi ngày dường như có ít nguy cơ xảy ra tác dụng phụ bất lợi . Để nhắm mục tiêu cai nghiện rượu, các nghiên cứu đã sử dụng liều lượng 1,2 gam chiết xuất rễ cây kudzu mỗi ngày trong 1 tuần hoặc một liều duy nhất 2 gam trước khi uống rượu mà không có tác dụng phụ được ghi nhận . Các nhà khoa học cần nghiên cứu thêm về liều lượng an toàn và hiệu quả của rễ sắn dây cho nhiều mục đích sử dụng khác nhau

Có thể làm giảm các triệu chứng mãn kinh Một số công ty y tế bán loài rễ cây kudzu Pueraria mirifica như một chất bổ sung cho phụ nữ mãn kinh và sau mãn kinh. Rễ sắn dây có chứa phytoestrogen, hợp chất thực vật mà các nhà khoa học đã tìm thấy có tác dụng tương tự như estrogen trong cơ thể con người . Rễ sắn dây có thể giúp điều trị một số triệu chứng mãn kinh phổ biến nhất, bao gồm bốc hỏa và đổ mồ hôi ban đêm. Các nghiên cứu nhỏ ở người đã quan sát thấy những cải thiện đáng chú ý về các triệu chứng mãn kinh này, trong số những triệu chứng khác, như khô âm đạo . Tuy nhiên, nghiên cứu khác đã tìm thấy bằng chứng không thuyết phục cho việc sử dụng này . Những lợi ích tiềm năng khác Trong khi các nhà khoa học cần nghiên cứu thêm về ảnh hưởng sức khỏe của sắn dây, một số nghiên cứu cho thấy rễ sắn dây có thể có những lợi ích sức khỏe khác đáng xem xét.

Một số trong số này bao gồm: **Có thể làm giảm viêm.** Một nghiên cứu trên động vật cho thấy isoorientin, một hợp chất được phân lập từ rễ sắn dây, đã tăng mức độ chống oxy hóa và giảm các dấu hiệu viêm ở chuột có bàn chân sưng tấy . Có **thể tăng cường sức khỏe tim mạch.**

Rễ sắn dây mang lại lợi ích bảo vệ tim cho những con chuột bị tổn thương tim do bỏng. Người ta cũng đã sử dụng nó trong y học cổ truyền Trung Quốc để điều trị bệnh tim, nhưng các nhà khoa học cần nghiên cứu thêm về vấn đề này .

Có thể làm dịu cơn đau đầu dữ dội. Một báo cáo trường hợp nhỏ liên quan đến 16 người thường xuyên bị đau đầu từng cơn cho thấy rễ kudzu làm giảm cường độ đau đầu ở 69% số người, tần suất ở 56% và thời gian ở 31% .

(Amy)

SÀI GÒN CHỊU CHƠI

Truyện dài của nhà văn Tô Ngọc

Kỳ 4

- Đúng thế ! Đúng thế ! Thật là tri kỷ trên đời chỉ có một mình cụ ! Đồng nghiệp của tôi chúng nó cứ chê tôi là tu hú, còn cái nơi tham thiền nhập định để tìm hiểu về cái lý sinh tồn của cuộc đời ở trên núi Tà Lơn thì chúng nó bảo là cái Hú Viện. Cõi đời điên đảo, đảo điên, chúng ta đang sống giữa thời Mạt Pháp, sắp sửa tới lúc Phán Xét cuối cùng, chúng ta phải làm một cái gì cứu nhân loại qua vòng khổ ải sắp tới chứ ! Tôi cầu nguyện cho Đấng Tối Cao, xin ngài rủ lòng thương xót cứu rỗi chúng sinh. Việc làm đó thật ích lợi, vì nó phụng sự nhân loại, phụng sự tổ quốc, thế mà chúng nó đã không hoan hỷ thì chớ, chúng nó lại còn định tẩy chay tôi, bảo tôi là thứ phi cầm phi thú... Mới đây, có một lão ký giả Ăng lê hay Mỹ gì đó, lại gọi tôi là tu sĩ Bat-man... Bát man là gì cụ có biết không?

- Không, tôi không rành về Ăng Lê cho lắm...

- Mới đầu tôi cũng không rõ, sau xem ti vi mới hiểu... Thì ra Batman là... người dơi cụ ạ !

- Quân láo thế ! Một sư rút tỉa tinh túy của tôn giáo để trở thành một thứ chân thiện mĩ, mà gọi là Batman, thì quả là bố láo !

- Ấy đấy, cuộc đời nó chó đến thế đấy ! Chẳng lẽ mình là người tu hành mà lại chửi nhau với chúng nó thì cái dư âm "nằm trên khay đèn" nó cũng đã lọt vào màng nhĩ của cụ cả Sìn, cho nên cụ Cả mới liền hỏi :

- Thế ra ngài cũng có... ăn thuốc ?

Tu sĩ Thích Phê Rô thấy rằng không thể từ chối được, liền cười xòa và nói :

- Cũng không hẳn là ảo... Thỉnh thoảng thấy trong người không được khỏe mạnh thì làm vài khói cho lên tinh thần để mà suy nghĩ việc đời thôi... Cụ tính bên Lào đánh nhau thế, Phu-Mi với lại Phu-Ma choảng nhau loạn xạ, thì dân Phu-mơ chịu sao nổi 1 Tôi vì có tuổi, thỉnh thoảng chơi vài khói cho lên tinh thần thôi...

Tu sĩ Thích Phê Rô cứ nhắc đi nhắc lại mấy câu "chơi vài khói cho lên tinh thần", đó cũng là cách nhà tu hành này cải chính cho mình không phải là tay nghiện ngập, chẳng qua cũng chỉ là hút chơi hút bời, một thứ di dưỡng tinh thần cũng như người già chơi cây cảnh, uống nước chè tàu Thiết quan âm mà thôi.

Tu sĩ thấy cần phải xoay câu chuyện sang hướng khác, bởi lẽ nếu cứ lằng nhằng nói về cái món thuốc phiện thì rồi có nhiều cái bí mật về cuộc đời sự nghiệp tu hành của mình đến lộ thiên cơ mất, cho nên tu sĩ mới nhìn sang phía cái cô con gái mặc áo đỏ quần mỹ a đen ngồi bên cạnh cụ Cả Sìn mà hỏi :

- Chẳng hay em đây là ai thế, hả cụ Cả ?

Cụ Cả Sìn hơi đỏ mặt lên một tý, nhưng sau đó cụ trả lời rất thản nhiên :

- À, đó là con cháu nhà tôi... Tôi đưa cháu đó đi xin học nghề thợ may đó mà...

Tu sĩ Thích Phê Rô trông thấy cái lối ăn mặc của cô con gái thì nhìn ra ngay đó là thành phần ma ri sến rồi, bởi lẽ thì dù sao ông cũng là cố vấn tối cao của Hội Mứt Sen Trần, cho nên vấn đề nhìn người đoán nghề tất phải cao cường... Ông cho rằng cụ Cả Sìn không phải là không thật thà nói thẳng vì dù sau cũng cùng hội cùng thuyền với nhau, nhưng vì ở ngay chỗ nhĩ mục quan chiêm cụ Cả Sìn phải nói tránh đi như thế cho nó đẹp, nên tu sĩ Thích Phê Rô bèn gật gù cái đầu mà rằng :

- Thế à?

Rồi tu sĩ quay sang hỏi cô con gái :

- Chẳng hay năm nay cháu bao nhiêu tuổi rồi ?

Thiếu nữ nhìn thẳng vào mắt tu sĩ Thích Phê Rô, hai cái má bánh đúc núng nính trông ngon ơi là ngon ! Thiếu nữ lóng cái tai lên nghe, dường như vẫn không hiểu tu sĩ Thích Phê Rô hỏi gì. Tu sĩ Thích Phê Rô hỏi lại một lần nữa, lúc này cô ả mới nghe ra, và liền trả lời bằng cái giọng Quãng Nam đặc sệt :

- Dạ tui mười chín...

Sau khi nghe cách phát âm thì Tu sĩ Thích Phê Rô lại càng đoán chắc cái cô cháu đó chính là một cô ma ri sến mới từ miền Trung vô Nam, bởi lẽ tu sĩ Thích Phê Rô đã thuộc lòng cả gia phả nhà cụ Cả Sìn : cả hai cụ ông lẫn cụ bà đều là dân Bắc Kỳ chính cống, cả từ ngôn ngữ tới cử chỉ trộn không lẫn như thế được ?

Hơn lúc nào hết, tu sĩ Thích Phê Rô thật xứng đáng là cố vấn tối cao của Hội Mứt Sen Trần, bởi lẽ cụ Cả thì đầu tóc trắng phới, mặt mũi núng nính như con lợn ỉ, không hiểu cụ làm cách nào để tán tỉnh được những em ma ri sến nõn nường đến như thế kia ? Bỗng tu sĩ Thích Phê Rô nhìn vào bộ râu của cụ Cả Sìn, thấy nó nhẵn thín như đít bụt... À, có lẽ cụ Cả đã khôn ngoan cạo phăng ngay bộ râu đó đi cho nó trẻ trung, thảo hèn... Theo gương này, có lẽ mình cũng phải cạo luôn bộ râu của mình đi mới được. Nhưng nhìn kỹ bộ râu của cụ cả Sìn tu sĩ Thích Phê Rô thấy nó dường như có những đốm đo đỏ... Đo đỏ như là rôm cắn thì phải... Tu sĩ Thích Phê Rô lấy làm ngạc nhiên quá liền hỏi :

- Này cụ Cả, hôm nọ đi họp tôi thấy cụ để râu, sao hôm nay cụ lại cạo bóng đi thế ?

Cụ Cả Sìn hơi đỏ mặt. Có lẽ cụ Cả máu tốt, và bất kỳ cái gì gây xúc động cũng khiên máu trong cơ thể cụ lưu thông một cách loạn xạ cho nên mới chóng có cái hiện tượng đỏ mặt như thế. Cụ Cả chưa kịp trả lời thì anh bồi nhà hàng chả rán đã bưng lên mấy cái bát, mà đặc biệt là một phích nước sôi... Cụ Cả chưa trả lời ngay, cụ nhất đôi đũa của mình lên và đưa cả đôi đũa của mình vào trong phích nước sôi để nhúng... Rồi cái bát rau thơm với lại rau sà lách cũng được cụ chiếu cố bằng cách rội nước sôi vào, cụ vừa làm vừa nói :

— Bát đũa nhà hàng ít nhiều cũng không lấy gì được sạch sẽ cho lắm, ta phải khử trùng đi mới được... Chắc ngài cũng biết, sở dĩ tôi đã già mà còn được khỏe mạnh như ngày nay ấy cũng là nhờ biết giữ phép vệ sinh thái tây, biết khử trùng đũa bát trước khi ăn...

Mặc dù cụ Cả Sìn đánh trống lảng như thế; nhưng tu sĩ Thích Phê Rô vẫn nhớ tới câu hỏi lúc nãy của mình, cái câu hỏi về bộ râu của cụ Cả Sin có những đốm đo đỏ như rôm đốt.

Cho nên vị chân tu này mới lại hỏi tiếp:

— Cụ giữ vệ sinh như thế cũng phải... Nhưng tôi thì quan niệm theo lối cổ, nghĩa là ở bẩn sống lâu ! À, nhưng còn bộ râu của cụ kia kìa... sao cụ có bộ râu đẹp thế mà lại cạo đi? Mà, sao lại có những đốm đo đỏ thế kia? Cụ bị hỏa bốc chăng ?

Cụ Cả Sìn thấy không hề nói dối được, vả chăng thì một vị chân tu như tu sĩ Thích Phê Rô, cũng là cố vấn tối cao của Hội Mứt Sen Trần cả, dù cụ có nói cũng vô hại. Bởi lẽ đã là thầy tu thì tu sĩ

Thích Phê Rô sẽ không lắm chuyện, cái "loi du silences là cái luật rất khe khắt, mà một vị chân tu như Thích Phê Rô khi đã hòa hợp được cả hai nền triết lý cao siêu của nhân loại để mà phụng thờ, thì tất nhiên ông ta đã là một thứ tu sĩ vào loại ngoại hạng rồi, không thể ví với những loại nhàng nhàng người trần mắt thịt được. Cho nên cụ Cả Sìn mới thở dài đánh sượt một cái, và nói nhỏ vừa đủ cho tu sĩ Thích Phê Rô nghe mà thôi :

— Chẳng nói dấu gì ngài, tôi bị... xám cọoc cắn đấy !

Tu sĩ Thích Phê Rô giật nảy mình. Thật là một sự phát giác không ngờ, nhà tu hành liền lắp bắp hỏi :

— Cụ bị... morp ion ? Bị rận ba chân cắn vào râu à ? Lạ thiệt ! Lạ thiệt!

Rồi tu sĩ bỗng liếc mắt sang nhìn thiếu nữ Quảng Nam vừa rồi, rồi lại nhìn cụ Cả Sin như có ý hỏi : "Phải chăng thủ phạm rận ba chân là đây ?" thì cụ Cả Sìn đã hiểu ý mà xua tay rầm rĩ :

— Không phải, xin người chớ có nghi oan cho "en" ! "En" hoàn toàn vô tội, với lại ngài đã hẳn rõ núi đồi xứ Quảng thì lấy đâu ra rận chân ẩn náu chứ !

Tu sĩ Thích Phê Rô vụt hiểu ra, vị chân tu này gật gật cái đầu, ra cái đều đồng ý với sự lý luận của cụ Cả Sin.

Mỗi ngày, ký giả Cốp Phi đã luyện phép yoga, tức du già, nhưng đặc biệt chỉ luyện tâm kiểm soát có một "cơ năng đặc biệt" của mình thôi, cho nên chàng ta đã tiến bộ rất mau. Chàng có thể kiểm soát, kiểm chế bằng óc, và do đó ai cũng phải than phục về tài ba của chàng… Mà sở dĩ chàng đã tập môn yoga đó, cũng là vì chàng cưới phải một bà vợ rất tài tình về "nghệ thuật vợ chồng", và bà vợ đó chính là em ca ve có cái tên xinh đẹp Mai Lan vậy.

Cách đó mấy năm, ký giả Cốp Phi tính cưới một em bé con nhà lành mà chúng ta mê như điếu đổ. Em nhà lành đó có học, ăn nói có duyên… Ký giả Cốp Phi đã mất rất nhiều thời giờ o bế em đó, và mặc dầu xưa nay Cốp Phi vốn là người bất cần gái nhưng đứng trước cái em nhà lành đó chàng phải rung động tưởng chừng như tim nhảy ra ngoài mất. Cốp Phi cứ kiếm cớ ấm ớ để tới thăm em, và anh chàng xưa nay chẳng bệnh tật gì, ấy thế mà chỉ vì yêu em thương em, đến nỗi chàng ta cứ phải lấy cớ mua thuốc tễ để mà tới nói chuyện với em… Chả là vì nhà em có cửa hiệu thuốc, bán đủ các thứ cao đơn hoàn tán, thuốc đau bụng đau bão, cho tới thuốc điều kinh bổ huyết, phong gió nổi mày đay… Ký giả Cốp Phi uống hai ba tễ thuốc, béo quay được một thời gian thì nghe tin em đi lấy chồng, bởi lẽ gia đình của em cũng như trăm ngàn gia đình khác đều… hết vía về cái nghề báo bổ, viết nhựt trình ! Thế là bao nhiêu thuốc tễ nhà em có biến thành… cứt dê hết, và ký giả Cốp Phi thì đang như con heo quay bỗng trở lại thành con cá mắm!

Trong lúc cái thúng buồn nó đang đè nặng trên đầu thì Cốp Phi gặp Mai-Lan, và rồi trong một phút bốc đồng Cốp Phi cưới luôn Mai-Lan, chẳng cần quan tâm đến việc Mai-Lan vốn là ca ve, một nghề mà những người cầu kỳ không thể chấp nhận lấy làm vợ được chỉ để du hí mà thôi.

Em Mai Lan bỏ nghề nhảy nhót ở nhà nấu cơm, giặt rũ. Em bằng lòng với cuộc sống bình thản của một người vợ trong gia đình, và em cũng không đòi hỏi hơn. Nhưng mà, như ta đã biết, em Mai Lan vốn người ngon lành khỏe mạnh, tất nhiên cái khoản ái tình của em nó cũng phải dồi dào hơn người, cho nên ký giả Cốp Phi từ ngày lấy vợ bỗng dung gầy tóp đi. Anh chàng tốn nhiều sức lao động quá. Còn đang lo lắng chưa biết nghĩ cách nào, thì được một ông văn sĩ chuyên dịch truyện kiếm hiệp Tàu mách cho bài thuốc lục vị, bổ thận thủy, uống với nước muối để bồi bổ cho quả cật được trở lại mức bình thường và được luôn bác sĩ Va-Gio Lin mách cho một liều thuốc thể thao: tập phép yoga để kiềm chế tư tưởng khỏi bị đối phương là bà vợ tên Mai Lan hạ nốc ao. Đó, cái tình đầu của cuộc luyện phép du già của Cốp Phi là như thế và cũng nhờ bài thuốc lục vị lẫn môn du già, nên Cốp Phi mới trở thành một tay bản lãnh như ta đã biết sau này vậy!

Nhưng từ ngày trở thành một thứ võ lâm cao thủ trong làng du hí, thì ký giả Cốp Phi bỗng lại bị bà vợ dấm bỗng tên Mai-Lan đó ghen không chịu được. Chả là vì nhờ tài nghệ cao cường của Cốp Phi mà em Mai-Lan bỗng dưng được tận hưởng một cách hết sức trọn vẹn cái chữ" Ái Tình" (viết bằng chữ hoa) và em thì lại có cái tính lầm cầm thích ăn một mình không chịu chia sẻ cho ai hết, cho nên vì thế mà em ghen dữ lắm. Thế mới phiền! Các bạn ca-nhe của em thì bố bảo cũng không dám chàng màng tới anh chàng

Cốp Phi, vì dù sao thì cũng là đồng nghiệp với nhau. Vả chăng các em ca-nhe khác dù có thích Cốp Phi đi chăng nữa cũng chẳng muốn xông vào bởi lẽ xông vào Cốp Phi thì ăn cái giải gì? Rách thấy bà nội! Vào đăng xinh được hai ba tích kê thì bắt các em ngồi đến mọc rễ ra, mà uống nước thì đòi chủ đăng xinh trừ 50 phần trăm hay bét ra thì cũng phải 30 phần trăm... Cốp Phi thật là khó chơi! Cho nên dù cho em Mai-Lan không có đi rỉ tai các bạn đồng nghiệp của mình xưa kia, dù cho em Mai-Lan không có dọa tạt axit những em nào tán tỉnh chồng mình, thì cũng chẳng có ai trong cái giới nhảy nhót đó thương Cốp Phi cho được.

Mà, Cốp Phi thì biết điều đó lắm! Cho nên khi có tháp tùng với bè bạn vào đăng xinh, có nhảy với các em ca-nhe khác thì xử sự cứ như là một ông anh nhảy với cô em gái mà thôi, như thế cho vừa lòng vợ ở nhà... Còn, bao nhiêu sức lực thì Cốp Phi dành đi chơi với Diễm Tình, trong một cái môi trường khác, có phần rộng rãi khang trang hơn... Cái môi trường đó, khỏi phải nói chắc quý bạn đọc thân mến của bổn báo cũng hiểu ngay đó là cái môi trường... ma-ri sến vậy!

Bắt đầu từ khi trở thành bạn của Diễm-Tình, thì cả hai người, Cốp Phi lẫn Diễm Tình, đi chơi với nhau như một cặp bài trùng. Cốp Phi thì như ống sậy, gió thổi bay, còn Diễm Tình thì như là một bao gạo viện trợ Mỹ, béo ục ịch... Cả hai đã trở thành một cặp Laurel-Hardy của cái Saigon rất chịu chơi này.

Lại nói chuyện Cốp Phi và nhà văn Diễm Tình gặp vị tu sĩ thượng thặng Thích Phê Rô và cụ cả Sìn thì chào thiệt

là lo, khiến cho cả hai đều giật nảy mình quay lại và cùng đồng thanh kêu to:

- Tưởng ai! Hóa ra hai nhà văn với nhà báo! Thế nào, sáng nay cũng quần hùng đại hội ở đây à?

- Thưa vâng... Không ngờ lại gặp hai cụ cố vấn tại đây... Hai cụ nói chuyện gì mà có vẻ tương đắc thế?

Cụ cả Sìn dơ tay gãi sồn sột ở bộ râu bị cạo nhẵn rồi nói:

- À, chúng tôi đang nói câu chuyện đạo đời... Nào, mời văn sĩ với lại báo sĩ cùng ngồi xuống đây cho vui...

Rồi quay sang phía em ma ri sến Quảng Nam mặc áo đỏ quần mỹ-á đen, cụ Cả bảo:

- Cháu ngồi lui vào cho hai ông đây ngồi với...

Nàng áo đỏ gật cái đầu và làm theo lời cụ Cả ngay. Ký giả Cốp Phi nhìn vào cái má bánh đúc của cô ả, chớp chớp cái mắt một hồi ra cái điều thích thú lắm. Anh chàng nhà báo này chợt nhớ tới một câu ca dao cổ lỗ của nước Việt Nam có 4000 năm văn hiến:” Trông mặt mà bắt hình dong. Con lợn có béo cỗ lòng mới ngon!” Nhưng sau đó thì anh chàng liền quay mắt đi ngay, bởi vì anh chàng trông thấy mặt của cụ cả Sình thoáng có nét không vui mấy. Kỷ sở bất dục vật thi ư nhân, điều mà mình không muốn thì chớ làm cho kẻ khác, Cốp Phi khôn ngoan lắm, chàng ta không muốn làm mếch lòng cụ cả Sìn ngay trong lúc này, mặc dầu trông bộ mặt của em ma ri-sến với hai cái má núng nính chịu không nổi, chàng đã phải nuốt nước bọt ừng ực.

Vừa lúc đó, nhà hàng đem các món ăn lên... Nào cua, nào chả rán, nào nem chua... bầy chình ình lên bàn ăn. Anh bồi nhà hàng cung kính hỏi thêm:

- Thưa hai cụ và hai ông, có dùng gì thêm nữa không ạ?

Diễm Tình nói:

- Cho chúng tôi hai chục nem chua, ba chục chả rán, và năm con cua bề nhé!

Cụ Cả Sìn giật mình. Sao cái thằng nó lại chướng, nó lại gọi lắm thế! Bọn mình ba người, chỉ có 10 cái nem chua, 15 cái chả rán với lại ba con cua, mà chúng nó có hai người, chúng nó gọi gấp đôi thế này thì có... chết không? Mình đã chót mời nó ngồi chung bàn, tí nữa giả tiền làm sao đây? Nét bất mãn thoáng hiện trên khuôn mặt của của cả Sìn, nhưng rồi lại biến đi ngay... Cụ Cả Sìn bỗng nghĩ tới điều lợi hại: cụ nghe tiếng Diễm Tình viết văn được nhiều em ma-ri sến đọc lắm, chính cái con bé thả Tam Cước tức Xám Cọoc vào râu cụ cũng là một trong những nữ độc giả rất trung thành của Diễm Tình và mỗi tuần thì cũng lại bỏ ra tới trăm bạc để mua tuần báo có đăng truyện Diễm Tình và những phụ bản in màu và truyện dài bằng tranh do các tài tử cải lương đóng...

Trong một cái tích tắc, cụ Cả bỗng nhận ra sự lợi hại của những nhà làm văn nghệ, và cụ bỗng tự hỏi: "Tại sao ta lại không kết thân với Diễm Tình?" Cho nên thay vì đau khổ sẽ bị trả tiền một lô cua với nem chua chả rán, cụ Cả lại vui cười hỏi thăm Diễm Tình:

- Thế nào, cái truyện" Yêu em ba bảy cũng liều" của ông nhà văn bao giờ thì chấm rứt? Định viết tiếp cái gì đấy?

Diễm Tình ngạc nhiên hỏi:

- Cụ cũng đọc cái truyện ấy à?

Cụ Cả gật đầu, đáp:

- Có... Tôi có đọc... Các cháu nhà tôi nó cũng mê văn của ông lắm!

Văn sĩ Diễm Tình nghệt cái mặt ra, chả là vì ít lâu nay Diễm Tình bị cái mặc cảm truyện của mình chỉ có ma-ri sến với lại những người làm nghề buôn gánh bán bưng đọc thôi, không ngờ hôm nay nhà văn lại phát giác ra được rằng cụ Cả Sìn, nguyên Hội Trưởng "Hội Bảo Tồn Đạo Lý Thánh Hiền" và hiện là cố vấn tối cao của "Hội Mứt Sen Trần", một nhà trí thức, hấp thụ liền tù tì một lúc cả hai nền văn hóa Đông Tây, cũng là độc giả của mình, thì nhà văn nhà ta lấy làm sung sướng lắm.. Nhà văn liếc nhìn Cốp Phi như có ý ngầm bảo "Đấy, toa xem đấy! Toa cứ chê mãi truyện của moa chỉ có ma ri sến đọc... Thế thì hôm nay, toa thấy đấy nhé!" Cốp Phi mỉm cười đáp lễ, cái cười rất khó hiểu, khiến cho Diễm Tình đâm ra thắc mắc một chút, nhưng rồi vì cái cường độ của sự sung sướng nó đã đi tới chỗ bão hòa mất rồi, văn sĩ Diễm Tình quên ngay đi và không quan tâm tới nữa.

Cụ Cả Sìn không ngờ lời nói của mình lại có hiệu lực một cách mạnh mẽ như thế. Thực tình thì cụ có đọc cái tiểu thuyết phải gió ấy đâu, mà là do em ma-ri sến của chủ trại chăn nuôi Xám Cọoc đọc cho nghe, nhân lúc trà dư tửu hậu... Cụ Cả nghe rồi nhớ, và từ nhớ cụ mới phát ngôn ra đúng vào cái lúc mà Diễm Tình đang bị cái mặc cảm truyện rẻ tiền ám ảnh... Thành thử, nhờ có cụ cả Sìn mà bỗng dưng nhà văn Diễm Tình lấy lại được cái phong độ bình tĩnh khi xưa.

Bồi nhà hàng đem lên hai đôi đũa và hai chiếc bát nữa cho Cốp Phi và Diễm Tình.

Tu sĩ Thích Phê Rô bẻ cái càng cua to nhất bỏ vào bát em ma ri sến, và nói:

- Cháu ăn đi

Em ma ri sến lí nhí nói những gì chẳng ai nghe rõ, vì cái ngôn ngữ Quảng Nôm của em nó líu lo như chim hót... Nếu có nghe rõ thì may ra có cụ Cả Sìn, bởi lẽ cụ Cả cất tiếng nói:

- Cháu ăn đi, cái này bổ lắm đấy!

Tu sĩ Thích Phê Rô tiếp lời:

- Đúng thế! Các cụ ngày xưa nói rằng không gì bổ bằng ăn uống... Uống cả trăm thang thuốc không bằng ăn những món bổ dưỡng.,. Mà bổ dưỡng thì khi xưa người ta cho rằng ăn gì bổ nấy. Thí dụ hai ông văn sĩ Diễm Tình với báo sĩ Cốp Phi đây là những nhà tri thức, làm việc bằng óc, thì cứ ăn óc lợn sẽ được bồi bổ bộ não... Nói tóm lại thì ăn tim bổ tim, ăn gan bổ gan, an phổi bổ phổi...

Dường như là nguồn cao hứng của tu sĩ Thích Phê Rô đã đi tới chỗ tột độ cho nên vị tu sĩ thượng thặng này mới nhìn em ma ri sến mà tiếp lời:

- Ăn cua bổ... cua!

Ký giả Cốp Phi, lẫn cụ cả Sìn và nhà văn Diễm Tình bỗng bật cười trước câu nói của vị chân tu Thích Phê Rô. Nhưng riêng em ma ri sên Quảng Nôm thì chẳng hiểu cái cóc gì cả. Bởi vì em có nghe thấy cái gì đâu... Em chỉ thấy tu sĩ Thích Phê Rô là một ông thầy tu là lạ, hay ba hoa thế thôi, chứ em không hiểu vị tu sĩ này nói gì. Đối với em, thì cái giọng Saigon lẫn giọng Hà Nội nó cũng trọ trẹ líu lo như con két học nói, em cóc hiểu gì hết, hệt như dân Saigon lẫn Hà Nội nghe giọng nói của em vậy. Như thế tất nhiên là có một sự... hòa cả làng về vấn đề ngôn ngữ vậy.

Chợt cụ cả Sìn bỗng dừng đũa, mắt nhìn ra cửa... Lúc đó có hai người bước vào. Một người là học giả Bí Hiểm, và một người nữa hình dáng to lớn, bên ngoài khoác cái ao mưa rộng thùng thình, mặc dù trời bên ngoài chẳng có một hột mưa nào cả. Cả hai người bước vào trong nhà hàng, khi trông thấy cụ cả Sìn, Tu sĩ Thích Phê Rô, ký giả Cốp Phi và nhà văn Diễm Tình, thì nhà học giả Bí Hiềm tay bắt mặt mừng nói to:

- Chào các cụ! Các cụ vẫn mạnh chứ? Xin giới thiệu đây ông bạn tôi: Ông Đại Sứ!

Cụ cả Sìn gật đầu chào, rồi hỏi:

- Chắc ngài làm... đại sứ, làm ambas-sadeur?

Cái ông to béo mặc áo đi mưa rộng thùng thình đó lắc đầu:

- Không ạ! Tôi tên là Sứ, Nguyễn- Văn- Sứ... Nhưng vì hình dáng tôi to béo người ta cho thêm chữ đại ở đầu... Vả lại trước kia tôi làm Đại Lý báo ở Lục Tỉnh...

Ký giả Cốp Phi chợt nghĩ ra một điều, vỗ tay nói:

- Phải, tôi nhớ ra rồi... Tôi có gặp ngài ở nhà hàng Brodard... Hôm đó tôi đi với luật sư Bười... Anh Bười có cho tôi biết ngài tên là Đại Sứ, và đặc biệt tứ thời bất tiết lúc nào ngài cũng mặc áo mưa...

Người đàn ông to béo mặc áo mưa đó gật đầu:

- Vâng đúng thế... Tôi có quen luật sư Bười...

Diễm Tình hỏi:

- Chẳng hay tại sao lúc nào ngài cũng lại mặc áo mưa như thế? Dù trời không có hạt mưa?

Ông Đại sứ có vẻ thành thật:

- Chẳng dấu gì các ngài, tôi tuy to xác thế này nhưng thật tình thì yếu lắm ạ... Hơi trái gió trở trời một tý là ốm ngay, mà chẳng lẽ ở cái đất Saigon này lúc nào cũng bận ba đờ suy thì chịu sao nổi, cho nên tôi mặc áo mưa cho nó nhẹ... Áo mưa kín đáo, thứ áo bằng ni lông này vừa nhẹ nhàng mà lại rẻ tiền... Nhờ áo mưa che bên ngoài nên khỏi lo bị cảm hàn cảm thử, hay cảm vì nước teen sân thượng nhà hàng phố rơi lên mình...

Tu sĩ Thích Phê Rô gật đầu:

- Thật là một ý kiến hay và xây dựng! Cái nắng với lại cái mưa ở Saigon này nó lạ lắm! Có nhiều người ốm đau vì mưa với nắng rồi vì hơi độc ở dưới đất xông lên... Chín mươi phần trăm người Saigon chúng ta bị phong thấp, cũng là do cái khí hậu, cái thời tiết kì cục đó... Phải, phải... Ta cứ mặc mỗi người một cái áo mưa là ổn nhất! Nó sẽ tránh cho ta khỏi bị cảm mạo phong sương! Hay! Hay! Đi đâu ta cũng nên mặc áo mưa, đề phòng trước là hơn! Không mặc áo mưa nhỡ bị bệnh, đi bác sĩ vừa tốn tiền vừa mất thời giờ, phải không ạ?!

Tên bồi nhà hàng đem theo hai cái ghế nữa cho nhà học giả Bí Hiềm và ông Đại Sứ ngồi. Cụ Cả Sìn lại giật mình đánh thót một cái nữa khi thấy ông Đại Sứ giơ tay bảo bồi bàn lại gần để dặn làm các món ăn cho ông ta. Cụ Cả mới phát giác ra một điều : cái bụng của ông Đại Sứ còn lớn hơn cái bụng của nhà văn Diễm Tình. Hai thằng cha này nhất định là đớp như điên, thế nào sáng nay cũng toi ngàn bạc rồi! Ừ, Diễm Tình nó ăn của mình thì còn được bởi lẽ mình còn hy vọng dùng nó sau này, mà hơn nữa nó cũng trong Hội Mứt Sen Trần cả, chẳng đi đâu mà thiệt ! Còn cái thằng cha "áo mưa" này thì nghĩa vụ gì, mà cái bụng nó lại to tổ bố thế kia ? ! Để xem nó gọi những gì nào...

Lúc đó, tiếng của ông Đại Sứ oang oang nói:

- Anh cho tôi bốn chục nem chua, năm chục chả rán.

- Thưa... ông có dùng cua bể không ?

- Khỏi cần... Nhưng ở đây có miến cua không ?

- Có...

- Thế thì được, cho tôi hai tô miến cua... tô lớn đấy nhé ! À, cho hai chai Whisky nhé !

Mặt cụ Cả Sìn xám đi. Tình trạng này thì có dễ cụ phải chi tới ngàn rưỡi hai ngàn ấy chứ lị... Gớm, cái thằng sao là ăn lắm thế ! Mình gọi nó bằng "ngài" thật phí cả mồm !

Mọi người vẫn vui vẻ ăn uống, trừ cụ Cả Sìn bụng không vui và hơi lo lo là đằng khác. Ngoài ra có thêm ký giả Cốp Phi, không phải vì lo hộ cho cái túi tiền của cụ Cả, nhưng anh chàng thì vốn hay xắc mắc để ý... Khi thấy cụ Cả Sìn gắp nhưng miếng chả rán ra đĩa một cách

không mấy nhanh nhẩu thì anh chàng hiểu ngay cái nỗi lòng đau khổ của cụ Cả. Ừ, mà sao cái thằng cha Đại Sứ nó lại vô duyên thế, ăn gì mà ăn, gọi vừa vừa chứ... Ai lại gọi tới bốn chục nem chua, năm chục chả rán với lại huýt ki và miến cua bao giờ ! Nhưng nghĩ lại tới ông bạn Diễm Tình của mình, thì cũng chẳng kém là bao. Để lấy lòng cụ cả Sìn, và cũng để kiếm cớ lui tới nhà cụ Cả, biết đâu sẽ chẳng chinh phục được cái em áo đỏ quần mỹ a đen, vốn gốc người Quảng Nam đó ? Ký giả Cốp Phi liền nháy cụ cả Sìn rồi nói :

- Xin phép các cụ, tôi với cụ Cả đây ra mua thuốc lá về hút nhá !

Cụ cả Sìn không hiểu Cốp Phi nháy mình với dụng ý gì, nhưng cụ cũng khoan thai đứng dậy và nói :

- Xin phép mấy cụ...

Nói rồi cụ đi ra ngoài cửa tiệm cùng với Cốp Phi.

Cốp Phi vào đề ngay :

- Chắc cụ thiếu tiền phải không ? Cái thằng cha Đại Sứ ấy chướng quá... Ai đời lại gọi như thế bao giờ...

Thấy có người móc trúng tim đen mặt cụ Cả đỏ lên một tý, rồi nói :

- Chính thế!

Ký giả Cốp Phi dù sao cũng phải thầm phục cụ Cả Sìn là người thật thà như đếm. Chơi với người như cụ Cả thì khỏi lo bị lường gạt. Cụ Cả phổi bò, bụng nghĩ thế nào thì miệng phun ra như thế, chứ không phải cái loại người hỉ nộ khôn lường, trong bụng nghĩ một đang miệng nói một nẻo. Cho nên, trước đây Cốp Phi chỉ có cảm tình vừa vừa với cụ Cả mà thôi, nhưng từ lúc nghe cụ Cả thổ lộ can tràng về cái thằng cha Đại Sứ mặc áo mưa ấy thì bỗng có nhiều cảm tình thêm lên.

Tuy nhiên ký giả Cốp Phi cũng thử lại một con toán nữa xem tư cách của cụ Cả nó có thật như miệng cụ nói ra không, nên anh chàng nhà báo này liền đưa ý kiến :

- Cụ để tôi thử lừa cho nó một miếng... Nó vào sau, gọi nhiều ăn lâu hết, ta ăn xong trước nó, ta cáo từ về trước đùn cho nó giả tiền... Cụ tính thế có được không ?

Nhưng cụ Cả xua tay :

- Thôi, ai lại làm thế ! Bất nhân lắm ! Đành rằng nó ăn khỏe, nó hỗn hào, nhưng có đáng là bao, làm thế mất hết cả tình bằng hữu... Nhất là thằng cha Đại Sứ áo mưa đó lại đi cùng với Bí Hiềm, cùng... đảng của ta mà !

Cốp Phi gật đầu thầm ngĩ : "Ít ra tuy vậy cụ Cả cũng là người đàng hoàng. Cho nên xét người mà xét ở cái khoản ma ri sến không e rằng có đôi phần phiến diện. Đây cũng là một bài học cho ta ! Một kinh nghiệm cho ta!"

- Nhưng mà... cụ có thiếu tiền không ? Tôi có đem theo một ít đây rồi, sẽ xin trợ lực với cụ...

- Được mà, không sao đâu... Ông nhà báo có lòng nghĩ như thế tôi thật cám ơn lắm... Tôi có hơn hai ngàn, nếu có thiếu sẽ nhờ ông sau, cũng được...

Hai người mua vài gói thuốc, mấy bao diêm rồi quay trở lại bàn ngay. Trong khi đó thì nhà văn Diễm Tình và học giả Bí Hiềm đang giơ tay giơ chân bàn tán loạn xạ về cái hiện tình văn nghệ nước nhà.

Tiếng Bí Hiềm oang oang, y như là một ông giáo giảng bài :

- Moa nói thực điều này toa đừng giận nhé ! Những truyện của toa viết trên báo đọc không được ! Toa có hiểu rằng toa làm thế là toa đầu độc thanh thiếu niên nam nữ không ? Văn nghệ phải phục vụ đại chúng, phải làm cho tâm hồn người đọc cao cả thêm lên thì mới là văn nghệ chứ ! Nói thật, các toa làm hỏng nền văn hóa dân tộc. Các toa không tìm được đề tài nào tử tế hơn, mà cứ xoay quanh mãi cái chuyện yêu đương cũ như trái đất ! Hỏng ! Hỏng to ! Viết văn, toa phải có đường hướng đi lên, như moa đây chẳng hạn ! Toa thấy không ? Những tác phẩm moa viết bọn sinh viên và nhất là bọn... tú tài trượt bọn nó tìm đọc như điên, chúng nó đọc moa để mà mở rộng kiến thức, chứ đâu có như toa... Mình phải tìm những cái văn hóa bay bướm, những cái gì mới lạ của nước nhà rồi đem phổ biến cho dân mình, như thế thì một ngày kia dân trí mới mở mang được chứ ! Các toa viết tiểu thuyết cần phải có luận đề... Rô măng thì phải có rô măng à te-đơ thì mới được... Toa không biết chứ hiện thời tụi tây với tụi Mỹ nó viết lạ lắm... Mình phải hướng theo đường lối mới thì mới mong mở mày mở mặt với quốc tế chứ !

Cốp Phi nghe nhà học giả Bí Hiểm diễn thuyết bụng cười thầm là anh chàng không hiểu vì nguyên động lực nào mà bỗng hăng hái như thế. Cốp Phi tưởng phen này thì Diễm Tình ứ họng trước lập luận chửi bới của Bí Hiểm. Thật tình thì Bí Hiểm cũng chẳng thù oán gì Diễm Tình, nhưng trong lúc ăn no rượu say mà mần đến văn nghệ thì y như nhà học giả đem những lý thuyết này, những trường phái kia ra để mà nói cho hả đồng thời cũng là để khoe khéo cái sở học, cái đi... tây của mình.

Diễm Tình cứ ngồi yên mà nghe, đợi cho Bí Hiểm nói xong, nhà văn mới đủng đỉnh lấy giọng để phản công lại.

Diễm Tình nói :

- Moa rất cảm động được toa chỉ dẫn cho những điều hay lẽ thiệt về nghề viết văn. Cho nên câu đầu tiên moa nói với toa là moa cám ơn toa thật nhiều...

Bí Hiểm có vẻ sung sướng trước câu nói đó của Diễm Tình, nhà học giả mũi hơi nở ra một tý, cái mặt thì hiu hiu tự đắc. Cốp Phi nhìn Diễm Tình, thấy cái vẻ khoan thai của Diễm Tình, với nét mặt thản nhiên không cười không giận, thì anh chàng hiểu ngay Diễm Tình đang có sẵn một chưởng rất mạnh để tấn công Bí Hiểm. Bí Hiểm xưa nay vốn hay tự cao tự đại, cho mình như là cái rốn của vũ trụ, cho tất cả nhà văn nhà báo ở cái đất Sài Gòn chịu chơi này chỉ là con tôm tép...

Tuy giao thiệp với Diễm Tình và Cốp Phi, tuy cùng là một Hội Mứt Sen Trần cả, nhưng tự Bí Hiểm ông vẫn cho mình đứng vào hàng lãnh tụ văn nghệ. Bởi vậy cho nên ông rất ghét một ký giả kiêm đạo diễn điện ảnh nọ, trong một buổi trà dư tửu hậu đã tiết lộ về những ông văn nghệ sĩ đi Tây, đi Mỹ về như thế này :"Úi chao ! Ở bên Tây những thằng học nghề xi nê ma thì chỉ chuyên môn đóng vai... mua thuốc lá, mua diêm cho mấy thằng phụ tá đạo diễn... Còn mần văn thì chui vào mấy cái hầm cái Saint Germain-des-Prés khói um thuốc lá đấu láo với vài thằng tây râu xồm mặc quần áo bê bối... Thế là về nước khỏe nhẵng lên, cứ làm như mình là bố thiên hạ không bằng.

Cả ngày Bí Hiểm chỉ la cà ở quán hàng La Pagode đường Tự do, ngồi đấu láo với bè bạn. Cứ thẳng thắng mà nói thì ngoài cái tính tự cao tự đại về văn nghệ ra, Bí Hiểm không chơi xấu với ai hết. Nhà giàu, có tiền Bí Hiểm có thể rủng rỉnh ngày ngày chi tiền cho bè bạn uống nước ăn bánh được, chứ không xi măng cốt sắt như những người khác. Bí Hiểm tuy quen biết nhiều, nhưng chỉ thân được với hai người. Người thứ nhất là một nhà thơ Ám Khói, và người thứ nhì là một ông công chức khế ước ở sở Lời Tói. Ông công chức này rất xun xoe với Bí Hiểm, và nghe đâu ông cũng có mần vài ba bài thơ thẩn để được danh là nghệ sĩ... Nhưng dường như nguồn thi hứng của ông công chức đó không được mấy rạt rào, nó chỉ như cái đọi đèn, mà muốn được người đời xưng tụng là văn nghệ sĩ thì phải chơi với lại những tay to kiểu như Bí Hiềm và Ám Khói.

Cho nên bình thường người ta thấy Bí Hiềm, Ám Khói và Tái Gầu-tên ông công chức khế ước - hay đi với nhau. Bí Hiềm thì ai cũng nhận là một nhà văn kiêm học giả, còn Ám Khói thì đúng là thi hào không trệu đi đâu được... Tất nhiên, bạn của hai ông học giả lẫn thi hào ấy phải là một "cái gì". "Cái gì" nếu không là nhà văn thì cũng là nhà thơ... Suy ra là như thế ! Chắc nịch như thế !

Ông Tái Gầu là người khôn ngoan tính toán một cây. Ông xu nịnh bợ, đỡ hai ông thi hào và học giả đó một cách tận tình , nên cả hai người đều khoái chơi với ông, và hễ có chỗ nào đụng đũa đụng bát vào văn nghệ thì sống chết thế nào một trong hai ông cũng phải kiếm cho Tái Gầu cái thiệp mời với tư cách Tái Gầu là văn nghệ sĩ, chứ không phải với tư cách Tái Gầu công chức khế ước của Sở Lòi Tói. Mà, Tái Gầu thì cũng tài, anh chàng trông người nhỏ nhắn, xinh xắn, hiền lành như con gái ấy mà lại có lắm đòn phép thật tài tình. Người ta thấy suốt trong mười mấy năm qua; anh chàng luôn luôn nắm những địa vị quan trọng của Sở Lòi Tói, địa vị có quyền sinh sát là đàng khác ! Thế mới tài... Nhưng việc đó là việc hồi sau sẽ nói...

Bây giờ, trở lại câu chuyện cãi nhau giữa Diễm Tình và Bí Hiềm trong tiệm nem chua chả rán Hai Cua.

Nhà văn Diễm Tình thấy địch thủ của mình bị trúng kế thì trong lòng khấp khởi mừng thầm. Nhà văn này từ ngày chơi với Cốp Phi đâm ra lây cái bệnh xỏ lá kềnh, thâm ngầm, nên lại khoan thai nói tiếp:

- Nhưng có điều mà chúng ta phải thành thật mà nói công nhận là sách của toa bán bao giờ cũng ế hơn sách của moa...

- Đúng thế ! Moa không chối cãi điều đó... Nhưng viết sách cần phẩm chứ đâu có cần lượng...

- Phải, sách cần phẩm đâu có cần lượng... Nhưng mà có điều sách của toa bán ế quá. Moa thấy toa in có ba ngàn cuốn mà bán hì hục cả năm vẫn chưa hết, còn sách của moa tuy rẻ tiền thật, nhưng in 10 ngàn cuốn trong vòng sáu tháng là hết veo ! Moa cũng đã nghiên cứu sách của toa, rồi moa đi hỏi dò thiên hạ để tìm xem vì lẽ gì mà người ta không đọc sách toa nhiều như sách của moa. Dò hỏi mãi mới biết vài điều như sau... Nhưng nói ra toa đừng giận nhé !

- Được, toa cứ nói... chúng mình là những nhà làm văn hóa, chúng mình phải có can đảm nghe sự thật chứ !

- Moa rất hoan nghênh tư cách của toa... Thật thế, moa có đi hỏi do thì hầu hết đều nói rằng sách của toa... nói xin lỗi... đều ăn cắp của ngoại quốc...

(Hết kỳ 4 – Còn tiếp)

SALE... SALE... SALE...

Công ty Truherbs hân hạnh giới thiệu

LINH CHI GANO 5 IN ONE

(Tổng hợp 5 loại nấm Linh Chi)

Hầu hết các loại linh chi là từ cùng một loài - Ganoderma lucidum - nhưng trong điều kiện phát triển khác nhau Reishi sẽ sản xuất một loạt các hợp chất hoạt tính trong y học khác nhau. Những điều kiện sinh trưởng khác nhau thay đổi màu sắc của cơ thể trái cây từ Red vào sắc thái của màu tím, thậm chí chuyển màu tất cả các cách để một màu đỏ sâu đến nỗi nó trông đen.

Đây là các loại mạnh nhất (và hiếm nhất!) Đã được sử dụng trong TCM trong suốt nhiều thế kỷ của hệ thống y tế cổ xưa này.

! GanoLINHCHI ™ là một Full Spectrum Mycoproduct, với tất cả sự chống vi khuẩn, chống virus, điều chỉnh miễn dịch, điều chỉnh huyết áp tự nhiên và tất cả sức khỏe có giá trị cho các thuộc tính khác mà Linh Chi đã được biết đến trong suốt lịch sử lâu dài của nó. Chưa bao giờ trong lịch sử của nhân loại đã có được bất kỳ sản phẩm Reishi mạnh này - hoặc có giá trị này - và bây giờ đã có này đi kèm trong một chai 90 viên nang, chứa 500 mg của

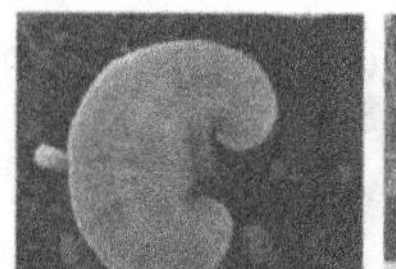

Hoàng Chi

Thanh Chi

Hắc Chi

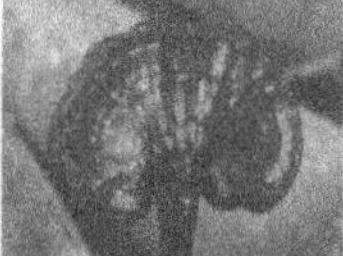

Hồng Chi

Tử Chi

Linh Chi/- Thanh chi (xanh) vị toan bình. Giúp cho sáng mắt, giúp cho an thần, bổ can khí, nhân thứ, dùng lâu sẽ thấy thân thể nhẹ nhàng và thoải mái.

- Xích chi hoặc Hồng chi (đỏ), có vị đắng, ích tâm khí, chủ vị, tăng trí tuệ.

- Hắc chi (đen) ích thận khí, khiến cho đầu óc sản khoái và tinh tường.

- Bạch chi (trắng) ích phế khí, làm trí nhớ dai.

- Hoàng chi (vàng) ích tì khí, trung hòa, an thần.

- Tử chi (tím đỏ) bảo thần, làm cứng gân cốt, ích tinh, da tươi đẹp.

"Tấm ảnh sinh viên Việt Nam ở Pháp. Đã tuần hành
trên đường phố Paris. Để tang cho Việt Nam.
Ngày 27 tháng 4 năm 1975".

TẤM ẢNH
NGÀY XƯA

DTDB

"Tấm Ảnh Ngày Xưa" sẽ còn sống mãi
Trong tâm khảm dân tộc Việt lưu vong
Ngày nào quê hương, Cộng còn tồn tại
"Ba Mươi, Tháng Tư" nỗi uất hận lòng!

Năm Mươi Bốn, đất Bắc ơi giã biệt!
Bảy Mươi Lăm Cộng sản cướp miền Nam
Nỗi trầm thống oán hờn sao kể xiết
Chúng bán rồi nước Việt cho ngoại bang!

Cuối tháng Tư Đen! Sững sờ tôi khóc!

Ngoài đường xe, người hớt hãi cuống lên
Trong nhiệm sở kẻ vò đầu, bứt tóc…
Mây xám giăng, mưa pháo rít vang rền!

Ai còn nhớ tiếng trực thăng lên xuống?
Đèn chớp, hụ còi hối hả tải thương…
Người âu lo, vội vàng, lui, tới muộn…
Đêm từng đêm, tôi khắc khoải đoạn trường!

Bởi chồng còn miệt mài ngoài biên trấn
Mấy tháng qua rồi vẫn vắng bặt tin
Hai Mươi Bảy, Tháng Tư! Niềm thống hận!
Giặc giã nhiễu nhương… súng đạn vô tình!

Hai con dại nằm nôi còn bé nhỏ
Vợ thương chồng, lo ngại lẫn chờ mong
Từ thị thành đến thôn quê… bỏ ngỏ
Cha mẹ, người thân… nát dạ, tan lòng!

Cảnh người bươn bả tìm đường lánh nạn
Chiến binh trở về, uất hận riêng mang!
Ba Mươi Tháng Tư! Việt Nam Cộng sản!
Có đau nào bằng, đau mất giang san?

Tôi chết lặng! Lắng nghe dòng lịch sử!
Ôi đoạn trường! Nước Việt lật sang trang!
Người lính Cộng Hòa, khí hùng bất tử!
Tuẫn tiết quyên sinh… quyết chẳng đầu hàng!

Thế giới bàng hoàng cúi đầu mặc niệm!
Dân Việt ngậm ngùi! Hờn oán thiên thu!
Biết bao người chết… liều thân vượt biển
Bao nhiêu kẻ bị cải tạo trong tù…

Giặc cắt Lạng Sơn, Hoàng Sa, Bản
Giốc…
Đem đất đai, lãnh hải… bán cho người
Dân tộc lầm than, khốn cùng còi cọc
Cộng tan tành đất nước sẽ an vui…

Quê hương mất! Anh đớn đau tủi nhục!
Lệ thảm sầu nuốt vội! Chít khăn tang!
Tấm ảnh xưa! Cho tôi nhiều cảm xúc
Se thắt tâm tư! Mắt lệ dâng tràn!

Có vết thương, cả đời còn rướm máu!
Có nỗi buồn, mãi mãi vẫn không phai!
Lớp trẻ về! Niềm tự hào, cao ngạo…
Cùng các anh, thay Cộng sản tay sai…

Quyết đuổi bọn phi nhân, phường bán
nước
Đem tự do no ấm… khắp mọi miền
Nước Việt Nam từ đây tròn ơn phước
Tự chủ, tự cường, an hưởng… đoàn
viên

Tạ ơn tiền nhân, những người… gìn giữ
Chánh thể Cộng hòa, biển lặng sông
trong
Chúng ta sẽ về quên đời lữ thứ…
Việt Nam ơi! Hạnh phúc ngập cõi lòng!

Quê hương ta ngày nào còn Cộng sản
Thì sẽ còn ngày *Quốc Hận Ba Mươi!*
Tháng Tư Đen, ôi sanh linh đồ thán
Dân Việt Nam còn khốn khổ tơi bời!

DƯ THỊ DIỄM BUỒN

Email: dtdbuon@hotmail.com

Bệnh Alzheimer

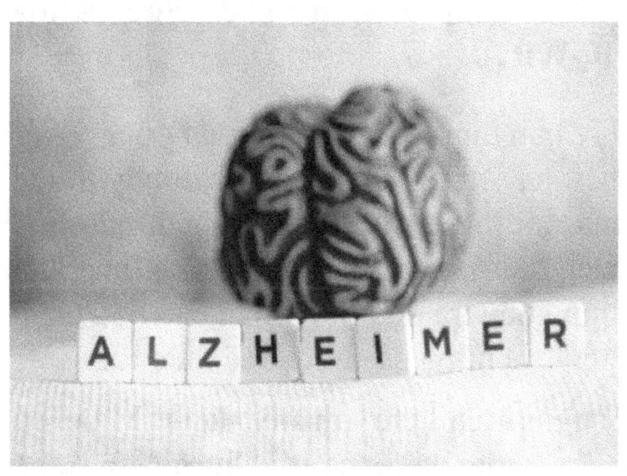

Có thể phòng ngừa **Bệnh Alzheimer** là một bệnh về não đặc trưng bởi sự phá hủy dần dần các tế bào thần kinh.

Không có thuốc chữa bệnh, đó là lý do tại sao lối sống năng động, lành mạnh là rất quan trọng. Liệu pháp toàn diện có thể trì hoãn sự tiến triển. Nó được tạo ra một cách cẩn thận dựa trên các tài liệu y học hiện hành và được bổ sung rất nhiều niềm đam mê và kiến thức chuyên môn về liệu pháp tự nhiên.

Việc kiểm tra kỹ thuật cuối cùng là trách nhiệm của giám đốc y tế, bác sĩ. thuốc.

***Bệnh Alzheimer Điều trị một cách tự nhiên

Cây thuốc Bổ sung dinh dưỡng Các biện pháp khắc phục tại nhà và lời khuyên cho cuộc sống hàng ngày.

Lời khuyên về sách Các liệu pháp bổ sung Triệu chứng và chẩn đoán Hiểu về căn bệnh Các bệnh liên quan xơ cứng động mạch

***Chống lão hóa bệnh Parkinson

Bệnh Alzheimer nhỏ gọn:

Những sự thật quan trọng nhất "Tôi lại để chìa khóa cửa trước ở đâu nhỉ?

" Những câu hỏi như thế này thường được nghe từ bệnh nhân Alzheimer.

Suy giảm trí nhớ ngắn hạn là một trong những dấu hiệu đầu tiên, về sau, những người bị ảnh hưởng sẽ mất phương hướng và gặp các vấn đề về phối hợp, ở giai đoạn cuối, họ cần được chăm sóc.

***Thông tin thêm về các triệu chứng

Điều gì xảy ra trong não khi bệnh Alzheimer xảy ra?

Trong bệnh Alzheimer, cấu trúc của não ngày càng bị tổn thương. Điều này làm cho các chất lắng đọng protein hình thành **giữa các tế bào (mảng amyloid)**, ngăn cản tế bào được cung cấp chất dinh dưỡng và oxy.

Kết quả: Trong nhiều năm, các tế bào thần kinh và các kết nối giữa chúng chết trong não, đặc biệt là ở các vùng chịu trách nhiệm về trí nhớ, suy nghĩ và định hướng. Thông thường những người bị ảnh hưởng là trên 65 tuổi.

Ai đã phát hiện ra bệnh Alzheimer? Cái tên này được đặt theo tên của bác sĩ và bác sĩ tâm thần **người Đức Alois Alzheimer (1864–1915)**.

Dựa trên bệnh sử của bệnh nhân Auguste Deter, ông lần đầu tiên mô tả hình ảnh lâm sàng tại một hội nghị chuyên khoa vào năm 1906, sau này được đặt tên **là "bệnh Alzheimer"** theo tên ông.

Sự khác biệt giữa bệnh Alzheimer và bệnh mất trí nhớ là gì? Chứng mất trí nhớ là thuật ngữ chung cho tất cả các bệnh về não được đặc trưng bởi chứng hay quên, rối loạn định hướng và suy nghĩ. **Bệnh Alzheimer là dạng sa sút trí tuệ phổ biến nhất với tỷ lệ 60%.**

Cây thuốc trị bệnh Alzheimer Ginkgo phương thuốc thảo dược tốt nhất hiện có cho bệnh Alzheimer **Lá của cây bạch quả** có nhiều thành phần và nhiều tác dụng.

Đã có vô số nghiên cứu về chiết xuất bạch quả nhưng không phải lúc nào cũng mang lại kết quả khả quan. Trong trường hợp tích cực, hiệu suất tinh thần có thể được cải thiện nhờ chiết xuất bạch quả trong bệnh Alzheimer. Điều này còn được thể hiện trong các hoạt động của cuộc sống hàng ngày.

Việc duy trì tình trạng hiện tại thường đạt được, trong khi tình trạng này giảm ở nhóm dùng giả dược. Kết quả về hiệu quả của bạch quả được đánh giá là "không thuyết phục", nhưng bạch quả vẫn được coi là phương thuốc thảo dược tốt nhất hiện có để chống lại bệnh Alzheimer. **Ginkgo nhận được đánh giá tổng thể tích cực từ Viện Chất lượng và Hiệu quả trong Chăm sóc Sức khỏe (IQWiG).**

Ủy ban hỗn hợp liên bang đã đồng ý với điều này trong hướng dẫn sử dụng thuốc của mình, do đó các chế phẩm có chứa bạch quả sẽ được bảo hiểm y tế theo luật định hoàn trả như một phần của liệu pháp điều trị chứng sa sút trí tuệ theo toa.

Tuy nhiên, chỉ những loại thuốc có chứa chiết xuất axeton-nước từ bạch quả và đảm bảo liều lượng hàng ngày là 240 mg chiết xuất tiêu chuẩn mới đủ điều kiện được hoàn tiền.

Cucurmin: Loại gia vị có màu vàng đậm từ **nghệ (Curcuma longa)** này có một số đặc tính thú vị: Nó không chỉ ức chế sự hình thành cặn trong não mà còn có thể làm tan các mảng bám đã hình thành. Nhiều nghiên cứu khác nhau hiện đang kiểm tra tác động trong điều kiện thực tế, một trong số đó đã kết luận với kết quả tiêu cực.

Một vấn đề là sự hấp thụ kém của chất này. Do đó, một biến thể được sửa đổi một chút cũng đang được thử nghiệm **(chất curcumin lipid).**

Các nghiên cứu dài hơn phải theo sau.

Phyto-estrogen: **Liệu estrogen** có thể chống lại sự phát triển của chứng suy giảm trí tuệ hay **bệnh Alzheimer ở phụ nữ hay không là một giả thuyết còn nhiều tranh cãi.**

----**Các chất thực vật có hoạt tính estrogen như đậu nành và isoflavone cỏ ba lá đỏ cũng được thảo luận ở đây. Các thử nghiệm trong phòng thí nghiệm rất đáng khích lệ vì việc sản xuất cặn protein giảm.**

Trên thực tế, các nghiên cứu này kém thuyết phục hơn, mặc dù có một phần kết quả đáng khích lệ. Dữ liệu cho thấy chỉ có khoảng thời gian ngay trước thời kỳ mãn kinh mới mang lại lợi thế cho phụ nữ. Giả thuyết mới này sẽ phải được thử nghiệm trong tương lai. Trà xanh: Sự tích tụ các protein bệnh lý từ lâu đã được thảo luận như một (đồng) tác nhân gây ra sự phá hủy các tế bào não.

Các thí nghiệm trong phòng thí nghiệm và **trên động vật đã chỉ ra rằng epi-gallo-catechin gallate** (EGCG) từ chiết xuất trà xanh cũng liên kết với các protein không hòa tan và thậm chí hòa tan một phần chúng. Có những dấu hiệu đầy hứa hẹn nhưng chưa có bằng chứng nào cho niềm hy vọng mới **này đối với bệnh Alzheimer.**

Những nguồn hy vọng khác nhưng cho đến nay mới chỉ thử nghiệm trên động vật

Danh sách các loại thực vật có tác dụng bảo vệ hoặc kích thích dây thần kinh và não trong các thí nghiệm trong phòng thí nghiệm và trên động vật còn dài.

Tuy nhiên, những phát hiện trong điều kiện nhân tạo không thể được chuyển trực tiếp sang người; phải chờ những nghiên cứu thích hợp.

Liquiritin từ rễ cam thảo Hyperosides từ St. John's wort Rhodosine từ rễ hoa hồng Ginsenosides từ nhân sâm Trà núi Hy Lạp, Sideritis

*****Học từ thiên nhiên**

Gần đây, một số thành phần đã được phân lập từ thực vật có tác dụng chống lại sự suy giảm acetylcholine trong não. Chúng đến từ hoa **huệ thung lũng (galanthamin) và rêu câu lạc bộ (huperzin).**

Dựa trên điều này, các chất tổng hợp đã được phát triển để thực sự được sử dụng trong điều trị **bệnh Alzheimer (xem thuốc thông thường).**

Chiến lược mới:

Ngày càng có nhiều dữ liệu cho thấy sức khỏe mạch máu và việc cung cấp máu cho não là một phần của bệnh Alzheimer. Theo đó, ngày càng có nhiều liệu pháp và cây thuốc tập trung vào sức khỏe mạch máu, **chẳng hạn như hạ lipid máu để giảm tổn thương mạch máu do xơ cứng động mạch (đậu nành, tỏi, táo gai).**

Các nghiên cứu cụ thể vẫn còn thiếu. *Cây thuốc và các chất quan trọng có thể giúp điều trị bệnh Alzheimer Bổ sung dinh dưỡng cho bệnh Alzheimer Căng thẳng oxy hóa rõ ràng đóng một vai trò quan trọng trong sự phát triển của bệnh Alzheimer.*

Một số vitamin như carotenoid, vitamin E và C có khả năng hấp thụ sự căng thẳng này.

Vì có quá ít chất này được tìm thấy trong máu của bệnh nhân Alzheimer nên người ta cho rằng những vitamin này có thể cải thiện nguy cơ và sự tiến triển của bệnh. Chế độ ăn uống và hấp thụ các chất thiết yếu thường không còn tối ưu cho những người bị ảnh hưởng. Do đó, bạn nên đặc biệt coi trọng việc cung cấp đầy đủ vitamin. Có rất nhiều nghiên cứu về việc bổ sung vitamin tổng hợp và bệnh Alzheimer.

****Thật không may, họ thường không cho phép đưa ra kết luận rõ ràng **Vitamin E Một nghiên cứu cho thấy tình trạng của nhóm dùng vitamin E (1000 IU, hai lần mỗi** ngày trong 2 năm) tốt hơn so với nhóm dùng giả dược, nhiều người khác lại âm tính. Tỷ lệ tử vong tăng lên cũng được ghi nhận khi dùng vitamin E liều cao (400 IU/ngày).

****Trong mọi trường hợp, **người hút thuốc không nên dùng vitamin E:** nó làm tăng **nguy cơ ung thư phổi.** *vitamin B Thiếu vitamin B có thể gây ra các triệu chứng sa sút trí tuệ. Vì vậy, cần đảm bảo bệnh nhân được cung cấp đầy đủ chất này (B1, B6, B12, axit folic).*

Thật không may, các nghiên cứu lâm sàng đã không thể ngăn chặn được tình trạng **suy giảm tinh thần ở bệnh nhân Alzheimer, ngay cả với vitamin B.** Q10 **Coenzym Q10 đóng vai trò là chất "làm sạch gốc tự do", cung cấp năng lượng và giảm stress oxy hóa.**

****Vì vậy, người ta tin rằng nó có thể đóng một vai trò quan trọng trong việc điều trị các bệnh về hệ thần kinh.

Nó thúc đẩy việc sản xuất năng lượng và do đó kích thích sự trao đổi chất. Dựa trên dữ liệu có sẵn, người ta cho **rằng bệnh nhân Alzheimer có thể được hưởng lợi rất nhiều từ coenzym Q10 hoặc ubiquinol (biến thể có hoạt tính sinh học).**

Tuy nhiên, các nghiên cứu lâm sàng đo lường trực tiếp lợi ích vẫn chưa được xem xét.

******Lecithin Trong bệnh Alzheimer, chất** dẫn truyền thần kinh acetylcholine giảm trong não. Acetylcholine được cơ thể tạo ra từ lecithin.

Do đó, việc kiểm tra xem lecithin có thể thúc đẩy quá trình sản xuất chất này hay không là điều hợp lý. Thật không may, các nghiên cứu có liên quan đều tiêu cực. Phòng ngừa và lời khuyên cho người thân

**** **Bạn có thể làm gì để ngăn ngừa bệnh Alzheimer?** Sự tiến triển của bệnh **Alzheimer c**ó thể được làm chậm lại thông qua lối sống lành mạnh và một loạt các biện pháp kích hoạt. Bộ não cần được rèn luyện càng lâu càng tốt, lý tưởng nhất là trong suốt cuộc đời. Điều hợp lý nhất cần làm là hoạt động thể chất và tinh thần phòng ngừa cũng như tránh các yếu tố gây căng thẳng và chất độc như nicotin và rượu.

Hãy chắc chắn rằng bạn ăn một chế độ ăn uống lành mạnh và tập thể dục nhiều.

Các nghiên cứu cho thấy tác dụng tích cực của việc đi bộ thường xuyên. Hơn nữa: với chế độ ăn kiêng này bạn có thể ngăn ngừa **bệnh Alzheimer** Lời khuyên cho người thân Không chỉ bản thân người **bệnh Alzhei**mer mà người thân của họ cũng thường xuyên cần được hỗ trợ trong việc chăm sóc và giải quyết những căng thẳng tâm lý. Việc chăm sóc người thân tốn rất nhiều thời gian và tiền bạc.

Không có gì lạ khi người chăm sóc từ bỏ sở thích, người quen và bỏ qua những ngày nghỉ rất cần thiết. Đừng đợi cho đến khi bạn kiệt sức và nhận được sự hỗ trợ kịp thời!

Các phương pháp điều trị bổ **sung cho bệnh Alzheimer** Ngoài những cây thuốc có tác dụng phòng ngừa, còn có những lựa chọn điều trị khác từ liệu pháp tự nhiên **và thuốc thông thường cho bệnh Alzheimer.**

Nấm bờm sư tử là một loại thực phẩm bổ dưỡng rất phổ biến trong y học cổ truyền Trung Quốc. Một lượng lớn nghiên cứu đã tập trung vào loại nấm tăng cường trí não này trong vài năm qua và kết quả không có gì đáng kinh ngạc. Một **nghiên cứu được công bố trên Tạp chí Hóa học Nông nghiệp và Thực phẩm liệt kê những lợi ích bằng cách nêu rõ nấm** bờm sư tử là "kháng sinh, chống ung thư, trị đái tháo đường, chống mệt mỏi, hạ huyết áp, chống tăng mỡ máu, chống lão hóa [chống lão hóa], bảo vệ tim mạch, bảo vệ gan, bảo vệ thận và bảo vệ thần kinh, đồng thời cải thiện sự lo lắng, chức năng nhận thức và trầm cảm.**

1.   Tăng cường chức năng não và mang lại lợi ích cho hệ thần kinh Có lẽ đặc điểm được nghiên cứu kỹ lưỡng nhất của nấm bờm sư tử là tác động lên tế bào não và các chức năng liên quan. Loại nấm đáng kinh ngạc này có thể có tác động mang tính cách mạng đối với các bệnh thoái hóa thần kinh. Theo nghiên cứu được công bố trên Tạp chí Quốc tế về Nấm thuốc, một phương pháp mà bờm sư tử ảnh hưởng đến chức năng não là tăng cường "sự phát triển thần kinh" trong não và các cơ quan liên quan. Sự phát triển của nơ-ron thần kinh đề cập đến sự phát triển của các sợi trục và đuôi gai từ các nơ-ron. Đó là một vấn đề lớn trong nghiên cứu sức khỏe não bộ. Bằng cách tăng sự tăng trưởng này, có thể làm chậm hoặc đảo ngược quá trình thoái hóa tế bào trong não - **đặc điểm chính của các bệnh như Alzheimer và Parkinson.**

2.   Một nghiên cứu năm 2012 được thực hiện ở Malaysia cho thấy ăn nấm bờm sư tử thực sự có thể tái **tạo các tế bào bị tổn thương do chấn thương dây thần kinh ngoại biên, một chấn thương ảnh hưởng đến mô mỏng manh** giữa não và tủy sống của bạn. Khi nghiên cứu xem các bệnh về não có thể bị ảnh hưởng như thế nào bởi các loại thuốc hoặc phương pháp điều trị cụ thể, các nhà khoa học thường sử dụng dòng tế bào PC12 để thử nghiệm. *Chất chiết xuất và các dạng nấm bờm sư tử khác nhau dường như có tác động lớn đến tế bào PC12, bảo vệ chúng khỏi bị hư hại và làm chậm đáng kể quá trình chết tế bào của chúng. Phát hiện này có thể được chứng minh là cực kỳ phù hợp trong việc ngăn ngừa hoặc điều trị các bệnh về não.* Trong nghiên cứu trên động vật được công bố trên Y học thay thế và bổ sung dựa trên bằng chứng, nấm bờm sư tử đã kích thích chức năng nhận **thức và giúp cải thiện trí nhớ ở chuột, cả chuột có và không có mô hình bệnh Alzheimer.**

3.   Nhiều nghiên cứu đã tìm thấy mối tương quan nghịch giữa bệnh bờm sư tử và các triệu chứng liên **quan đến bệnh Alzheimer,** có nghĩa là sau khi tiêu thụ chiết xuất nấm, các triệu chứng của chuột được cải thiện. Sự cải thiện tình trạng suy giảm nhận thức nhẹ ở người cũng được tìm thấy trong nghiên cứu được công bố trên Phytotherapy Research sau 8 đến 16 tuần bổ sung bờm sư tử, mặc dù sự cải thiện này không kéo dài sau khi các đối tượng ngừng dùng chất bổ sung này. **Nguy cơ tổn thương do thiếu máu cục bộ (tổn thương do thiếu lưu lượng máu)** *đối với tế bào thần kinh cũng rất quan trọng khi bạn nói về tổn thương não và bệnh tật.* Trong các thử nghiệm trong

phòng thí nghiệm được tiến hành ở Đài Loan, nấm bờm sư tử đã được chứng minh là giúp ngăn ngừa loại chấn thương này. Theo nghiên cứu trên động vật được công bố trên Tạp chí Y học Dịch thuật, việc dùng thực phẩm bổ sung bờm sư tử cũng được phát hiện là có tác dụng bảo vệ khả năng lây lan của bệnh Parkinson, một chứng rối loạn thoái hóa thần kinh khác.

4.   ***Mặc dù nghiên cứu này vẫn còn ở giai đoạn sơ khai và chưa tiến tới thử nghiệm quy mô lớn trên người trong hầu hết các trường hợp, nhưng không nên bỏ qua tác dụng nhất quán của nấm bờm sư tử đối với tế bào não.***

(Amy tổng hợp từ PHYDOTOC/MED...)

RED REISHI · CORDYCEPS · GANOGOLD SYNTHE

NẤM LINH CHI - ĐÔNG TRÙNG HẠ THẢO - NẤM TỔNG HỢP

SẢN PHẨM ĐƯỢC BỘ NÔNG NGHIỆP HOA KỲ
CHỨNG NHẬN USDA ORGANIC, 100% NUÔI TRỒNG VÀ SẢN XUẤT TẠI MỸ.

GIÚP NÂNG CAO SỨC ĐỀ KHÁNG I GIÚP TĂNG CƯỜNG SINH LỰC, BỔ THẬN, GIẢM TIỂU ĐÊM I GIÚP NGỦ NGON, NGỦ SÂU, GIẢM STRESSES.
GIÚP GIẢM BỚT ĐAU NHỨC, TÊ TAY TÊ CHÂN I GIÚP ĐIỀU HÒA HUYẾT ÁP ĐẢ THÔNG KINH MẠCH I GIÚP HƠI THỞ THÔNG THOÁNG VÀ BỔ PHỔI.
GIÚP CƠ THỂ HẤP THỤ OXYGEN NHIỀU HƠN NÊN LÀM VIỆC KHÔNG BIẾT MỆT.

Môi trường phòng thí nghiệm sạch
Là ngân hàng https://www.youtube.com/watch?v=CWoLeYgPTy4&ab_channel=VideoAloBacsi nuôi cấy phi chính phủ lớn nhất ở Hoa Kỳ, các giống nấm của chúng tôi được giữ trong môi trường sạch sẽ từ phòng thí nghiệm đến chai.
Không có thuốc trừ sâu và được chứng nhận GMP, đông trùng hạ thảo hữu cơ của chúng tôi được khử trùng và mỗi lô đều được kiểm tra để đảm bảo bạn có được các vi sản phẩm chất lượng cao nhất từ phòng thí nghiệm đến viên nang.
nấm dược liệu hữu cơ
Chứng nhận hữu cơ Tất cả các sản phẩm và nhà cung cấp đông trùng hạ thảo của chúng tôi đã được xác minh là hữu cơ. Điều này có nghĩa là hạt giống nấm của chúng tôi không có thuốc trừ sâu, phân bón hóa học và các chất phụ gia tổng hợp khác. nấm dược liệu hữu cơ Tiêu chuẩn chất lượng nghiêm ngặt
Việc nuôi cấy nấm của chúng tôi được kiểm tra hàng loạt để đảm bảo chúng không có bệnh tật, nấm mốc hoặc vết bẩn như kim loại nặng, e-coli và salmonella. Mỗi mầm nấm đều được kiểm tra để đảm bảo chúng chính xác là những loại nấm mà bạn đang tìm kiếm.
nấm dược liệu hữu cơ Được trồng ở Mỹ Từ quá trình phát triển trong phòng thí nghiệm đến dạng bột trong chai, từng bước trong quá trình trồng và sản xuất đông trùng hạ thảo hữu cơ tại Hoa Kỳ.

TIẾNG XE VESPA PẠCH PẠCH

BS Trần quý Trâm

Viết để tưởng nhớ BS Nguyễn Trung Trinh vừa mới qua đời ở Huế !

" *Nhà nàng ở cạnh nhà tôi*

Cách nhau chỉ con đường Cô Giang thôi

Tôi biết nàng qua mấy năm trời

Hằng ngày nàng đạp xe đi học

Còn tôi thì cứ rượt theo nàng toát mồ hôi

Mỗi lần tôi đạp xe xông tới

Định qua mặt nàng làm le chơi

Số trời không cho tôi thấy mát

Sên xe lại trật mất tiêu rồi

Mỉm cười nàng nguýt rồi nháy mắt

Ngó xa nàng đã mất tăm hơi !

Còn tôi định mùa xuân năm tới

Vô nhà nàng nói chuyện bớt sầu vơi

Nhờ Trung Trinh với tiếng xe pạch pạch

Chở tôi xàng qua xàng lại nhà nàng

Rồi một hôm tin vui chợt bay tới !

Nàng ok bằng mắt không bằng lời !

Ba mẹ nàng một hôm kêu nàng hỏi

Mấy hôm nay không thấy xe pạch pạch

Mi làm ren để 4 mắt giận rồi !

Anh chàng ngồi sau cũng đẹp trai

Xe đâu không có bạn chở hoài

Nó định cua mi mà không biết

Tiếng xe kêu bạch bạch thấy mà vui !

Chuyện tính từ nhà sách Thượng Tứ Huế.

Nhà sách Thượng Tứ là 1 kiosque nhỏ bán sách báo, đồ dùng học sinh nằm ngay trước mặt đài phát thanh Huế bên cạnh cầu Trường Tiền, tôi có cái bệnh là mê đọc truyện của Kim Dung như điếu đổ, cứ mỗi ngày báo do bác Phi chủ sạp báo chở báo từ Air VN bên đường Trần hưng Đạo qua là tôi có mặt tại sạp báo, cầm tờ Chính Luận trong tay tôi đọc ngấu nghiến những chuyện tình đang còn dang dở ướt át cuả 2 nhân vật trong truyện mà tôi mê nhất : Cô gái đồ Long, đó là chàng thư sinh mặt trắng Dương Quá và cô nàng Tiểu long Nữ vô cùng xinh đẹp. Ban đầu mua báo sau dần tự nhiên coi cọp không trả tiền, coi xong lặng lẽ xếp lại cho ngay ngắn rồi rượt theo Tiểu long Nữ của tôi đang đạp xe đàng xa !

Sạp báo của vợ chồng bác Phi người hiền lành cùng với Lộc trạc tuổi tôi và Kim Chi còn nhỏ khoảng 9, 10 tuổi, biết tôi thỉnh thoảng coi báo cọp nhưng họ không nói , có lần tôi định đi, Lộc la lên : anh Trâm khoan đi báo Chính luận hôm nay đăng gấp đôi truyện Thần đao đại hiệp ! Anh lấy mà coi. Đối với tôi ở trong mật thất cổ mộ, vô tình tôi gán ghép người tôi yêu bấy lâu là Tiểu long Nữ !

Tiểu long Nữ cuả tôi trạc 17- 18 tuổi, mái tóc đen tuyền, toàn thân nàng trắng như tuyết, khuôn mặt tú mỹ tuyệt vời, da dẻ trắng xanh vì ở trong cổ mộ lâu ngày thiếu ánh mặt trời, có lần tôi là Dương Quá (tự phong) bắt gặp ánh mắt của nàng , thiếu nữ nầy thật thanh lệ tú nhã, càng nhìn càng ưa thích nhưng thần sắc càng nhìn càng thấy lạnh lùng, chẳng biết nàng mừng, giận hay buồn vui ! Ban ngày theo riết không được, qua ngỏ nhà em thi gặp phải cặp mắt nhìn xoi bói của mấy anh em nàng... nghỉ hết cách tôi phải nhờ đến Kim Mao Sư Vương tên ngoài đời là Nguyễn Trung Trinh năm thứ 4 Y khoa cùng lớp với tôi. Sau khi tâm sự loài chim biển với Trinh, nó cười to : tưởng chuyện gì to tát chớ mi muốn dụ Tiểu long Nữ ra khỏi ngôi nhà cổ đó, chuyện nhỏ dễ ợt ! Mà mi cũng tranh thủ đưa nàng ra sớm, mà mi có chắc là nàng có cảm tình với mi thiệt không ? Nếu chắc thì tao giúp cho ! Tao nghe tin thằng công

tử Hoắc Đô cũng sắp đến cầu hôn nàng rồi đó ! Nó giàu và thủ đoạn lắm , coi chừng nó phổng tay trên mi là rồi đời cơm nguội nghe không con?

Ngày mai Trung Trinh lái 1 chiếc xe Vespa màu xanh xe nầy, hình như ống Bô có vấn đề nên khi chạy tiếng nổ kêu pành pạch khói xe bốc mù mịt ! Tôi ngần ngại chưa lên ngồi, nó la bải bãi :

- Lên mau . Tiểu long Nữ của mi bải học đang trên đường về nhà !

Tôi phóng lên ngồi sau yên, Trung Trinh lách xe tài tình, qua xe đạp của Tiểu long Nữ, tiếng pạch pạch của xe vang dội như chào mừng người mới khuấy động cả lòng tịch mịch bấy lâu của Tiểu long Nữ, nàng nhìn tôi nguýt 1 cái rồi lẫn vào đám đông. Tôi hỏi Trung Trinh :

“Cái môn pháp Pạch Pạch” mi học ở đâu vậy tao thấy cũng có kết quả đó!

Đó là môn Sư tử hống của Kim Mao Sư Vương sử dụng rất có kết quả ! Tôi sẽ giúp bạn tìm người yêu Tiểu long Nữ cho bạn nhưng phải có thời gian !

Từ đó Trung Trinh chở tôi đi học , tôi dẹp cái xe đạp trật sên của tôi qua 1 bên , Trung Trinh chở tôi đi học bằng xe vespa, và hằng ngày xe lượn qua lượn lại qua nhà nàng , tiếng pạch pạch quen thuộc vang lên hằng ngày , ngồi sau xe, anh chàng 4 mắt học y khoa năm thứ tư, qua ngôi nhà cổ mộ của Tiểu long Nữ liếc qua liếc lại tâm trí để nơi đâu ! Chao ơi mối tình của Dương Quávà Tiểu long nữ ! Hằng ngày tiếng pạch pạch hình như đi vào lòng mọi người , sau nầy không có tiếng xe vespa kêu pàch pạch hằng ngày , có lần Kim Bà bà { mẩu thân của Tiểu long Nữ) thắc mắc : mấy ngày nay không nghe tiếng pạch pạch , không thấy cậu sinh viên 4 mắt , bà hỏi Tiểu long Nữ : Con có làm gì mất lòng người ta không ? Có người vô bệnh viện thấy cậu là BS mổ giỏi lắm ! nó vừa mổ con Thanh Khê con Đại tà Hiệp bên cạnh nhà mình đó !

Năm sau chúng tôi đều năm thứ 5 y khoa , sau tết mậu thân Trung Trinh và tôi đều vô Sài gòn tiếp tục học.

Tiếng xe vespa và tiếng kêu Pạch Pạch không còn nữa! Để đổi lại bây giờ

Tiểu long Nữ và Dương Quá tôi nay đã kết nghĩa thành đôi uyên ương mới sản xuất 1 công chúa rất dễ thương.

Khi qua Mỹ vào khoảng tháng 6 năm 2023 nghe tin BS Nguyễn trung Trinh đã mất , tôi bàng hoàng xót xa vì đã mất 1 người bạn thân quý nhất trong đời của tôi ! Bài viết nầy dành cho mi đó.

Cám ơn mi đã dùng pháp môn Sư tử Hống để đem Tiểu long Nữ của tao ra khỏi ngôi nhà cổ ! Nghe Kim Dung miêu tả “: Tiểu long Nữ ngây thơ nhưng lạnh lùng, Bản tính nàng trầm mặc nhưng đối với Dương Quá lại hết mực dịu dàng , nồng ấm chu đáo.”

Vì là em là Tiểu long Nữ.

Anh nhìn em trong dạ ngẩn ngơ 1

Đời sống cũng phải biết khiêm tốn, KHÔNG kiêu ngạo với những người kém học vấn hơn mình và có địa vị thấp hơn mình kể cả NHÂN CÁCH VÀ CON NGƯỜI. KHÔNG PHỤ THUỘC VÀO LỚP vì họ cũng có tính cách nhân văn. Nếu bạn ở dưới sẽ có người giúp đỡ bạn.que sera sera Không ai biết rằng chúng ta sẽ cần họ trong tương lai. Nhưng những người cô cho là thấp kém CÓ THỂ CÓ LÚC GIÚP CHÚNG TA ...CÓ NGHĨA LÀ CÓ LÚC CHÚNG TA CŨNG CẦN ĐẾN HỌ

Im Leben müssen Sie auch wissen, wie Sie bescheiden und NICHT arrogant gegenüber denen sein können, die weniger gebildet sind als Sie und einen niedrigeren Status als Sie haben, einschließlich PERSÖNLICHKEIT UND MENSCHEN. Machen Sie sich nicht von der Klasse abhängig, denn sie haben auch humanistische Persönlichkeiten. Wenn Sie unten sind, wird jemand da sein, der Ihnen hilft. que sera sera Niemand weiß, dass wir sie in Zukunft brauchen werden. Aber die Menschen, die Sie für minderwertig halten, KÖNNEN UNS MANCHMAL HELFEN... WAS BEDEUTET, DASS WIR SIE MANCHMAL AUCH BRAUCHEN

(Tongoc&lehong)

TẠI SAO NGƯỜI VIỆT PHẢI RA ĐI BỎ LẠI QUÊ HƯƠNG

Thời Pháp thuộc, để thực hiện chính sách chia để trị, thực dân Pháp đã dựa vào sắc lệnh hành chính của vua Minh Mạng năm 1834 chia nước ta thành ba vùng: Bắc Kỳ (Bắc Kỳ),

An Nam (An Nam) và Nam Kỳ. hình thành Liên bang Đông Dương với hai nước Campuchia và Lào. Trong thời kỳ Dân tộc Việt Nam và Việt Nam Cộng hòa, ba miền được gọi là Bắc, Trung, Nam, còn chính quyền cộng sản gọi là Bắc, Trung, Nam. Theo Hiệp định Geneva, Việt Nam được chia thành hai phần: phía bắc vĩ tuyến 17,

Việt Nam Dân chủ Cộng hòa theo chế độ cộng sản, và phía nam, Việt Nam Cộng hòa theo chế độ tự do.

Con tàu chở người tị nạn từ miền Bắc năm 1954

Tiếp theo là cuộc di cư lớn của gần một triệu người miền Bắc vào miền Nam tìm kiếm tự do.

Trước đó, theo phong tục làng quê, người miền Bắc hiếm khi rời khỏi nơi sinh ra, trừ những trường hợp miễn cưỡng di cư vào nam để tránh sự đàn áp của Trịnh Kiểm thời Lê Mật, hoặc khi những người nghèo khác xin miền Nam được nhận vào miền Nam để nhập cư. làm công nhân đồn điền cao su thời Pháp thuộc.

Vì vậy, rất ít người miền Bắc định cư ở miền Nam vào thời điểm này. Nhưng sau khi cộng sản chiếm miền Bắc, người dân ở đó đã phải chịu đựng những trải nghiệm đau thương khi sống ở vùng bị cộng sản chiếm đóng, nên năm 1954 họ đã bỏ lại nhà cửa, ruộng vườn, của cải để vào miền Nam bằng mọi phương tiện có thể: tàu thủy, tàu hỏa, Máy bay... thậm chí còn bồng bềnh trên sông Bến Hải.

Chính phủ Thủ tướng Ngô Đình Diệm thành lập Tổng cục Di cư và Tị nạn để tái định cư số lượng lớn người di cư khắp miền Nam, từ duyên hải miền Trung và Tây Nguyên đến miền Đông và Tây Nam. Một phần và thậm chí ở Sài Gòn và các tỉnh lân cận như Gia Định; Biên Hòa, Phước Tuy...

Các khu định cư nổi tiếng tập trung đông đảo người di cư miền Bắc là Cái Sán giáp ranh tỉnh An Giang và Kiên Giang, Phước Tịnh ở Phước Tuy, Hố Nai ở Biên Hòa, Xóm Mới ở Gò Vấp...

Với bản tính chăm chỉ, nhiều người nhập cư miền Bắc đã thành công trong sự nghiệp, kinh doanh từ đầu và trở nên giàu có. Đầu những năm 1970, tôi dạy học ở Biên Hòa, có dịp chạy xe qua khu vực Hố Nai và chứng kiến sự phồn vinh của người dân di cư nơi đây qua những ngôi nhà rộng rãi, ô tô đậu trước sân. . Có rất nhiều người miền Bắc di cư khi có đủ tiền về Sài Gòn lập nghiệp và họ cũng thành đạt như người Hoa ở Chợ Lớn. Hồi học ở trường Nguyễn Văn Khuê, tôi có một người bạn cùng lớp tên là Hà, em trai chủ quán. Giày của Gia nổi tiếng khắp Sài Gòn. Ông cũng là một người nhập cư từ miền Bắc. Một người bạn cùng lớp khác, Phùng Quốc Bố, là con trai chủ tiệm giày Phùng Đình trên đường Hồ Văn Nga, con đường tập trung các cửa hàng âm nhạc lúc bấy giờ.

Nguoi di cư Bắc : Có rất nhiều cửa hàng giày và tiệm bánh của người di cư Bắc trên đường Lê Thánh Tôn và Gia Long. Hồi học lớp một ở Chu Văn An, nơi học sinh phần lớn là người Bắc nhập cư, tôi được biết có những bạn cùng lớp là con cháu Hiệu may Tú Bảo, Nhà tang lễ Tô Bia, Quán trà Hiền Khánh, Nhà Marken. là. Nổi tiếng ở Sài Gòn.

Những người nhập cư miền Bắc cũng thành công trong việc học tập và trở thành những thành viên nòng cốt trong hệ thống hành chính và quân sự của Việt Nam Cộng hòa. Ngoài ra, họ còn có đóng góp cho miền Nam về văn hóa, giáo dục, y tế: hầu hết các nhà văn, nhà thơ, nhạc sĩ, giáo sư, bác sĩ của Hà Nội từ ngàn năm văn chương đều tìm được đường đến đất nước này.

Nhờ đó, miền Nam dù mới tồn tại được 21 năm nhưng đã có được khối tài sản lớn về mặt này. Trong những năm học trung học và đại học, hầu hết giáo viên của tôi đều là người nhập cư từ miền Bắc. Sau này, khi bắt đầu đi dạy, tôi cũng có nhiều đồng nghiệp người Bắc di cư sang.

Dần dần, những người nhập cư miền Bắc bắt đầu coi mình là người miền Nam, đặc biệt là sau khi miền Nam sụp đổ. Họ không muốn mọi người đánh đồng họ với những người miền Bắc di cư vào miền Nam sau năm 1975. Mặc dù trước 1975 người ta **đôi khi gọi người Việt Nam ở miền Bắc là "người Bắc" hay gọi tắt là "Bắc Kỳ"** mang ý nghĩa phân biệt đối xử, nhưng bản chất thuật ngữ này không hề có nghĩa xấu mà chỉ đơn giản là ám chỉ nguồn gốc của họ. của người Bắc (chữ Kỳ có nghĩa là vùng, miền), đôi khi được dùng với nghĩa "tình cảm" như nhà thơ Nguyễn Tất Nhiên.

Hình ảnh nội tuyến Tập đoàn quân 75 mang "chiến lợi phẩm" ra Bắc Tuy nhiên, sau khi quân xâm lược từ phương Bắc chiếm đóng miền Nam bằng xe tăng và pháo binh của Liên Xô và Trung Quốc, một làn sóng người từ phương Bắc tràn vào miền Nam.

Khác với năm 1954, lần này chúng đến cướp phá tài sản của nhân dân miền Nam. Nếu như người miền Bắc di cư vào Nam năm 1954 đã giúp miền Nam trở thành một nước văn minh, thịnh vượng thì người miền Bắc di cư vào Nam sau năm 1975, ngoài một số người dân nghèo vào đây, đã trải qua cuộc sống mưu sinh, nhiều thay đổi.
.

(AMY TỔNG HỢP FROM DEUTCH NACHRICHT)

Người mẫu ảnh: Amy Ngân

Dầu bạc hà Nhật Bản để trị liệu bằng hương thơm

Bạc hà Nhật Bản đã trở thành một loại Tinh dầu trị liệu bằng hương thơm được yêu thích rộng rãi. Hương thơm của bạc hà thanh mát và trong trẻo với vị ngọt nhẹ tinh tế bay bổng và đầy cảm hứng.

Tạo trải nghiệm độc đáo của riêng bạn bằng cách pha trộn , Dầu Bạc hà Nhật Bản với các chất cần thiết khác để nâng cao thói quen Trị liệu bằng hương thơm của bạn. Dầu Bạc hà có thể được thêm vào bồn tắm hoặc vòi hoa sen của bạn để có trải nghiệm như ở nhà, spa hoặc thêm vào chất khác để tạo ra Dầu xoa bóp gợi cảm. Bạn cũng có thể sáng tạo bằng cách thêm nó vào các dự án DIY của mình, như làm xà phòng, nến và các sản phẩm chăm sóc cá nhân khác!

Tinh dầu bạc hà Nhật Bản là gì?

Dầu bạc hà Nhật Bản có nguồn gốc từ chiết xuất của cây bạc hà Nhật Bản. Những loại bạc hà này là cây bản địa của Nhật Bản nhưng cũng phổ biến ở các khu vực khác của Châu Á, Châu Âu và Nam Mỹ.

Cây bạc hà lâu năm phát triển cao đến 60 cm với hoa chớm nở màu tím nhạt chủ yếu nở vào giữa tháng 6 và tháng 8. Lá là nơi chiết xuất các chất dinh dưỡng thực vật của loài cây này.

100% PURE & NATURE

Ingredient: Pure Lemon Eucalyptus Oil (Corymbia Citriodora).

Directions: Enjoy the benefits of pure essential oil for massage or in your bath. For massage, dilute at a recommended rate of 5 drops of essential oil to 10mL.

www.truherbsusa.com

Full Spectrum
TINH DẦU CHANH - BẠCH ĐÀN
Corymbia Citriodora
Lemon Eucalyptus Oil
PURE ESSENTIAL OIL
100% PURE
0.51 FL. OZ. (15 mL)

WARNING: Dilute in a carrier oil. Do not use directly on skin or apply to broken or irritated skin. Keep out of reach of children. Keep oils away from eyes. If you are pregnant, nursing, taking any medications or have any medical condition, consult your doctor before use. Discontinue use and consult your doctor if any adverse reactions occur. Keep oils away from hard surfaces and finishes.
Made in USA
ALL NATURAL
GC/MS PASSED
0 19557 08422 7

Ingredient: Pure Lemongrass Oil.

Directions: Enjoy the benefits of pure essential oil for massage or in your bath. For massage, dilute at a recommended rate of 5 drops of essential oil to 10mL.

www.truherbsusa.com

Full Spectrum
TINH DẦU SẢ
Lemongrass Oil
PURE ESSENTIAL OIL
100% PURE
0.51 FL. OZ. (15 mL)

WARNING: Dilute in a carrier oil. Do not use directly on skin or apply to broken or irritated skin. Keep out of reach of children. Keep oils away from eyes. If you are pregnant, nursing, taking any medications or have any medical condition, consult your doctor before use. Discontinue use and consult your doctor if any adverse reactions occur. Keep oils away from hard surfaces and finishes.
Made in USA
ALL NATURAL
GC/MS PASSED
0 19557 08466 1

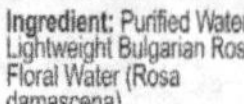

Ingredient: Purified Water, Lightweight Bulgarian Rose Floral Water (Rosa damascena).

Directions: Mist directly onto your face and neck, or add a few drops to your favorite daily moisturizer and apply to clean skin to act as a gentle toner. Spritz into your hair or onto your face any time you need a refreshing "pick-me-up" throughout the day. Avoid contact with eyes when spraying mist on to face.

www.truherbsusa.com

Rosa Damascena
REFRESHING MIST TONER
Rose Water
BULGARIAN
100% PURE
2 FL. OZ. (59 mL)

WARNING: For external use only. Do not ingest. If you have sensitive skin, dilute further in base oil or additional water before applying to skin. Avoid contact with eyes. Do not apply to broken or irritated skin or areas affected by rashes. Discontinue use and consult your doctor if any adverse reaction occur. If you are pregnant, nursing, taking any medications or have any medical condition, consult your doctor before use. Store in a cool, dry place out of direct sunlight. Do not use on children or animals. Keep out of reach of children.
Topical Skin Care
Made in USA
ALL NATURAL
8 2

Ingredient: Japanese Eucalyptus Oil.

Directions: Enjoy the benefits of essential oil for massage or in your bath. For massage, dilute at a recommended rate of 5 drops of essential oil to 10mL.

www.truherbsusa.com

Full Spectrum
TINH DẦU KHUYNH DIỆP
Eucalyptus Oil
PURE ESSENTIAL OIL
100% PURE
0.51 FL. OZ. (59 mL)

WARNING: Dilute in a carrier oil. Do not use directly on skin or apply to broken or irritated skin. Keep out of reach of children. Keep oils away from eyes. If you are pregnant, nursing, taking any medications or have any medical condition, consult your doctor before use. Discontinue use and consult your doctor if any adverse reactions occur. Keep oils away from hard surfaces and finishes.
Made in USA
ALL NATURAL
0 19557 08497 5

Ingredient: Jasmine oil with other fragrances (synthetic).

Directions: Enjoy the benefits of pure essential oil for massage or in your bath. For massage, dilute at a recommended rate of 5 drops of essential oil to 10mL.

www.truherbsusa.com

Full Spectrum
TINH DẦU HOA NHÀI
Jasmine Oil
PURE ESSENTIAL OIL
100% PURE
0.51 FL. OZ. (15 mL)

WARNING: Dilute in a carrier oil. Do not use directly on skin or apply to broken or irritated skin. Keep out of reach of children. Keep oils away from eyes. If you are pregnant, nursing, taking any medications or have any medical condition, consult your doctor before use. Discontinue use and consult your doctor if any adverse reactions occur. Keep oils away from hard surfaces and finishes.
Made in USA
ALL NATURAL
GC/MS PASSED
0 19557 08461 6

Ingredient: 100% pure lavender oil.
Lavandula angustifolia

Directions: Enjoy the benefits of pure essential oil for massage or in your bath. For massage, dilute at a recommended rate of 5 drops of essential oil to 10mL.

www.truherbsusa.com

Full Spectrum
TINH DẦU HOA OẢI HƯƠNG
LAVENDER OIL
PURE ESSENTIAL OIL
100% PURE
0.51 FL. OZ. (15 mL)

WARNING: Dilute in a carrier oil. Do not use directly on skin or apply to broken or irritated skin. Keep out of reach of children. Keep oils away from eyes. If you are pregnant, nursing, taking any medications or have any medical condition, consult your doctor before use. Discontinue use and consult your doctor if any adverse reactions occur. Keep oils away from hard surfaces and finishes.
Made in USA
ALL NATURAL
GC/MS PASSED
0 19557 08462 3

WARNING: Dilute in a carrier oil. Do not use directly on skin or apply to broken or irritated skin. Keep out of reach of children. Keep oils away from eyes. If skin sensitivity occurs, discontinue use. If you are pregnant, nursing, taking any medications or have any medical condition, consult your doctor before use. Discontinue use and consult your doctor if any adverse reactions occur. Keep oils away from hard surfaces and finishes.

www.truherbsusa.com

Full Spectrum
TINH DẦU QUẾ
Cinnamon Oil
PURE ESSENTIAL OIL
100% PURE   2 FL. OZ. (59 mL)

Ingredient: Cinnamon Oil (Cinnamomum zeylanicum).

Directions: Enjoy the benefits of essential oil for massage or in your bath. For massage, dilute at a recommended rate of 5 drops of essential oil to 10mL.
Made in USA
ALL NATURAL

WARNING: Dilute in a soap, deodorant, or other personal care products. Do not apply to broken or irritated skin. If skin sensitivity occurs, discontinue use. If you are pregnant, nursing or taking any medications, consult your doctor before use. Discontinue use and consult if any adverse reactions occur. Keep out of the reach of children. Keep oils away from eyes.
Made in USA
ALL NATURAL
www.truherbsusa.com

Full Spectrum
TINH DẦU ĐINH HƯƠNG
100% PURE
Clove Oil
PURE ESSENTIAL OIL
2 FL. OZ. (59 mL)

Ingredient: Fragrance oil.

Directions: Enjoy the benefits of fragrance oil in candle making, incense, potpourri, soaps, deodorants, and other bath and body products.

Công thức thần kỳ để giảm đau răng, giảm hôi miệng, hơi thở thơm tho.
The miracle recipe to relieve toothache !

"Vùng đất không người"

Sơn Tùng
(Viết để tưởng niệm Tô Ngọc)

Anh Tô Ngọc sang Mỹ năm 1992 qua "Chương trình HO" (8), sau 13 năm tù giam ở Việt Nam được gọi là "học tập cải tạo", sự thật là bị giam không án vô thời hạn trong những trại tập trung tàn bạo kiểu cộng sản mà ông Robert Funseth, nguyên Phụ tá Thứ trưởng Bộ Ngoại giao Hoa Kỳ, gọi là "vùng đất không người" (no-man's land).

Robert Funseth là người đã được Tổng thống Ronald Reagn đặc cử thay mặt chính quyền Hoa Kỳ điều đình với CSVN để trả tự do cho hàng chục ngàn người tù không án bị giam nhốt tại Việt Nam từ sau ngày chiến tranh chấm dứt vào năm 1975.

Cuộc điều đình cam go này đã kéo dài trong nhiều năm tháng cho đến khi một bản thỏa hiệp được ký kết vào ngày 30.7.1989, CSVN đồng ý thả những người "học tập cải tạo" và cho họ cùng với vợ con sang Mỹ định cư nếu đã "học tập" ba năm trở lên.

Để đạt được thành quả ngoại giao đầy tính nhân đạo này của Hoa Kỳ có sự đóng góp của nhiều người và nhiều yếu tố, nhưng phải nhìn nhận ông Funseth là người đã góp công đầu. Ông không chỉ là một nhà ngoại giao tận tụy với nhiệm vụ, mà còn là một con người có tâm hồn cao thượng và đầy lòng nhân ái.

Tâm hồn cao thượng và lòng nhân ái của ông Funseth đã tỏ rõ qua bài phát biểu của ông tại "Bữa cơm Đồng Tâm" do Hội Gia Đình Tù Nhân Chính Trị Việt Nam tổ chức tại Vùng Hoa-Thịnh-Đốn khoảng một năm sau ngày ký kết bản thỏa hiệp thả tù.

Dưới tựa đề "Nỗi buồn và niềm vui" (SORROW AND JOY), ông Funseth nói về những nỗ lực mà ông và nhiều người khác đã trải qua để giải thoát và tái định cư những người tù cải tạo ở Việt Nam sau chiến tranh. Trong bài phát biểu đầy xúc động, ông nói về câu "No-man's land" như sau:

"Vào mùa đông năm 1988 khi chúng ta đã thành công trong việc đạt được sự trả tự do cho nhiều tù nhân ra khỏi những trại cải tạo nhưng chúng ta chưa thành công trong việc xác định sự thỏa thuận của (CS) Việt Nam để cho phép những người này di cư sang Hoa Kỳ. Đó không chỉ là thời gian của trông đợi và hy vọng nhưng cũng là thời gian của sự bất trắc và thất vọng.

Trong thời gian này tôi đã được nghe câu chuyện sau đây từ cuộc Chiến tranh Thế giới lần thứ nhất về sự dấn thân, tính kiên định, lòng trung thành, tình bạn và tình yêu trên bãi chiến trường – những nguyên tắc đạo lý nền tảng làm thành các ý niệm về trách nhiệm, nghĩa vụ, kỷ luật và sự cống hiến là những cột chỉ đường thiết yếu dọc theo con đường chúng tôi phải đi theo để đạt được sự trả tự do cho tất cả những người tù cải tạo, sự đoàn tụ với gia đình và bạn hữu của họ và sự tái định cư tự nguyện của họ tại Hoa Kỳ.

Đó là câu chuyện của hai người lính trong cuộc Thế Chiến I. Một người bị thương nặng trên "vùng đất không người" giữa hai chiến hào của đôi bên thù địch và không thể trở về an toàn với đội ngũ của mình. Người lính kia, bạn thân của anh ta, xin phép viên thiếu úy chỉ huy cho anh ta rời đơn vị để đi cứu người bạn. Viên sĩ quan không đồng ý vì việc làm ấy cực kỳ nguy hiểm mà chưa chắc đã cứu được bạn anh ta.

Người lính, Jim, không tuân lệnh cấp chỉ huy. Chờ lúc viên sĩ quan quay lưng đi, Jim bò ra khỏi hầm và băng qua "vùng đất không người" giữa những làn đạn bắn xối xả từ phía đối phương, nhưng cũng tới được chỗ người bạn bị thương. Khi bắt đầu bò trở lại, kéo theo người bạn, Jim đã trúng đạn và cũng bị thương. Anh cố gắng bò một cách đau đớn nhưng vẫn không buông người bạn cho đến khi cả hai trở về nơi an toàn trong hầm của họ. Khi Jim quay lại nhìn người bạn, kinh hãi nhận ra anh ta đã chết.

Viên thiếu úy nói một cách tức giận: "Tôi đã bảo anh đừng đi. Bây giờ thì bạn anh đã chết và anh đã tự làm cho bị thương. Không đáng để làm như vậy."

Nhưng, người lính trẻ và bị thương nặng khẽ rên: "Đáng lắm chứ, thưa thiếu úy. Anh ta vẫn còn sống khi tôi tới đó, và đã nói với tôi: "Jim, tôi biết thế nào cậu cũng tới tìm tôi."

Ông Funseth nói: "Trong câu chuyện này, người lính can trường trong trận Thế Chiến Một tên là Jim, nhưng trong thời đại chúng ta, người ấy có thể là "Nguyen".

Tại sao không? Vì chúng ta đã và đang làm mọi cách để cứu những người tù cải tạo ra khỏi "vùng đất không người".

Nhờ những con người, Mỹ và Việt, có tâm hồn cao thượng và lòng nhân ái như vậy mà hàng ngàn tù nhân chính trị - trong đó có ký giả Tô Ngọc - đã được cứu ra khỏi vùng đất hung hiểm, tàn bạo và chết chóc.

Người xưa có câu "nhất nhật tại tù thiên thu tại ngoại". Tù ngày xưa so với những trại tập trung học tập cải tạo của Cộng Hòa Xã Hội Chủ Nghĩa Việt Nam ngày nay chắc là "đơn giản" hơn nhiều, không "tiến bộ" như ngày nay - một thứ "địa ngục trần gian" để đày ải những con người vô tội.

Tô Ngọc, một người cầm bút lương thiện đáng kính, đã làm gì mà phải "học tập cải tạo" tới 13 năm, và nếu không được cứu ra khỏi "vùng đất không người" thì còn phải "học tập" thêm bao nhiêu năm nữa mới... tốt nghiệp?

Năm 1993, có dịp đi San Joe ở miền Bắc California, tôi tới thăm Tô Ngọc và bà mẹ anh khi họ vừa từ Việt Nam sang Mỹ được vài tháng. Tôi đã nhìn thấy dấu vết của 13 năm "học tập" trên gương mặt trầm tư của người bạn, còn đâu những nét vui tươi yêu đời ngày nào. Bà mẹ phúc hậu của anh đã nói rất ít về những năm tù tội của con nhưng thỉnh thoảng lại kín đáo thấm những giọt nước mắt của bà Mẹ Việt Nam đã chịu quá nhiều khổ đau trong chiến tranh và cả trong cái gọi là "hòa bình".

Tôi nghĩ ông Funseth đã có lý khi so sánh các trại tập trung học tập cải tạo ở Việt Nam với "vùng đất không người" trong câu chuyện về hai người lính Mỹ của cuộc Thế Chiến I

Những kẻ thắng cuộc trong các trại tập trung cải tạo ở Việt Nam không phải là những con người đúng nghĩa. Họ đã biến thân thành những con quỷ dữ mang hình dáng "người" trong một địa ngục trần gian có thật sau cuộc chiến khốc liệt giữa những người cùng chung tổ tiên nòi giống.

Virginia Mùa Thu 2021

Sơn Tùng

Trong quá trình học ở Mỹ, tôi nhận thấy có sự khác biệt lớn giữa chi phí học tập ở Mỹ và ở Đức.

Bởi Safin Ilyas
Đức

International School of Silicon Valley - German International Abitur

American

- Tháng Sáu 12, 2019 Trong quá trình học ở Mỹ, tôi nhận thấy có sự khác

biệt lớn giữa chi phí học tập ở Mỹ và ở Đức.

Đối với nhiều người ở Mỹ, học tập có nghĩa là bước vào một cuộc sống tốt đẹp hơn. Thị trường việc làm rất khó khăn và một tấm bằng tốt từ trường đại học hoặc cao đẳng là điều "phải có" trong một số ngành. Nhưng đường đến đó rất khó khăn.

Khi trò chuyện với nhiều sinh viên Mỹ, trong đó có bạn cùng phòng, tôi nghe nói rằng việc tài trợ cho việc học của mình là một thách thức lớn. safin-ilyas

Nếu bạn muốn bắt đầu học sau trung học để trở thành bác sĩ, kỹ sư hoặc giáo viên, bạn cần có một nguồn tài chính dự trữ lớn. Bằng Cử nhân có giá trung bình là **28.000 USD** mỗi năm tại một trường đại học tư và 7.000 **USD** mỗi năm tại một trường đại học công lập, cộng với chi phí duy trì.

Các trường đại học hàng đầu như Đại học Harvard hay Đại học Stanford, với học phí hơn 50.000 USD/năm, nằm ngoài tầm với của nhiều bạn trẻ chỉ vì nguồn tài trợ. Nhiều bậc cha mẹ bắt đầu tiết kiệm cho việc học của con mình ngay từ khi mới sinh. Tuy nhiên, hầu hết sinh viên vẫn phải vay vốn sinh viên từ ngân hàng.

Ngay cả khi sau này họ kiếm được nhiều tiền, họ vẫn gặp áp lực và khó khăn trong việc trả các khoản vay sinh viên trong những năm đầu khởi nghiệp.

Nhưng may mắn thay, hầu hết các trường đại học ở Mỹ đều cấp học bổng miễn giảm học phí. Học bổng được trao ví dụ như trong thể thao, nghệ thuật hoặc dành cho các hộ gia đình có thu nhập thấp có thể giảm tới 100% học phí. Nhiều sinh viên tại UCSB có Học bổng tài trợ toàn phần hoặc một phần để họ có thể học tập

So với Mỹ, chi phí học tập tại một trường đại học ở Đức rất thấp. Hầu hết sinh viên Đức học theo cách cổ điển tại các trường đại học công lập. Một năm học lấy bằng cử nhân chỉ tốn 250-650. Ngay cả tại các trường đại học hàng đầu của Đức như Đại học Heidelberg hay RWTH Aachen, học phí cũng không vượt **quá 600** USD/năm. Thử thách lớn nhất đối với học sinh ở Đức là đạt được điểm trung bình cần thiết ở Oberstufe (trung học) để được nhận vào khóa học mong muốn. Học bổng giảm học phí thường không được các trường đại học cung cấp. Tại sao lại có sự khác biệt lớn như vậy? Nguyên nhân chính dẫn đến sự chênh lệch lớn về chi phí giữa việc học tập ở Mỹ và ở Đức chủ yếu dựa trên chính sách giáo dục.

Ở Hoa Kỳ, các trường đại học công lập được tài trợ bằng tiền của người đóng thuế tiểu bang nhưng số tiền này không bao gồm chi phí giảng dạy sinh viên

Người nộp thuế không "muốn" trả tiền gián tiếp cho việc học của người khác, thay vào đó mọi người phải tự trang trải chi phí cho mình.

Điều này dựa trên tâm lý **"ai cũng tự tạo ra vận may cho mình"**.

Đức được đặc trưng bởi một chính sách giáo dục xã hội. Nhà nước cố gắng làm cho giáo dục có thể tiếp cận được với mọi người thuộc mọi tầng lớp kinh tế xã hội. Nhà nước đầu tư một phần lớn tiền của người nộp thuế vào các trường đại học của bang và do đó cũng tài trợ cho việc giảng dạy cho tất cả sinh viên.

Cơ hội giáo dục rất quan trọng đối với xã hội Mỹ và Đức. Việc tài trợ cần được quản lý bằng chính sách giáo dục công bằng và hướng tới xã hội cho sinh viên và người nộp thuế. Cần cung cấp nhiều học bổng và hỗ trợ tài chính hơn nữa, vì có rất nhiều bạn trẻ có động lực và quyết tâm học tập nhưng không thể thực hiện được do hoàn cảnh tài chính của gia đình.

Tuy nhiên, việc thay thế khoản vay dành cho sinh viên ở Hoa Kỳ và thậm chí ở Đức cũng không nên được coi trực tiếp là một gánh nặng tài chính mà là một khoản đầu tư vào giáo dục và tương lai của chính mình

(Amy chuyển ngữ)

VĂN BẰNG ĐẠI HỌC THẬT HAY GIẢ

Trong "Thư Ngỏ gửi Các Nhà Lãnh Đạo Việt Nam về Hiểm Hoạ Ngoại Bang và Sức Mạnh Dân Tộc"[1] có phần nhận định như sau: "…Trong dân số gần 90 triệu, hơn 3 triệu người có trình độ đại học trở lên. Do biến chuyển thời cuộc, hiện có hơn 3 triệu người gốc Việt sinh sống tại nước ngoài, trong đó có hơn 300.000 người có trình độ đại học trở lên …".

Tuy không thấy 36 tác giả/đồng ký tên cho biết những con số trên xuất xứ từ đâu, nhưng độc giả tạm coi là khả chấp và mừng biết bao cho vận mệnh dân tộc Việt Nam ta hưng khởi như vậy.

Tuy nhiên chúng ta muốn biết là những con số "hơn 3 triệu" và hơn 300.000 người có trình độ đại học trở lên …" phản ánh tổng số văn bằng đại học thật? hay lẫn cả học vị giả của giới trí thức Việt Nam?

1.   KHÁI NIỆM HỌC VỊ ĐẠI HỌC

Tại Hoa Kỳ và các nước Tây Âu, các cơ sở công cũng như tư thường khuyến khích các dự ứng viên khởi nghiệp với văn bằng đại học ở mức độ cần thiết như cử nhân hay văn bằng chuyên môn, nên người ta thường cặm cụi học hành, tạo

luyện ở mức kiến thức tiên quyết đó. Các văn bằng đại học cao hơn sẽ bị coi là "bất dụng" hay "over-qualified", vì không ai muốn trả lương quá cao cho một nhân viên tập tễnh bước vào nghề [entry level]. Chỉ sau khi trở thành nhân viên thực thụ, muốn sớm thăng chức hoặc do nhu cầu chức nghiệp, người ta mới cần bổ túc học vấn, ghi danh học thêm với các chương trình hậu đại học [post-graduate programs].

Thông thường, sau tú tài, có tất cả 3 học vị đại học: cử nhân 4 năm, cao học thêm 2 năm, tiến sĩ thêm 4 năm nữa.

Người Pháp gọi văn bằng cử nhân là "licence", cũng có nghĩa là giấp phép làm việc, cái quyền mở sĩ nghiệp, hành nghề [luật sư, dạy học, chuyên môn, khoa học, quản trị v.v.]. Người có bằng cử nhân [licence/BA/BS] thuộc thành phần "chuyên nghiệp", có nghề nghiệp rõ rệt, hay "professionals". Không hơn, không kém.

Sau cử nhân là học vị cao học. Người Hoa Kỳ gọi bằng cao học là "Master degree"/MA/MS/ [có nghĩa đen là bằng cấp của "Thầy cả"]. Người Pháp gọi

là   D.E.S   [Diplôme   d'Études Supérieures], hay "Maîtrise" chuyển ngữ từ "Master's Degree".

Người Việt Nam chúng ta thường có khuynh hướng đề cao, tâng bốc quá lối nên trước 1975, tại Saigon đã thấy xuất hiện những học vị như "tiến sĩ đệ tam cấp" [dịch từ doctorat de spécialité de 3ème cycle]. Thực sự học vị này chỉ là thứ cao học chuyên nghiệp với chương chình 2 năm bổ túc. Khủng khiếp và oai nhất là với chế độ CSVN, học vị cao học [MA/MS] bổng nhảy vọt lên cấp bực "thạc sĩ".

Trước 1975, học vị "thạc sĩ" dành riêng cho chức giáo khoa. Ở Pháp, trong ngành sư phạm/pédagogie, thường phải tốt nghiệp ENS [École Normale Supérieure] để trở thành "normalien" để có quyền dạy học cấp tiểu và trung học. Một số giáo chức học thêm sẽ đậu tiến sĩ [doctorat] và thạc sĩ [agrégation]. Nếu đâu luôn cả 2 học vị này sẽ được gọi là "docteur-agrégé", thuộc cấp giáo chức thượng đẳng tại các trường trung học công lập [lycées].

Riêng trong hai ngành y và luật, dù như mọi ngành khác, bằng tiến sĩ là bằng cấp cao nhất [Pháp văn, docteur/doctorat từ chữ "docte" có nghĩa là bác học, hiểu biết nhiều về chuyên ngành], nhưng nếu muốn dạy luật học/kinh tế học hay y khoa phải đậu thêm học vị "agrégation en droit" hay "agrégation en médecine" mới thực sự đủ phẩm sắc dạy trong hai phân khoa đó. Trước 1975, Đại học Sài gòn đã có các vị thầy nổi tiếng như GS Thạc sĩ luật/kinh tế Vũ Quốc Thúc, GS thạc sĩ luật Vũ Văn Mẫu, GS thạc sĩ luật Nguyễn Cao Hách v.v, hay Giáo sư thạc sĩ y khoa Phạm Bửu Tâm, v.v. Quý vị này sau khi đậu tiến sĩ/bác sĩ chuyên ngành của mình, phải học và đậu "thêm" bằng thạc sĩ [agrégation] mới trở thành giáo sư đại học thực thụ.

Tại Hoa Kỳ, bằng tiến sĩ là học vị đủ cho phép trở thành giáo sư, giảng sư tại cấp đại học [trong các phân khoa nhân văn và văn chương]. Riêng đối với các vị tiến sĩ luật [Juris Doctor/JD] và bác sĩ/tiến sĩ y khoa [Medical Doctor/MD] nếu muốn

dạy học cũng phải học thêm 2 năm hoặc hơn về các ngành chuyên khoa hậu tiến sĩ. Do đó, các giáo sư/giảng sư luật khoa và y khoa Hoa Kỳ [nếu có bằng chuyên khoa hậu tiến sĩ] đều được coi có học vị thạc sĩ chính thức.

Vậy, trong tương lai, Bộ Giáo Dục và Đào Tạo cùng hệ thống đại học Việt Nam theo mẫu mực quốc tế nên ứng dụng thuyết chính danh để nhận lấy trách nhiệm về mặt danh chính ngôn thuận mà gọi học vị "cao học" là bằng "Cao Học", và dành học vị "Thạc Sĩ" cho các chuyên khoa "hậu tiến sĩ", như mọi nước khác, để tránh phải mang tiếng là "ngược đời", lộng ngôn, lộng hành.

2. BẰNG CẤP CÓ GIÁ TRỊ DO CÁC ĐẠI HỌC ĐƯỢC CHUẨN NHẬN CƠ SỞ ĐẠI HỌC

Tại Hoa Kỳ, bằng cấp muốn có giá trị phải được cung cấp bởi các đại học đã được chính thức chuẩn nhận [accredited universities & colleges].

Thủ tục chuẩn nhận đại học và chuyên khoa [universities & colleges accreditation] tại Hoa Kỳ có tính cách dân chủ, độc lập, minh bạch.

Bộ Giáo Dục Hoa Kỳ [BGD.HK] không trực tiếp chuẩn nhận các cơ sở đại học [higher education] và chuyên khoa huấn luyện bách nghệ và y tá [public postsecondary vocational and nurse education] trong phạm vi Liên bang và Tiểu bang, kể cả chương trình giảng dạy liên hệ. Tuy nhiên, bộ trưởng BGD.HK có trách nhiệm pháp định công bố danh sách các cơ quan đảm nhiệm chuẩn nhận trên, căn cứ vào khả năng học vấn và chuyên nghiệp của thành viên các tổ chức đó.[2]

Mục đích của thủ tục chuẩn nhận tổ chức đại học và chuyên khoa tại cấp Liên bang và Tiểu bang là để các giảng đường đại học và các cơ sở chuyên khoa huấn nghệ đạt được mức độ khả chấp về phẩm giá giáo huấn và đào tạo. Các cơ quan đảm nhiệm chuẩn nhận đều là các tổ chức giáo dục đồng nghiệp, chuyên khoa và độc lập trong nước, tại cấp Liên bang và Tiểu bang.[3] Các tổ chức này có trọng trách liệt kê và trắc nghiệm các tiêu chuẩn giáo dục và huấn luyện căn bản quyết định hợp thức hoá mức độ đại học và chuyên môn như sau:

☐ Sứ mạng toàn bộ của cơ sơ Đại học và Chuyên ngành

☐ Các Mục tiêu và Trọng tâm huấn luyện

☐ Thủ tục và Điều kiện Nhập học

☐ Các Dịch vụ dành cho giới Sinh viên

☐ Phẩm Lương Chương Trình Giáo huấn

☐ Phẩm giá Thành phần Giáo chức

Các cơ sở và chương trình giáo huấn đại học, chuyên môn khi đáp ứng đúng các tiêu chuẩn tiên quyết trên sẽ đước chính thức chuẩn nhận bởi cơ quan minh thị đặc trách [accredited by listed agency], và văn băng do các đại học và cơ sở giáo huấn này cấp phát theo đúng chương trình và thời khoá biểu liên hệ sẽ được coi có giá trị công minh.

Riêng các trường luật khoa Hoa Kỳ chính danh phải được tổ chức Luật sư đoàn Hoa Kỳ chuẩn nhận [Law schools accredited by the American Bar Association/ ABA approved law schools]. Hiện giờ Hoa K ỳ c ó tất cả 199 trường luật được ABA chuẩn nhận tới cấp JD. Chỉ một số ít trường luật mới

được quyền có chường trình chuyên khoa hậu tiến sĩ hay thạc sĩ luật như Harvard Law School, George Washington Law School, Howard Law School v.v.

SỰ CẦN THIẾT CỦA THỦ TỤC CHUẨN NHẬN ĐẠI HỌC

Yếu tố quan trọng để thực hiện một sự nghiệp vững vàng là được đào tạo tại một cơ sở đại học hay chuyên ngành nổi tiếng, có đầy đủ kiến thức và giá trị chức nghiệp mà công vụ hay nghiệp vụ đòi hỏi.

Cũng như một ứng viên xin việc tốt nghiệp ở một đại học nổi tiếng có nhiều hy vọng được thu nhận hơn một ứng viên xuất thân từ một trường vô danh, thấp kém.

Kể cả khi chuyển học để hoàn tất chương trình hay theo cấp học vị cao hơn từ rmột trường đại học nổi tiếng, được chuẩn nhận đã lâu, theo thứ tự cao, sẽ được chấp nhận một cách dễ dàng.

Các chương trình viễn giảng [distance/online learning programs] qua thư từ, điện thư, mạng lưới trực thuộc các đại học và cơ sở chuyên ngành được chuẩn nhận, nếu cập nhật và thi hành đúng tiêu chuẩn và khoá biểu giáo huấn thì cũng có giá trị như các chương trình cổ điển, thuần thục diễn tiến tại giảng đường.

TẤT CẢ CÁC TRƯỜNG ĐẠI HỌC VÀ VĂN BẰNG ĐẠI HỌC ĐỀU ĐƯỢC CHUẨN NHẬN HAY KHÔNG?

Không phải bất cứ đại học hay cơ sở chuyên ngành nào cũng đều được chuẩn nhận. Cách tốt nhất để nhân định hư thực là kiểm soát thực trạng của từng trường, căn cứ vào các thủ tục thẩm lượng dẫn thượng, hoặc nghe ngóng cách lượng giá, phê phán địa phương, hay căn cứ vào nhu cầu và các điều kiện tiên quyết của các cơ sở thu nhận.

Ngoài ra, cũng không phải bất cứ bằng Tiến Sĩ nào, dù do các trường đại học chính thống cấp phát đều có giá trị đích thực. Trước hết các Bằng Tiến Sĩ Danh dự [Doctor Honoris Causa] dù do các đại học nổi tiếng trên thế giới như Harvard, Sorbonne v.v. cấp phát, chỉ có tính cách biểu hiện sự quý trọng chính khách hay một nhân vật nổi tiếng có tài đức. Với tấm bằng "Doctor Honoris Causa", vị "nhân sĩ danh dự" hay chính khách này cũng không được gọi là "tiến sĩ", và nhất là không được sử dụng vào bất cứ công việc thu lợi nào, ngoài trừ trưng bày bóng bẩy hay bổ túc tài liệu lịch sử.

Riêng tại Pháp lại có loại bằng "Tiến sị đại học" [Docteur/Doctorat d'université] như văn bằng mà Bà Phạm Thị Ngoạn [tức Bà Nguyễn Tiến Lãng và là con gái cố Thượng Thư, đại văn hào Phạm Quỳnh] được Đại Học

Sorbonne, Paris, cấp phát sau khi Bà nộp xong tài liệu nghiên cứu văn học có giá trị, với nhan đề nguyên bản Pháp văn –

Introduction au Nam Phong, mà dịch giả Phạm Trọng Nhâ n phỏng dịch ra tiếng Việt là Tìm Hiểu Tạp Chí Nam Phong. Văn bằng "Tiến sĩ đại học" (chỉ là một phẩm vị do một đại học Pháp trao tặng để tưởng thưởng công lao vẹn toàn của người nghiên cứu), dù người này chưa hề có một văn bằng đại học chính thức nào trước đó. Với văn bằng "tiến sĩ đại học", đương sự không được quyền giảng dạy bất cứ ở đâu, dù là tiểu học, trung học, và nhất là đại học. Dù sao văn bằng này tích cực hơn loại bằng "tiến sĩ danh dự/doctorat honoris causa" vì bằng "tiến sĩ đại học/doctorat d'université" chỉ được cấp khi đại học đó chuẩn nhận tác phẩm/tài liệu biên khảo thực sự có giá trị tự tại.

Cũng xin nói rõ, tại Pháp, chỉ có bằng Tiến sĩ Quốc gia hay Doctorat d'État mới được coi chính thức là một học vị đại học, được cấp phát sau khi bảo vệ luận án [và trước đó, đã hội đủ các chương trình cử nhân, cao học, kể cả thông qua chương trình tiến sĩ học (preliminary exam & comprehensive doctoral studies)].

3. BẰNG CẤP VÔ GIÁ TRỊ DO CÁC NHÀ MÁY DẬP BẰNG CUNG CẤP

Nhà máy dập bằng là thuật ngữ phỏng dịch từ "degree mill is a business that sells illegitimate diplomas or academic degrees" cung cấp văn bằng vô giá trị, rẻ tiền, dưới nhiều hình thức như sau:

Văn bằng cung cấp bởi các đại học hay cơ sở chuyên ngành không được chuẩn nhận vì không đủ tiêu chuẩn giáo huấn, như các chương trình huấn luyện giả tạo, khiếm khuyết giáo chức thực thụ;[3A]

        Văn bằng giả mạo in theo mẫu văn bằng các đại học và cơ sở chuyên ngành tên tuổi;

        Văn bằng cung cấp bởi các đại học hay cơ sở chuyên ngành có tên giả mạo, nhái theo tên các đại học nổi tiếng hay có âm hưởng tương tự, trong hệ thống danh hiệu Anh-Mỹ như "Shaftesbury University", "University of Dunham", "Redding University", "Suffield University".Đương nhiên các cơ sơ này không hề được chuẩn nhận một cách hợp pháp, hợp lệ;[3B]

        Văn bằng cung cấp bởi các đại học hay cơ sở chuyên ngành bất hợp lệ vì chỉ được công nhận bởi các tổ chức kiểm nhận gian lận, bất hợp pháp ["dummy" accreditation boards"] không được Bộ Giáo Dục Hoa Kỳ công bố danh sách;

        Văn bằng cung cấp bởi các đại học hay cơ sở chuyên ngành man khai được công nhận bởi các tổ chức quốc tế không có tư cách kiểm nhận [như cơ sở huấn nghiệp do UNESCO kiểm nhận];

        Văn bằng được cung cấp theo "kinh nghiệm sống/life experience", đôi khi vô căn cứ, lệch lạc, không thể kiểm nhận;

        Văn bằng trả theo hư danh, bằng cao tiền nhiều, nhưng thường không thấm gì so sánh với học phí tổng chi trên thời gian theo học để có văn bằng thật. Một văn bằng tiến sĩ tại các đại học chuyên chính tốn kém cả vài trăm ngàn Mỹ Kim có thể mua theo dạng bằng ma, bằng dởm, bằng giả với giá rẻ mạt trên dưới vài ngàn Mỹ Kim, với ngày tháng cấp phát giả định, tính và ghi theo như cầu của từng dịch vụ.[3C]

KHÍA CẠNH LUẬT PHÁP CỦA HÀNH VI CUNG CẤP VÀ SỬ DỤNG VĂN BẰNG DỞM, GIẢ, BẤT HỢP LỆ

Nếu mua văn bằng ma, dởm, giả để vui chơi, khoe khoang trong xó xỉnh như lũ trẻ mặc binh phục, cải trang an ninh cảnh sát, FBI, CIA lông nhông vỉa hè Hoa Thịnh Đốn thì vô thưởng vô phạt, vì tất cả các hành vi đó không có mục đích và ý định lừa đảo, hành động phi pháp.

Nhưng nếu một nhân vật bỗng giả mạo sắc phục an ninh cảnh sát để bắt bớ, thu tiền phạt, ám hại dân lành, thì hành vi sử dụng quân phục dởm, quân hiệu giả trở thành bất hợp pháp, phạm pháp, đủ bằng cớ trừng trị.

Vậy người mua bằng dởm, bằng ma (hay gần đây "bằng-chùa" tại Việt Nam), loại bằng giả, bất hợp lệ, bất hợp pháp, mà lại đem sử dụng với ý định thu lợi, nạp hồ sơ kiếm việc làm, tiến thân, thi hành nghiệp vụ v.v. đều coi là hành động cố tình phạm pháp, chủ tâm lừa đảo, gian trá.

Đặc biệt, những người sử dụng bằng giáo huấn giả , luật giả, y khoa giả còn nặng tội hơn khi man trá hay bất cẩn làm tổn thương hay gây thiệt hại nặng cho đối tác và nạn nhân. [4]

Đôi khi cả cơ sở in và bán bằng giả, bằng dởm với mục đích giúp người làm việc lừa đảo, phi pháp cũng có thể bị coi như đồng loã phạm pháp về các tội lừa dối [misleading, deceptive conduct], gian lận [fraud].

Riêng tại Úc [Australia], kể từ tháng năm 2010, sẽ coi là phạm tội đại hình nếu một cơ sở giáo huấn tự nhận là đại học hoặc cấp bằng đại học mà không được Bộ Giáo Dục chuẩn chấp trước. [5] Ngoài ra cơ sở phạm pháp còn có thể bị phạt vạ trên dưới 10 triệu Úc Kim về tội lừa dối [Misleading and Deceptive Conduct]. [6]

Tại Gia Nã Đại [Canada], tổ chức đại học trực thuộc sự kiểm soát của chính phủ khu tỉnh và địa phương, nên nạn dập bằng bất hợp pháp [diploma mill] rất hiếm.[7] Dù sao trong năm 2006, Sở Kiểm Soát Ranh Giới Gia Nã Đại [Canada Border Services Agency] cũng cho biết một số "đại học lậu" đã dập in hộ chiếu giả [visa mills] để giúp ngoại nhân nhập cảnh bất hợp lệ/bất hợp pháp.

Tại Đức Quốc cũng bị coi là phạm tội đại hình nếu dùng danh xưng "đại học" hoặc cấp phát văn bằng đại học mà không được Bộ Giáo Dục của Tiểu Bang liên hệ chuẩn chấp.

Tại Hoa Kỳ, dù Bộ Giáo Dục Liên Bang không trực tiếp kiểm nhận đại học, như đã đề cập phía trên, Ủy Ban Mậu Dịch Liên Bang [Federal Trade Commision] cũng sẵn sàng cảnh báo và truy tố các hành vi gian trá, lừa đảo và làm ăn bất lương, gian lận về cách thức cung cấp học vị bất hợp lệ hay bất hợp pháp.

Một số Tiểu Bang như Oregon, Michigan, Maine, North Dakota, New Jersey, Washington, Nevada, Illinois, Indiana và Texas đã chính thức ban hành luật cấm đoán các cơ sở giáo huấn cấp phát học vị nếu không được kiểm nhận theo đúng tiêu chuẩn luật định.

Dại thì tất nhiên sẽ bị thiệt thòi, lợi dụng, hy sinh trước tiên. Khôn và nhất là khôn vặt, cũng không mãi mãi yên ổn được với những kẻ có bản lãnh độc ác, quỷ quyệt. Chỉ biết thật mới tiến bộ, mới và sống còn.

ĐỂ TẠM KẾT

Thiết tưởng chúng ta chỉ nên vui mừng nếu những con số 3 triệu người trong nước và 3 trăm ngàn người tại hải ngoại thực sự có văn bằng đại học thật và nhất là đủ trí tuệ và tài đức chuyển lực minh mẫn, sáng tạo, mới mẻ tới tất cả hơn 90 triệu người dân trong và ngoài nước để cùng nhau kết sinh gạt bỏ mọi hình thức đê hèn, gian xảo, lừa lọc, và từ đó gạt bỏ luôn cái chế độ phát sinh và nuôi dưỡng những sắc thái đê hèn, gian xảo, lừa lọc, man trá đó.

Chỉ khi biết và biết sớm hơn bình thường mới nắm được cơ hội thoát nạn để xây dựng lại tương lai cho mình và cho hơn 90 triệu người dân đang mong, đang đợi.

Chúng ta hãy hành động thích nghi. Chỉ biết thật mới tiến bộ, mới sống còn.

LƯU NGUYỄN ĐẠT, PhD, LLB/JD, LLM

Michigan State University Howard Law School

GHI CHÚ

[1]   "Thư Ngỏ Gửi Các Nhà Lãnh Đạo Việt Nam Về Hiểm Hoạ Ngoại Bang Và Sức Mạnh Dân Tộc" do 36 nhà trí thức

hải ngoại đồng ký tên ngày 21 tháng 8 năm 2011.

[2]   Click on the date link to download the data file

[3]   Tìm danh sách các cơ quan đảm nhiệm chuẩn nhận đại học, chuyên ngành tại CHEA — Council for Higher Education Accreditation's website, www.chea.org.

[3A & 3C] Điển hình: "Vụ làm tiến sĩ tại Mỹ nhưng không biết tiếng Anh:Tốn 17.000$." "Tôi làm tiến sĩ tốn 17.000 USD!" "Tôi có học tại trường đại học Nam Thái Bình Dương (Southern Pacific University) tại Hoa Kỳ. Trường này tọa lạc tại thành phố New York!". Ông Nguyễn Ngọc Ân, giám đốc sở Văn hóa – thông tin và du lịch tỉnh Phú Thọ (nhân vật được đề cập trong bài "Làm tiến sĩ tại Mỹ nhưng không biết tiếng Anh") khẳng định như vậy khi trao đổi với phóng viên báo Sài Gòn Tiếp Thị online chiều 17/6. Ông Nguyễn Ngọc Ân: "Tôi học trường này là theo kiểu đào tạo từ xa, nên tôi học qua mạng, nộp trả bài cũng qua mạng".

Theo thông tin của một đồng nghiệp được đăng tải trên một tờ báo mạng, chúng tôi dễ dàng tìm được trường đại học Nam Thái Bình Dương (Southern Pacific University) mà ông Ân "tu nghiệp". Theo đó, Trường đại học Southern Pacific University nằm trong danh sách 50 trường đại học bị chính quyền bang Hawaii khởi tố, thua kiện và bị đóng cửa. Trường Southern Pacific University đã bị giải thể từ ngày 28/10/2003 theo phán quyết của tòa án Hawaii. Bằng cấp của trường Southern Pacific University không được Mỹ công nhận…

[3B] Còn trường đại học Nam Thái Bình Dương với tên chính thức là "The University of South Pacific" của Fiji, một quốc đảo gần Úc, mới là trường thật. Chúng tôi trao đổi với ông Ân về điều này và hỏi ông học ở Fiji hay Mỹ, ông Ân nói: "Có thể chỗ tôi học ở New York chỉ là phân viện của trường Southern Pacific University!".

[4]   Author John Bear, a distance learning and diploma mills expert has written that fake degrees are risky for buyers and consumers:

"It is like putting a time bomb in your résumé. It could go off at any time, with dire consequences. The people who sell fake degrees will probably never suffer at all, but the people who buy them often suffer mightily. And — particularly if their "degree" is health-related — their clients may be seriously harmed."

[5]   Under the Higher Education Support Act 2003, corporations wishing to use the term "university" require approval from the relevant government minister, the Minister for Education (as of May 2010).

[6]   Specific penalties are given within the individual acts and more generally are also covered by the "Misleading and Deceptive Conduct" provisions of the Trade Practices Act 1974, permitting fines over AUD 10M.

[7]   Ontario the Post-secondary Education Choice and Excellence Act, 2000.